सावित्रीबाई फुले पुणे विद्यापीठाच्या द्वितीय वर्ष कला शाखेच्या (S.Y.B.A.) २०२५-२६ च्या राष्ट्रीय शैक्षणिक धोरण २०२० (NEP-2020) प्रमाणे लिहिलेले पुस्तक (ECO 201 MJ-ECO 202 MJP). तसेच महाराष्ट्रातील इतर सर्व विद्यापीठातील अर्थशास्त्र व स्पर्धा परीक्षा यांच्या विद्यार्थ्यांसाठी उपयुक्त

सूक्ष्म अर्थशास्त्र
प्रात्यक्षिकांसह

Microeconomics with practicals

डॉ. एस. व्ही. ढमढेरे

डायमंड पब्लिकेशन्स

सूक्ष्म अर्थशास्त्र - प्रात्यक्षिकांसह
डॉ. एस. व्ही. ढमढेरे

Sukshma Arthashastra - with practicals
Dr. S. V. Dhamdhere

पहिली आवृत्ती : ऑगस्ट २०२५

ISBN 978-93-90081-67-7

मुखपृष्ठ
डायमंड पब्लिकेशन्स

मुद्रक
ट्रिनिटी अकॅडेमी, पुणे

प्रकाशक
डायमंड पब्लिकेशन्स
२६४/३ शनिवार पेठ, अनुग्रह अपार्टमेंट
ओंकारेश्वर मंदिराजवळ, पुणे-४११ ०३०
☎ ८६०००१०४१६

info@dpbooks.in
www.dpbooks.in

मनोगत

सावित्रीबाई फुले पुणे विद्यापीठाने जून २०२५-२६ पासून श्रेयांक आधारित मेजर-कोअर NEP - 2020 पद्धत लागू केलेली आहे. राष्ट्रीय शैक्षणिक धोरण २०२० प्रमाणे 'सूक्ष्म अर्थशास्त्र' हा पेपर मेजर-कोअर सेमिस्टर - ३ साठी ठेवलेला आहे. या विषयाचे नवीन अभ्यासक्रमानुसार हे पुस्तक लिहिलेले आहे. 'सूक्ष्म अर्थशास्त्र' या पुस्तकाचे विद्यार्थी, प्राध्यापक व इतर अभ्यासकांनी आजपर्यंत उत्स्फूर्त स्वागत केले. तसेच या श्रेयांक आधारित NEP-2020 नुसार लिहिलेल्या पुस्तकाचेसुद्धा वाचक निश्चितच उत्स्फूर्त स्वागत करतील अशी आशा आहे.

सदर पुस्तकात लेखीसाठी (Theory) चार प्रकरणांचा समावेश केलेला असून प्रात्यक्षिकसाठी (Practical) तीन प्रकरणांचा समावेश केलेला आहे. सदर पुस्तकात अभ्यासक्रमातील सर्व बाबींचा विचार केला आहे. तसेच मराठी भाषेतील अर्थशास्त्रीय संज्ञा बोजड होणार नाहीत व त्यांची तांत्रिक परिभाषा बिघडणार नाही, याची काळजी घेतली आहे. आवश्यक तेथे तक्ते, सुबक आकृत्या, संकल्पनेच्या व्याख्या, गणिती सूत्रे, संख्यात्मक प्रश्न, परीक्षण इत्यादींचा वापर यथायोग्य केला आहे.

पहिल्या विभागात (१) सूक्ष्म अर्थशास्त्राची ओळख, (२) मागणी, पुरवठा आणि उत्पादन विश्लेषण (३) बाजार रचना (४) उत्पादन घटकांची मूल्यनिश्चिती यांचे विश्लेषण केले आहे. तर दुसऱ्या विभागात (१) अर्थशास्त्रीय विश्लेषणाची साधने, (२) मागणी आणि पुरवठाची लवचीकता (३) खर्च आणि उत्पन्नाच्या संकल्पना यांची चर्चा केली आहे.

सदर पुस्तक तयार करताना डायमंड पब्लिकेशन्सची जबाबदारी पेलणारे प्रकाशक श्री. दत्तात्रेय पाष्टे व श्री. निलेश पाष्टे यांचे प्रोत्साहन लाभले. तसेच डायमंड पब्लिकेशन्समधील सर्व सहकाऱ्यांनी दिलेल्या सहकार्याबद्दल सर्वांचे मन:पूर्वक आभार.
सदर पुस्तक मी माझ्या मातोश्री कै. रुक्मिणीताई व्यंकटराव ढमढेरे यांना अर्पण करीत आहे.

- डॉ. एस. व्ही. ढमढेरे

लेखक-परिचय

डॉ. एस. व्ही. ढमढेरे यांचे नाव अर्थशास्त्र संबंधित विषयांवरील पाठ्यपुस्तके आणि संदर्भग्रंथांचे लेखक म्हणून विशेषत: कला व वाणिज्य शाखांमधील विद्यार्थ्यांमध्ये परिचित आहे. डॉ. ढमढेरे यांनी पुण्याच्या फर्ग्युसन महाविद्यालयामधून पदवीपर्यंतचे शिक्षण घेतल्यानंतर एम.ए., एम.फिल., पीएच.डी., एल.एल.बी., एम.एस.डब्ल्यू. या पदव्या संपादन केल्या. त्यांना त्यांच्या लेखन, अध्यापन आणि संशोधन कार्यासाठी, देशाच्या विकासातील योगदानाबद्दल डी.लीट. पदवीने सन्मानित करण्यात आले आहे. त्यांनी एफ.वाय.बी.ए. ते एम.ए. वर्गापर्यंतच्या विद्यार्थ्यांसाठी पुस्तके तसेच एम.फिल., पीएच.डी.च्या विद्यार्थ्यांसाठी संशोधन पुस्तके लिहिली असून ही पुस्तके विद्यार्थी आणि प्राध्यापक या दोघांनीही गुणवत्तेसाठी उचलून धरली आहेत. त्यांनी आजपर्यंत अर्थशास्त्राशी संबंधित विषयांवर अर्थशास्त्राशी इंग्रजी व विशेषत: मराठी भाषेमध्ये ५१ पेक्षा जास्त पुस्तके, संदर्भ ग्रंथ लिहिलेले आहेत. त्यांच्या अनेक पुस्तकांना महाराष्ट्रातील काही विद्यापीठांमध्ये संदर्भग्रंथ म्हणून मान्यता मिळालेली आहे. त्यांनी तीन दशके अध्यापनाचे कार्य केले आहे.

डॉ. एस.व्ही. ढमढेरे यांनी शैक्षणिक क्षेत्रातील त्यांच्या प्रदीर्घ कालावधीत पुण्यातील विविध महाविद्यालयात अध्यापन केले आहे. तसेच त्यांनी पुणे जिल्ह्यातील पाबळ येथील श्री. पद्ममणि जैन महाविद्यालयाचे अर्थशास्त्र पदवी व पदव्युत्तर विभाग प्रमुख, पदव्युत्तर विभागाचे समन्वयक, प्रभारी प्राचार्य, महाविद्यालयीन कमिट्या तसेच महाराष्ट्र राज्याच्या साधन केंद्राचे सहसंचालक, प्रोगेसिव्ह रिसर्च संस्था, पुणे येथे संशोधन अधिकारी, 'अर्थ' त्रैमासिकाचे सहसंपादक, अशी अनेकविध पदे भूषविलेली आहेत. राष्ट्रीव व आंतरराष्ट्रीय, राज्य व स्थानिक पातळीवर त्यांचे ५० पेक्षा अधिक शोधनिबंध प्रकाशित झाले असून त्या शोधनिबंधांचे वाचन झालेले आहे. सावित्रीबाई फुले पुणे विद्यापीठाच्या अर्थशास्त्र विभागाचे संस्थापक सदस्य व पीएच.डी.चे मार्गदर्शक म्हणून त्यांनी कार्य केले आहे. त्यांना अनेक पुरस्कार जसे की, डॉ. अब्दुल कलाम जीवन गौरव राष्ट्रीय पुरस्कार, प्रज्ञावंत पुरस्कार, मुकादम साहित्य पुरस्कार, महाविद्यालयीन पातळीवरील आदर्श शिक्षक व वृक्षमित्र पुरस्कार मिळालेले आहेत. त्यांच्या 'सार्वजनिक आयव्यय' पुस्तकास बँक ऑफ महाराष्ट्रचा पुरस्कार मिळालेला आहे.

अनुक्रम

विभाग १

प्रकरण १

सूक्ष्म अर्थशास्त्राची ओळख
(Introduction of Micro Economics)

१.१ प्रास्ताविक (Introduction) :

अर्थशास्त्राच्या विवेचनाच्या प्रमुख दोन पद्धती आहेत. (१) सूक्ष्म पद्धत (२) स्थूल पद्धत. या संकल्पनांचा उपयोग सर्वप्रथम १९३३ मध्ये ऑस्लो विद्यापीठाचे प्रा. रेगनर फ्रिश (Ragnar Frish) यांनी केला. सूक्ष्म अर्थशास्त्राच्या विकासात रिकार्डो, जे. बी. से. मिल, बोल्डिंग, प्रा. मार्शल, पिगू, मिसेस जोन्स रॉबिन्सन या अर्थशास्त्रज्ञांचा समावेश आहे. प्रथम सूक्ष्म अर्थशास्त्र म्हणजे काय? याचे विवेचन करू.

मनुष्य आपल्या गरजा पूर्ण करण्याचे काम आयुष्यभर करीत असतो. मानवी गरजांच्या पूर्ततेतून त्याला समाधान किंवा उपयोगिता मिळत असते. अशा प्रकारचे समाधान मिळविण्यासाठी त्याला विविध वस्तूंचा किंवा सेवांचा उपयोग करावा लागतो, कारण प्रत्येक वस्तूमध्ये कोणत्या ना कोणत्या व्यक्तीची कोणती ना कोणती गरज भागविण्याची शक्ती असते. वस्तूमधील मानवी गरज भागविण्याच्या शक्तीलाच उपयोगिता (utility) म्हणतात. म्हणजेच उपयोगितेचा उपयोग म्हणजेच उपभोग होय. व्यक्ती आपल्या गरजा पूर्ण करण्यासाठी वस्तूमधील उपयोगितेचा जो उपयोग करते त्याला मानवी गरजेची पूर्तता किंवा वस्तूचा उपभोग असे म्हणतात. उपभोक्ता आपल्या विविध गरजा पूर्ण करण्यासाठी बाजारात वेगवेगळ्या वस्तूंची खरेदी करीत असतो. बाजारात उपभोक्त्याकडून वस्तूला मागणी येते. उपभोक्त्याच्या मागणीचा प्रभाव किमतीवर होतो. किमतीत बदल झाल्यास बाजारात उपभोक्ता वस्तूची खरेदी कशी करतो याचा अभ्यास अर्थशास्त्रात केला जातो.

सदरील प्रकरणात सूक्ष्म अर्थशास्त्राचा अर्थ, स्वरूप, महत्त्व, व्याप्ती आणि मर्यादा यांचा अभ्यास केला आहे. तसेच उपयोगिता संकल्पना, संख्यात्मक उपयोगिता दृष्टिकोन आणि क्रमदर्शी उपयोगिता दृष्टिकोन इत्यादी स्पष्ट केलेला आहे.

१.२ सूक्ष्म अर्थशास्त्राचा अर्थ (Meaning of Micro Economics)

सूक्ष्म अर्थशास्त्रालाच अंशलक्ष्यी अर्थशास्त्र असे सुद्धा म्हणतात. Micro हा शब्द मूलतः ग्रीक शब्द Mikros पासून आलेला आहे. ग्रीक भाषेत Micros चा अर्थ लहान (सूक्ष्म) Small असा होतो. सूक्ष्म अर्थशास्त्रात अर्थव्यवस्थेतील सूक्ष्म घटकांचा म्हणजे एखादी उद्योगसंस्था, उपभोक्ता, विशिष्ट किंमत, बाजार,वेतन, व्यक्तिगत उत्पन्न, विशिष्ट वस्तू, नफा, विशिष्ट उद्योग इत्यादींचा अभ्यास केला जातो. याचाच अर्थ सूक्ष्म अर्थशास्त्रात अर्थव्यवस्थेतील केवळ एका घटकाचा (Study of unit) अभ्यास केला जातो. हे अर्थशास्त्र अर्थव्यवस्थेतील सूक्ष्म घटकाचा किंवा अंशाचा अभ्यास करते.

सूक्ष्म अर्थशास्त्रात आपण अर्थव्यवस्थेतील पोटभागांचा (Cell) म्हणजे भिन्न व्यक्ती व त्यांचा उपभोग, उद्योगसंस्था व तिचे संतुलन यांचा अभ्यास करतो. थोडक्यात, सूक्ष्म अर्थशास्त्रात संपूर्ण अर्थव्यवस्थेचा सूक्ष्मदर्शक अभ्यास केला जातो.

'सूक्ष्म अर्थशास्त्र म्हणजे व्यक्तिगत घटक किंवा लहानातलहान गटांच्या आर्थिक वागणुकीचा अभ्यास होय.' अशी सूक्ष्म अर्थशास्त्राची व्याख्या केली जाते.

सूक्ष्म अर्थशास्त्रात, अर्थव्यवस्थेतील एखादा घटक किंवा लहान गटाचा अभ्यास केला जातो. विशिष्ट घटक, विशिष्ट गट, विशिष्ट उद्योग यांचा अभ्यास करून निष्कर्ष काढले जातात. एखादा उपभोक्ता बाजारात वस्तूची खरेदी कशी करतो, एखादी उद्योगसंस्था कशी कार्य करते, किंवा विशिष्ट उद्योग उत्पादन,किंमत, विक्री, नफा याबाबत कसे निर्णय घेतो; अशा व्यक्तिगत गटांचा किंवा घटकांचा अभ्यास सूक्ष्म अर्थशास्त्र करते. उदा. महाराष्ट्रातील सहकारी साखर कारखान्यांपैकी शिरूर तालुक्यातील घोडगंगा सहकारी साखर कारखाना किती साखरेचे उत्पादन करतो, त्याचा उत्पादनखर्च किती, त्या साखर कारखान्यांचा साखर उतारा किती, या कारखान्यातील वेतन, नफा किती आहे याचा अभ्यास म्हणजे 'सूक्ष्म अर्थशास्त्र' होय. महाराष्ट्रातील अनेक सहकारी साखर कारखान्यांपैकी तो एक कारखाना आहे, म्हणून 'सूक्ष्म अर्थशास्त्र' म्हणजे अर्थव्यवस्थेतील अनेक घटकांपैकी एका घटकाचा अभ्यास होय.

प्रा. बोल्डिंग यांच्या मते, **'जंगलातील अनेक झाडांपैकी एका झाडाचा अभ्यास म्हणजे सूक्ष्म अर्थशास्त्र होय.'** अशा रीतीने सूक्ष्म अर्थशास्त्रात या घटकांच्या- संबंधी संपूर्ण अर्थव्यवस्थेचा अभ्यास नसून वैयक्तिक घटकांचा अभ्यास असतो. एखाद्या उद्योगसंस्थेचे उत्पन्न, नफा, किमती, उत्पादन, वेतन, मागणी इत्यादी घटकांचा अभ्यास असतो. सूक्ष्म अर्थशास्त्रात संपूर्ण अर्थव्यवस्थेचा अभ्यास नसून अर्थव्यवस्थेच्या एखाद्या घटकाचा अभ्यास असतो.

निरनिराळ्या अर्थशास्त्रज्ञांनी सूक्ष्म अर्थशास्त्राच्या व्याख्या केल्या आहेत. त्या पुढीलप्रमाणे आहेत.

१) प्रो. के. ई. बोल्डिंग यांच्या मते, 'सूक्ष्म अर्थशास्त्र म्हणजे विशिष्ट उद्योग संस्था, विशिष्ट कुटुंब, विशिष्ट वस्तू, वैयक्तिक किंमत, वेतन, वैयक्तिक उत्पन्न यांचा अभ्यास होय.'

२) मॉरिस डॉबच्या मते, 'सूक्ष्म अर्थशास्त्र म्हणजे अर्थव्यवस्था सूक्ष्मदर्शक यंत्राच्या साहाय्याने पाहणे, ज्यायोगे एका वस्तूच्या बाजारपेठेतील कार्याचा अभ्यास करणे; एका ग्राहकाचा आणि एका उत्पादकाचा अभ्यास करणे होय.'

३) लेफ्टविच यांच्या मते, 'सूक्ष्म अर्थशास्त्राचा संबंध उपभोक्ते, उत्पादक घटकांचे मालक आणि व्यवसायसंस्था म्हणून काम करणाऱ्या आर्थिक एककांच्या आर्थिक व्यवहारांशी असतो.'

४) प्रा. ए. पी. लर्नर यांच्या मते, 'सूक्ष्म अर्थशास्त्रात अर्थव्यवस्थेकडे जणू सूक्ष्मदर्शकातून (Microscope) पाहिले जाते. अर्थशास्त्रव्यवस्थेच्या शरीरातील व्यक्ती अथवा कुटुंबे हे उपभोक्ते आणि एकूण आर्थिक प्रणालीमध्ये त्यांच्याकडून बजावल्या जाणाऱ्या कार्याचा अभ्यास केला जातो.'

थोडक्यात, सूक्ष्मअर्थशास्त्र ही अर्थशास्त्र अभ्यासाची एक पद्धत असून यामध्ये वैयक्तिक घटक किंवा घटकांचा लहान समूह यांचा अभ्यास केला जातो. यात एका वस्तूची किंमत, एका वस्तूचा पुरवठा, एका वस्तूची मागणी, एका व्यक्तीचे उत्पन्न अशा सूक्ष्म आर्थिक चलांचा अभ्यास केला जातो.

सूक्ष्म अर्थशास्त्र ही अर्थशास्त्राची अशी एक शाखा आहे की, जिचा वेगवेगळ्या उत्पादनसंस्था, त्यांचे उत्पादन, उत्पादनखर्च, एखाद्या विशिष्ट वस्तूचे उत्पादन व खर्च तसेच किंमत इत्यादींशी संबंध असतो. अर्थात, असे विवेचन करीत असताना काही गोष्टी गृहीत धरलेल्या असतात. उदा. पूर्ण स्पर्धा, पूर्ण रोजगार इत्यादी.

१.२.१ सूक्ष्म अर्थशास्त्राचे स्वरूप आणि व्याप्ती (Nature and Scope of Micro Economics)

अ) स्वरूप :

सूक्ष्म अर्थशास्त्रात एका घटकाचा सर्वांगीण अभ्यास केला जातो. व्यक्ती किंवा कुटुंब तसेच उद्योगसंस्था या सर्वांत लहान एककांच्या वर्तनाचा अभ्यास सूक्ष्म अर्थशास्त्रात केला जातो. उत्पादक आणि उपभोक्ते यांनी घेतलेले उत्पादन आणि उपभोगाचे निर्णय एकत्रित केल्यानंतर बाजाराचा पुरवठा आणि बाजाराची मागणी समजते. तेव्हा विशिष्ट वस्तूच्या बाजाराच्या कार्यपद्धतीचा अभ्यास सूक्ष्म अर्थशास्त्र करते. उपभोक्त्याच्या महत्तम समाधानाचा अभ्यास सूक्ष्म अर्थशास्त्रात केला जातो. उद्योगसंस्था किंवा उत्पादक महत्तम नफा मिळविण्याचा प्रयत्न करतो. मागणी - पुरवठ्याच्या आंतरक्रियेतून किमती निश्चित होतात. परिणामी, आंतरक्रियेतून उत्पादन कशाचे करायचे व किती करायचे याचे निर्णय घेतले जातात. उत्पादक, कमी खर्चात उत्पादन करण्याचा प्रयत्न करतो. त्यातूनच उत्पादन कसे करावे हे समजते. ही संपूर्ण प्रक्रिया सूक्ष्म अर्थशास्त्रात येते. वस्तूंच्या बाजाराबरोबर घटकांच्या बाजाराचा अभ्यास सूक्ष्म अर्थशास्त्रात केला जातो. खंड, वेतन, व्याज, नफा यांचा अभ्यास केला जातो.

सूक्ष्म अर्थशास्त्राची उभारणी अनेक गृहितांवर आधारित आहे. इतर परिस्थिती स्थिर असते. उपभोक्त्याची बुद्धिनिष्ठ वर्तणूक इ.

सूक्ष्म अर्थशास्त्राचे विवेचन स्थैतिक स्वरूपाचे असते. विश्लेषण विशिष्ट कालावधीशी निगडीत असते.

सीमांत उपयोगिता विश्लेषणाचा सूक्ष्म अर्थशास्त्रात आधार घेतला जातो.

आर्थिक घटकांचे तात्त्विक विश्लेषण सूक्ष्म अर्थशास्त्रात केले जाते.

आंशिक संतुलन विश्लेषणावर सूक्ष्म अर्थशास्त्र आधारलेले आहे. विशिष्ट व्यक्ती, कुटुंब, उद्योगसंस्था अथवा उद्योग यांच्या समतोलाचा अभ्यास केला जातो.

व्यक्ती अथवा कुटुंबाचा अभ्यास सूक्ष्म अर्थशास्त्रात केला जातो म्हणून ते वस्तुनिष्ठ अथवा व्यक्तिनिष्ठ शास्त्र ठरते.

ब) सूक्ष्म अर्थशास्त्राची व्याप्ती

पुढील तक्त्यावरून सूक्ष्म अर्थशास्त्राची व्याप्ती स्पष्ट होते

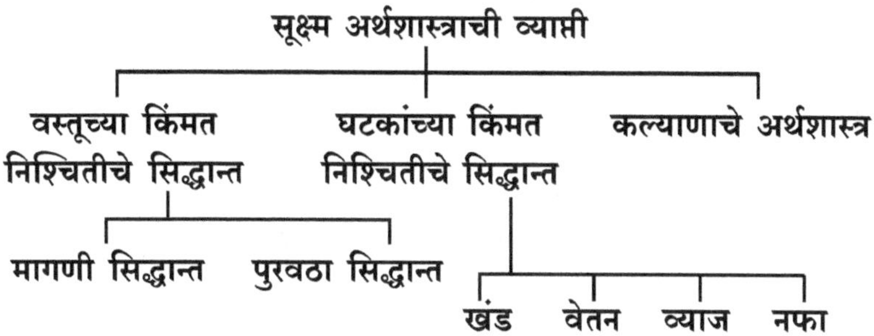

अ) मागणी सिद्धान्त : मागणी सिद्धान्तात मागणीचा नियम, मागणीची लवचीकता, उपभोक्त्याचे संतोषाधिक्य इ. चा अभ्यास केला जातो.

ब) पुरवठा सिद्धान्त : पुरवठा सिद्धान्तात पुरवठ्याचा नियम, पुरवठ्याची लवचीकता, वस्तूचा पुरवठा निर्धारित करणारे घटक यांचा अभ्यास केला जातो.

२) घटकांच्या किंमतनिश्चितीचे सिद्धान्त : यात उत्पादनघटकांचे मूल्य निश्चित केले जाते. त्यासंबंधीचे सिद्धान्त वेतन सिद्धान्त, नफा सिद्धान्त, व्याज सिद्धान्त, खंड सिद्धान्त हे होत.

३) आर्थिक कल्याण : यामध्ये आर्थिक कल्याण सिद्धान्ताचा अभ्यास केला जातो. वास्तव कल्याणात भर घालणाऱ्या सिद्धान्ताचा विचार केला जातो.

क) ग्राहक / उपभोक्ता : विशिष्ट परिस्थितीत उपभोक्ता कशाप्रकारे निर्णय घेतो याचा अभ्यास केला जातो. उफभोक्त्याचे संतुलन, घटती सीमांत उपयोगिता, उपभोक्त्याचे संतोषाधिक्य, प्रगट पसंती सिद्धान्त इत्यादी संदर्भातील उपभोक्त्याचे निर्णय सूक्ष्म अर्थशास्त्रात अभ्यासले जातात.

ड) किंमत संतुलन : पूर्ण स्पर्धा, मक्तेदारी, मक्तेदारीयुक्त स्पर्धा, अल्पविक्रेताधिकार स्पर्धा यासारख्या अपूर्ण स्पर्धेचा अभ्यास करताना उत्पादक किंमत संतुलन कशा प्रकारे करतो, मागणी आणि पुरवठा यातील समतोल कशा प्रकारे केला जातो. याचा अभ्यास केला जातो.

इ) प्राप्ती विवेचन : एका उत्पादन संस्थेच्या प्राप्तीवक्रांचा अभ्यास केला जातो. नफा मिळविणे हे कोणत्याही उद्योगसंस्थेचे, उद्योगाचे प्रमुख उद्दिष्ट असते. नफा हा प्राप्तीमधूनच मिळतो. त्यामुळे सूक्ष्म अर्थशास्त्रात सरासरी, सीमांत आणि एकूण प्राप्ती यांचे विश्लेषण/विवेचन केले जाते.

ई) उत्पादन फलन : बदलत्या प्रमाण फलांचा अभ्यास केला जातो. तसेच दीर्घकाळात उत्पादनाचे सर्व घटक बदलते ठेवून प्रमाण प्रत्ययाचा सिद्धान्त उत्पादनावर कशा प्रकारे परिणाम करतो हे अभ्यासण्यासाठी पाहिला जातो. तसेच अल्पकालीन आणि दीर्घकालीन उत्पादन फलन याचा अभ्यासाची व्याप्ती सूक्ष्म अर्थशास्त्रात येते.

उ) खर्च विवेचन : खर्चाचे विवेचन सूक्ष्म अर्थशास्त्राच्या अभ्यासाचा विषय आहे. सरासरी खर्च, सीमांत खर्च आणि एकूण खर्च वक्राचे विवेचन सूक्ष्मअर्थशास्त्रात केले जाते.

सूक्ष्म अर्थशास्त्र उत्पादनघटकांचा अभ्यास करते व विविध वस्तूंच्या उत्पादनात विभाजन कसे होते याचा अभ्यास करते. त्यामुळे कोणत्या वस्तूंचे, कोणत्या पद्धतीने उत्पादन केले जावे याचाही विचार करते. मुक्त बाजारपेठेत उत्पादनघटकांचे विभाजन मुख्यतः वस्तूंच्या किमती आणि उत्पादनघटकांच्या किमती यावर अवलंबून असते. त्यातून आपोआपच उत्पादनघटकांच्या किंमतनिश्चितीचा अभ्यास सूक्ष्म अर्थशास्त्राचा भाग ठरतो. थोडक्यात, सूक्ष्म अर्थशास्त्रात कापड, तेल, अन्नधान्य यासारख्या विविध वस्तूंच्या किंमतनिश्चितीचा अभ्यास केला जातो.तसाच उत्पादनघटकांच्या किमतीचा म्हणजेच श्रमाची मजुरी, भूमीचा खंड, भांडवलाचे व्याज आणि उत्पादकाचा नफा कसा ठरतो, याचाही विचार केला जातो. थोडक्यात, किंमत सिद्धान्त व उत्पादनघटक यांच्या किमतीचे सिद्धान्त या सूक्ष्म अर्थशास्त्राच्या शाखा आहेत.

वस्तूंची किंमत मुख्यत: वस्तूंची मागणी आणि वस्तूंचा पुरवठा यावर अवलंबून

असते. एखाद्या वस्तूची मागणी उपभोक्त्याच्या उपभोगप्रवृत्तीवर अवलंबून असते, तर त्या वस्तूचा पुरवठा त्या वस्तूच्या उत्पादनखर्चावर अवलंबून असतो, त्यामुळे त्या वस्तूची मागणी आणि पुरवठा यांचा विचार केला जातो.

सूक्ष्म अर्थशास्त्रात उपलब्ध साधनांच्या साहाय्याने उत्पादनाची महत्तम क्षमता कशी गाठता येईल, याचा विचार केला जातो. महत्तम उत्पादनक्षमता म्हणजे उपलब्ध साधनांच्या साहाय्याने जास्तीतजास्त उत्पादन करणे होय. त्यातून कोणत्या वस्तूचे कसे व कोठे उत्पादन करावयाचे याचा निर्णय उत्पादकाला घ्यावा लागतो. वस्तूंचे उत्पादन करताना उपभोक्त्यांचा विचार केला पाहिजे, कारण उत्पादकाच्या उत्पादनाची मागणी उपभोक्ते करतात. त्यामुळे अर्थव्यवस्थेत त्याच वस्तूचे जास्तीतजास्त उत्पादन झाले पाहिजे की, ज्यामुळे समाजातील जास्तीतजास्त व्यक्तींच्या जास्तीतजास्त गरजा पूर्ण होतील. म्हणजेच अर्थव्यवस्थेतील उत्पादन आणि विभाजन अशा पद्धतीने झाले पाहिजे की, ज्यातून समाजाचे महत्तम कल्याण साधले जाईल, त्यामुळे आर्थिक कल्याणाचा अभ्याससुद्धा सूक्ष्म अर्थशास्त्राचा अभ्यासविषय ठरतो.

अशा प्रकारे सूक्ष्म अर्थशास्त्राचे स्वरूप आणि व्याप्ती स्पष्ट करता येते.

१.२.२ सूक्ष्म अर्थशास्त्राचे महत्त्व (Importance of Micro Economics)

सूक्ष्म अर्थशास्त्राचे महत्त्व पुढीलप्रमाणे सांगता येते –

१) स्थूल समग्रलक्ष्यी अर्थशास्त्राच्या अभ्यासासाठी उपयुक्त : समग्रलक्ष्यी अर्थशास्त्राच्या अभ्यासासाठी सूक्ष्म अर्थशास्त्र उपयुक्त ठरते. तसेच सूक्ष्म अर्थशास्त्राच्या अभ्यासावरून संपूर्ण अर्थव्यवस्थेची कार्यप्रणाली समजते. अनेक समग्रलक्ष्यी अभ्यास विषयांना सूक्ष्म अर्थशास्त्राच्या विवेचनाचा आधार घ्यावा लागतो.

२) आर्थिक कल्याण : सूक्ष्म अर्थशास्त्र कल्याणकारी अर्थशास्त्राच्या अभ्यासाला उपयुक्त ठरते. कल्याणकारी अर्थशास्त्राच्या ते पायाभूत सोयी पुरविते. कल्याणकारी अर्थशास्त्राची उभारणी संपूर्णतः मूल्य सिद्धान्तावर झालेली आहे. मूल्य सिद्धान्त हा सूक्ष्म अर्थशास्त्राचा गाभा आहे. कल्याणकारी अर्थशास्त्र महत्तम सामाजिक कल्याणाशी निगडित आहे. सूक्ष्म अर्थशास्त्र महत्तम सामाजिक कल्याण साधण्यासाठी विविध मार्ग व उपाय सुचविते.

३) आर्थिक धोरणे ठरविणे : सरकारला आपल्या अर्थिक धोरणांचे मूल्यमापन करण्यासाठी सूक्ष्म अर्थशास्त्रामार्फत विश्लेषणाची साधने पुरविली जातात. उदा. सूक्ष्म अर्थशास्त्रात किंमतयंत्रणेचा अभ्यास समाविष्ट असतो. वेगवेगळ्या वस्तूंच्या किमती किंवा उत्पादन घटकांच्या किमती कशा ठरवल्या जातात, हे अभ्यासले जाते.

त्यामुळे सरकारला पोस्ट, पाणी, वीज, रेल्वे, इत्यादी सार्वजनिक उपयुक्ततेच्या सेवांच्या किमती ठरविण्यासाठी सूक्ष्म अर्थशास्त्र उपयोगी ठरते. सरकारच्या प्रत्यक्ष आणि अप्रत्यक्ष करांचे उपभोग आणि परिणाम सूक्ष्म अर्थशास्त्राच्या अभ्यासावरून तपासता येतात.

४) देशाच्या आर्थिक विकासासाठी : देशाच्या आर्थिक विकासासाठी शेतकरी, कामगार, भांडवलदार, उद्योजक यांच्या आर्थिक वर्तनाचा अभ्यास सूक्ष्म अर्थशास्त्रात केला जातो. या घटकांच्या सूक्ष्म अभ्यासावरून विकासाच्या योजना आखता येतात व अंमलबजावणी करता येते.

५) कर धोरण ठरविण्यासाठी उपयुक्त : – उत्पन्न कर, विक्रीकर, उत्पादन कर यांचा व्यक्तिगत अभ्यास सूक्ष्म अर्थशास्त्रात समाविष्ट असतो. कोणत्या करामुळे सामाजिक कल्याणात जास्त घट होते, तसेच कोणत्या कराचा समाजावर जास्त प्रतिकूल परिणाम होतो हे स्पष्ट करून सरकारने कोणता कर किती प्रमाणात बसवावा, यासंबंधी सूक्ष्म अर्थशास्त्र मार्गदर्शन करते, त्यामुळे सरकारला करविषयक धोरण ठरविण्यात सूक्ष्म अर्थशास्त्र उपयोगी ठरते.

६) व्यावसायिकांसाठी उपयुक्त : – उद्योगातील व्यावसायिकांना आपल्या वस्तूच्या मागणीसंदर्भात अंदाज वर्तविण्यासाठी उपयुक्त ठरते, कारण सूक्ष्म अर्थशास्त्रात व्यक्तिगत मागणीचा अभ्यास केला जातो. या मागणीच्या अंदाजावरून उद्योजकांना वस्तूचे किती उत्पादन करायचे ते समजते. त्यावरून उत्पादक वस्तूच्या उत्पादनाबाबत निर्णय घेतात.

७) आर्थिक सिद्धान्ताबाबत : – सूक्ष्म अर्थशास्त्रात आर्थिक प्रक्रियांच्या विश्लेषणासाठी साध्या आणि सोप्या पद्धतीचा अवलंब केला जातो. सूक्ष्म अर्थशास्त्रात एखाद्या किंवा विशिष्ट घटकांचा अभ्यास करून गुंतागुंतीच्या व क्लिष्ट आर्थिक प्रक्रियेत सोपेपणा आणून, आर्थिक सिद्धान्त मांडले जातात.

८) आंतरराष्ट्रीय व्यापाराबाबत : सूक्ष्म अर्थशास्त्र आंतरराष्ट्रीय व्यापारापासून मिळणारे फायदे, व्यवहारतोलातील असमतोल, परकीय विनिमय दर इत्यादींचा अभ्यास करते. परकीय चलनातील मागणी पुरवठ्यातील असमतोलामुळे व्यवहारतोलात असमतोल निर्माण होतो व परकीय चलनाच्या मागणी – पुरवठ्यावरून विनिमय दर ठरतो. तसेच दोन देशांतील मागणीच्या लवचीकतेवरून आंतरराष्ट्रीय व्यापाराचे फायदे ठरतात असे स्पष्टीकरण सूक्ष्म अर्थशास्त्र देते.

९) साधनसामग्रीचे वाटप : अर्थव्यवस्थेत साधनसामग्रीचे कार्यक्षम वाटप कसे घडवून आणावे हे सूक्ष्म अर्थशास्त्रात अभ्यासले जाते, त्यामुळे सरकार विविध

क्षेत्रांत साधनसामग्रीचे कार्यक्षम वाटप घडवून आणून आर्थिक विकास घडवून आणते.

१०) विविध प्रश्नांच्या सोडवणुकीसाठी : उत्पादन कशाचे, कोणासाठी, किती व कोणत्या पद्धतीने करावयाचे, तसेच आपले मर्यादित उत्पन्न कशा प्रकारे खर्च करून महत्तम समाधान मिळवावे इ. प्रश्नांची उत्तरे सूक्ष्म अर्थशास्त्राच्या अभ्यासाने मिळतात.

११) विशिष्ट उद्योग व संस्था यांच्या स्थितीचा अभ्यास करण्यासाठी उपयुक्त : काही विशिष्ट उद्योग व संस्था यांच्यासमोर जेव्हा काही गंभीर प्रश्न निर्माण होतात, तेव्हा ते पेचप्रसंग समजण्यासाठी सूक्ष्म अर्थशास्त्राची मदत होते.

१.२.३ सूक्ष्म अर्थशास्त्राच्या मर्यादा (Limitations of Micro Economics)

१) व्यक्तिगत निष्कर्ष समूहाला लागू होत नाहीत : सूक्ष्म अर्थशास्त्रातील एखाद्या घटकाच्या अभ्यासावरून काढलेले निष्कर्ष सर्व घटकांना (अर्थव्यवस्थेला) लागू पडतील असे नाही. उदा. एखाद्या व्यक्तीने केलेली बचत त्या व्यक्तीच्या दृष्टीने चांगली असते, मात्र सर्व समाजाने बचत करण्यास सुरुवात केली, तर अर्थव्यवस्थेतील एकूण मागणी कमी होऊन देशात बेरोजगारी निर्माण होते, त्यामुळे व्यक्तिगत घटक निष्कर्ष समूहाला लागू पडत नाही.

२) अवास्तव गृहीतके : इतर परिस्थिती कायम असता, पूर्ण रोजगार, पूर्ण स्पर्धा इत्यादी गृहीतके अवास्तव आहेत. त्यामुळे त्या आधारावर काढलेले निष्कर्ष चुकीचे ठरतात. इतर परिस्थिती कायम असते हे गृहीत चुकीचे आहे. ते पूर्ण रोजगारावर आधारित आहे. अर्थव्यवस्थेत कोणतेही घटक स्थिर नसतात. त्यामध्ये सतत बदल होतो. तसेच अर्थव्यवस्थेत पूर्ण रोजगार नसतो, तर अपूर्ण रोजगार असतो. केन्सच्या मते, पूर्ण रोजगार परिस्थिती अर्थव्यवस्थेत कधीच नसते.

३) संपूर्ण अर्थव्यवस्थेचा अभ्यास करीत नाही : सूक्ष्म अर्थशास्त्र संपूर्ण अर्थव्यवस्थेचा अभ्यास करीत नाही, तर अर्थव्यवस्थेतील एखाद्या घटकाचा किंवा भागाचा अभ्यास करते. त्यामुळे सूक्ष्म अर्थशास्त्राच्या अभ्यासामुळे अर्थव्यवस्थेचे खरे चित्र स्पष्ट होत नाही. सूक्ष्म अर्थशास्त्राच्या मदतीने व्यक्तिगत काढलेले निष्कर्ष समाजाला किंवा संपूर्ण अर्थव्यवस्थेला लागू होत नाहीत.

४) निर्हस्तक्षेप धोरणावर सूक्ष्मलक्ष्यी अर्थशास्त्र आधारित आहे : मात्र आजच्या काळात निर्हस्तक्षेप धोरण ही कल्पना लागू पडत नाही. त्यामुळे सूक्ष्म अर्थशास्त्राच्या सत्यतेवर मर्यादा येतात.

५) मर्यादित उपयुक्तता : सूक्ष्म अर्थशास्त्राच्या साहाय्याने एकूण रोजगार, एकूण पैसा, एकूण राष्ट्रीय उत्पन्न, सार्वजनिक आय–व्यय इत्यादी प्रश्नांचा अभ्यास

करता येत नाही. परिणामी, सूक्ष्म अर्थशास्त्राची उपयुक्तता मर्यादित होते.

६) अस्पष्टपणा : सूक्ष्म अर्थशास्त्रावर अस्पष्टपणाची मर्यादा येते, कारण सूक्ष्म अर्थशास्त्राने काढलेले निष्कर्ष वास्तव जगाशी जुळणारे नसतात. आर्थिक घटनांचे विश्लेषण करताना ते संपूर्ण अर्थव्यवस्थेची माहिती विचारात घेत नाही. अर्थव्यवस्थेतील एखाद्या घटकाच्या माहितीच्या आधारे निष्कर्ष काढलेले असतात, म्हणून ते संपूर्ण अर्थव्यवस्थेला लागू पडत नाहीत.

७) मौद्रिक व राजकोशिय धोरण : सार्वजनिक आय-व्यय, परराष्ट्रीय व्यापार, आर्थिक विकास व राष्ट्रीय उत्पन्नाची योग्य वाटणी इ. प्रश्नांबाबत सूक्ष्म अर्थशास्त्र योग्य असे विश्लेषण करू शकत नाही.

८) उत्पादनवाढ दुर्लक्षित : सूक्ष्म अर्थशास्त्रामध्ये पूर्ण रोजगार पातळीमधील उत्पादन हे गृहीत मानते. व परिणामी उत्पादनवाढ दुर्लक्षित होते. यामध्ये उत्पादनातील वाढ महत्त्वाची असते.

९) बाजारयंत्रणेला अवास्तव महत्त्व : उत्पादन आणि विभाजन यांच्याशी संबंधित प्रश्न सोडविण्यासाठी बाजारयंत्रणेमुळे निर्माण होणारे दोष दुर्लक्षित केले जातात.

१०) किंमत यंत्रणेवर उत्पन्नाचे आपोआप विभाजन होते : हे सूक्ष्म आर्थिक विश्लेषणात येते. मात्र त्यामुळे आर्थिक विषमता निर्माण होते. तसेच दुर्मीळ साधने अधिक नफा देणाऱ्या चैनीच्या वस्तूंच्या उत्पादनात अधिक प्रमाणात वापरली जातात. हे उत्पादनसाधनांचे अयोग्य वितरण आहे.

११) वास्तव परिस्थिती फारशी विचारात नाही : सूक्ष्म अर्थशास्त्राचा अभ्यास करताना वास्तवतेचा विसर पडलेला दिसतो. सनातनवादी अर्थशास्त्रज्ञांनी चुकीच्या आणि अपुऱ्या माहितीवर, गृहीतकांवर सिद्धान्ताची मांडणी केली आहे. यामध्ये काल्पनिकता अधिक असल्याचे काही ठिकाणी दिसून येते. त्यामुळे वास्तवतेत बहुतेक सिद्धान्त लागू पडत नाहीत.

१२) सिद्धान्त स्थल, कालनिरपेक्ष नाहीत : अनेक सिद्धान्त प्रत्येक ठिकाणी लागू पडतील असे नाही. जसे उपभोक्त्याचे संतोषाधिक्य या संकल्पनेमध्ये एका उपोभक्त्याला आनंद मिळतो. परंतु त्यापासून दुसऱ्या उपभोक्त्याला आनंद मिळेलच असे नाही. एका प्रदेशातील निष्कर्ष दुसऱ्या प्रदेशात चुकीचे ठरू शकतात.

अशा प्रकारे सूक्ष्म अर्थशास्त्राला काही मर्यादा पडत असल्या, तरी सूक्ष्म अर्थशास्त्राच्या अभ्यासाचा स्थूल अर्थशास्त्रातील प्रश्नांवर प्रभाव पडतो, ही गोष्ट नाकारता येत नाही.

१.३ उपयोगिता : संकल्पना (Utility Concept)

उपयोगिता (Utility) : उपयोगिता ही संज्ञा 'इच्छा' या संज्ञेची सहसंबंधी संज्ञा या अर्थाने वापरली जाते. ज्या वेळी एखाद्या व्यक्तीला एखाद्या वस्तूच्या उपभोगाची इच्छा असते; त्यावेळी त्या विशिष्ट व्यक्तिच्या दृष्टीने त्या विशिष्ट वस्तूमध्ये उपयोगिता आहे असे म्हटले जाते. तहान लागल्यानंतर पाणी हवे असते, कारण पाणी प्यायल्यानंतर तहान भागविली जाते. त्या कारणामुळे ज्या एखाद्या वस्तूची इच्छा धरली जाते, त्या कारणामुळे विशिष्ट वस्तूमध्ये उपयोगिता असते. म्हणून **विशिष्ट गरज पूर्ण करण्याचा जो गुणधर्म एखाद्या वस्तूच्या बाबतीत आढळतो त्याला 'उपयोगिता' म्हणतात.** वस्तूमध्ये उपयोगिता आहे की नाही हे ठरविताना त्या वस्तूमुळे व्यक्तीची गरज पूर्ण होणे शक्य आहे की नाही एवढाच विचार केला जातो. थोडक्यात, **'मानवी गरज पूर्ण करण्याची वस्तू अथवा सेवा यांच्या अंगी जी शक्ती असते, तिला उपयोगिता असे म्हणतात.'**

'उपयोगिता म्हणजे वस्तूमध्ये असणारी मानवी गरज भागविण्याची क्षमता होय.'

उपयोगिता ही संज्ञा व्यक्तिनिष्ठ आहे. एखाद्या व्यक्तीला एखाद्या विशिष्ट वस्तूविषयी तीव्र इच्छा असेल, पण दुसऱ्या एखाद्या व्यक्तीला त्या विशिष्ट वस्तूबाबत इच्छा नसेल असेही असू शकेल. उदा. 'अ' ला केळी आवडतात म्हणून त्या केळीपासून जास्त उपयोगिता मिळते. तर 'ब'ला केळी फारशी आवडत नाहीत, म्हणून त्याला त्यापासून फारच कमी उपयोगिता मिळते, तसेच उपयोगिता आणि उपयुक्तता या वेगवेगळ्या कल्पना आहेत. उपयोगिता नैतिक किंवा कायदेशीर दृष्टिकोनाचा विचार करीत नाही. अल्कोहोल, अफू, गांजा चरस इ. जवळ बाळगणे अनैतिक व बेकायदेशीर आहे; परंतु नशेबाज लोकांना या वस्तूपासून उपयोगिता मिळते म्हणून उपयोगितेला नैतिक व कायदेशीर अधिष्ठान नसते. थोडक्यात, विशिष्ट वस्तूबाबत भिन्न, लोकांच्या भिन्न प्रतिक्रिया असू शकतात. त्या अर्थानेच उपयोगिता व्यक्तिनिष्ठ असते. उपयोगिता ही पैशात मोजता येते असे डॉ. मार्शल, पियाजे यांचे मत आहे. वस्तूची उपयोगिता युटिल्स (utils) या परिमाणामध्ये मोजतात. युटिल्स हे दृश्य मोजमाप नाही; हे एक मनोनिष्ठ (काल्पनिक) स्वरूपाचे मोजमाप आहे. उपयोगितेला नैतिक व कायदेशीर अधिष्ठान नसते.

उपयोगिता प्रत्यक्षात मोजता येणे शक्य आहे का? ती प्रत्यक्षात मोजता येणे शक्य नाही. परंतु ती अप्रत्यक्षरित्या मोजता येणे शक्य आहे. ती किमतीच्या आधारे पैशाच्या साहाय्याने मोजता येते. एखाद्या वस्तूकरिता एखादी व्यक्ती जेवढी किंमत देण्यास तयार असते, त्यावरून त्या व्यक्तीच्या विशिष्ट वस्तूकरिता असलेल्या गरजेसंबंधी

अधिक माहिती समजू शकते. एखादी व्यक्ती एका सफरचंदासाठी ४ रुपये व एका संत्र्यासाठी २ रुपये देण्यास तयार असेल तर यावरून असे म्हणता येते की, त्या व्यक्तीची सफरचंदाकरिता असलेली गरज संत्र्याकरिता असणाऱ्या गरजेपेक्षा दुप्पट तीव्र आहे, म्हणून त्या व्यक्तीच्या संदर्भात सफरचंदापासून मिळणारी उपयोगिता संत्र्यापासून मिळणाऱ्या उपयोगितेच्या दुप्पट आहे असे म्हणता येते.

उपभोक्त्याने सेवन केलेल्या सर्व नगांपासून मिळणाऱ्या उपयोगितेस एकूण उपयोगिता असे म्हणतात. तर वस्तूच्या सेवन केल्या जाणाऱ्या एकूण नग संख्येतून एक नग कमी केल्यामुळे वस्तूपासून मिळणाऱ्या एकूण समाधानात जी घट होते, त्यास सीमांत उपयोगिता म्हणतात. उपयोगितेच्या दोन मुख्य संकल्पना दिल्या आहेत.

थोडक्यात,

१) एकूण उपयोगिता : म्हणजे वस्तूच्या सर्व नगांच्या उपभोगापासून उपभोक्त्याला प्राप्त होणाऱ्या एकत्रित उपयोगितांची बेरीज होय.

२) सीमांत उपयोगिता : म्हणजे उपभोक्त्याकडून उपभोग घेतलेला वाढीव वस्तूपासून मिळालेली उपयोगिता होय. (उपभोग घेतलेल्या वाढीव नगापासून एकूण उपयोगितेत पडणारी भर होय.

१.३.१ उपयोगितेची वैशिष्ट्ये (Characteristics of Utility)

उपयोगितेची वैशिष्ट्ये पुढीलप्रमाणे आहेत.

१) सापेक्ष संकल्पना : उपयोगिता ही स्थल व कालसापेक्ष संकल्पना आहे. ती स्थलपरत्वे व कालपरत्वे बदलत जाते. जसे हिवाळ्यात लोकरीच्या कपड्यांमध्ये जास्त उपयोगिता जाणवते. समुद्र काठापेक्षा बांधकामाच्या ठिकाणी वाळूमध्ये जास्त उपयोगिता जाणवते.

२) नैतिकदृष्ट्या तटस्थ : ही संकल्पना नैतिकदृष्ट्या तटस्थ असते. उपयोगितेच्या संकल्पनेत नैतिकतेचा विचार नसतो. वस्तूने चांगले-वाईट, योग्य-अयोग्य असा कोणताही विचार न करता व्यक्तीची कोणतीही गरज पूर्ण करायला हवी. जसे चाकू अथवा सुरीचा वापर फळे अथवा भाजीपाला कापण्यासाठी गृहिणीकडून केला जातो. तर या वस्तूचा वापर एखाद्याला इजा करण्यासाठी केला जातो. दोन्ही गरजा वेगळ्या आहेत. मात्र एकाच वस्तूचा वापर करून त्या भागविल्या जातात. म्हणून उपयोगिता नैतिकदृष्ट्या तटस्थ आहे.

३) व्यक्तिनिष्ठ संकल्पना : प्रत्येक व्यक्तीची गरज व पसंती वेगवेगळी असते. जसे एका व्यक्तीसाठी चहा उपयुक्त वाटू शकतो. परंतु दुसऱ्यासाठी नाही.

उपयोगिता व्यक्तीनुसार बदलते याचे कारण आवड-निवड, प्राधान्य, स्वभाव,

पसंती, व्यवसाय इत्यादीमध्ये फरक असतो.

४) उपयोगिता बहुपर्यायी : एखाद्या वस्तूमुळे एकापेक्षा जास्त व्यक्तींची गरज भागविली जाते. तसेच ती विविध वापरासाठी उपयोगी ठरते. जसे (१) विजेचा वापर विविध व्यक्तींसाठी तसेच एकाच वेळी विविध हेतू साध्य करण्यासाठी होतो. (२) दूध पिण्यासाठी, चहासाठी, मिठाई बनविण्यासाठी इत्यादीसाठी.

५) उपयोगिता आणि उपयुक्तता फरक : उपयोगिता म्हणजे पूर्ण क्षमता तर उपयुक्तता म्हणजे उपयुक्तता अथवा कल्याण उपयोगी असलेली प्रत्येक वस्तू उपयुक्त असेलच असे नाही. जसे चाकू पर्यायी उपयोगी असू शकतो, पण तो उपयुक्त नाही.

उपयोगिता म्हणजे वस्तूच्या अंगी असणारी मानवी गरज भागविण्याची क्षमता आहे तर उपयुक्तता म्हणजे वस्तूचे उपभोग मूल्य होय.

६) उपयोगिता आणि समाधान यातील फरक : उपयोगिता हे समाधानाचे कारण आहे तर समाधान हे उपभोगाचा परिणाम आहे. उपयोगिता व समाधान परस्पर संबंधित असूनही भिन्न संकल्पना आहेत. जसे तहानलेली व्यक्ती एक ग्लास पाणी पिते कारण पाण्यात तहान भागविण्याची क्षमता आहे. पाण्यामधील उपयोगिता हे उपभोगाचे कारण आहे आणि मिळालेले समाधान हा उपभोगाचा परिणाम आहे.

७) उपयोगिता ही वापरावर अवलंबून असते : एखादी वस्तू किती उपयुक्त आहे हे तिच्या वापरावर ठरते. जसे औषध आजारी व्यक्तीसाठी उपयुक्त असते, परंतु निरोगी व्यक्तीसाठी नाही.

८) उपयोगिता तुलनात्मक असते : उपयुक्तता वेगवेगळ्या परिस्थितीनुसार बदलू शकते. जसे थंड हवामानात स्वेटर उपयुक्त, पण उष्ण हवामानात नाही.

९) मर्यादित उपयुक्तता : एका वस्तूचा जास्त वेळ वापर केल्यास तिची उपयुक्तता कमी होते, जसे पहिला पाण्याचा ग्लास फार उपयुक्त असतो. परंतु तिसरा-चौथा ग्लास तितका उपयोगी वाटत नाही.

१०) उपयोगितेचे मोजमाप करता येत नाही : उपयोगिता ही एक मानसिक संकल्पना आहे आणि मोजमाप अंक किंवा संख्या मोजता येत नाही. आपण फक्त जास्त किंवा कमीला उपयोगिता असे म्हणू शकतो. (कार्डिनल आणि ऑर्डिनल मापनाचा विचार केला आहे. सामान्यत: उपयोगिता अदृश्य आणि व्यक्तिनिष्ट मानली जाते.)

११) उपयोगिता गरजेच्या तीव्रतेवर अवलंबून असते : वस्तूची उपयोगिता ही व्यक्तीच्या गरजेच्या तीव्रतेवर अवलंबून असते. जेवढी तीव्रता जास्त तेवढी उपयोगिता अधिक जाणवते. पण गरजेची तीव्रता कमी झाल्यास उपयोगिता घटते जसे

भूक लागलेल्या व्यक्तीला अन्नामध्ये भूक नसलेल्या व्यक्तीपेक्षा जास्त उपयोगिता जाणवते.

१२) उपयोगिता मागणीचा आधार : वस्तूमध्ये उपयोगिता असेल तरच व्यक्ती त्या वस्तूसाठी मागणी करेल जसे आजारी व्यक्तीला औषधामध्ये उपयोगिता जाणवते म्हणून ती औषधाची मागणी करते.

१३) उपयोगिता आणि आनंद : वस्तूमध्ये उपयोगिता असली तरी त्यापासून उपभोक्त्याला आनंद मिळतोच असे नाही जसे आजारी व्यक्तीला इंजेक्शनमध्ये उपयोगिता जाणवते, कारण त्यामुळे आजार बरा होतो. परंतु त्यापासून त्याला आनंद मिळतोच असे नाही.

१.३.२ उपयोगितेचे प्रकार (Types of Utility)

उपयोगितेचे प्रकार पुढीलप्रमाणे आहेत.

१) रूप उपयोगिता : जेव्हा वस्तूच्या आकारात अथवा रूपात बदल करून तिची उपयोगिता वाढविली जाते तेव्हा तिला रूप उपयोगिता म्हणतात. जसे लाकडापासून फर्निचर बनवणे, कापसापासून कापड बनवणे.

२) स्थळ उपयोगिता : वस्तूचे स्थलांतर केल्याने स्थळ उपयोगिता निर्माण होते. जेव्हा वस्तूचे स्थळ बदलल्याने वस्तूमध्ये उपयोगिता वाढते तेव्हा त्यास स्थळ उपयोगिता म्हणतात जसे उष्ण हवामानाच्या प्रदेशापेक्षा थंड हवामानाच्या प्रदेशात उबदार आणि गरम कपड्यामध्ये जास्त उपयोगिता जाणवते.

३) सेवा उपयोगिता : जेव्हा एखादी व्यक्ती आपल्या सेवा देतात तेव्हा तिला सेवा उपयोगिता म्हरतात. जसे डॉक्टर रुग्णांची सेवा करणे, शिक्षकांनी मार्गदर्शन करणे, वकीलाने सल्ला देणे.

म्हणजेच समाजातील विविध व्यावसायिकांकडून इतरांना व्यक्तीगत सेवा पुरविल्या जातात म्हणजे सेवा उपयोगिता होय.

४) ज्ञान उपयोगिता : उपभोक्ता विशिष्ट वस्तूबद्दल ज्ञान प्राप्त करतो. तेव्हा त्यास ज्ञान उपयोगिता म्हणतात. जसे मोबाईल फोन अथवा संगणकाच्या विविध कार्यप्रणालींचे ज्ञान होते तेव्हा ज्ञान उपयोगिता निर्माण होते.

५) काल उपयोगिता : एखादी वस्तू योग्य वेळी उपलब्ध करून देणे म्हणजे काल उपयोगिता होय. जसे हिवाळ्यात उबदार कपड्यांची जास्त मागणी असते. त्यामुळे त्या काळात त्यांची उपयोगिता वाढते.

६) मालकी उपयोगिता : एखाद्या वस्तूची मालकी ग्राहकाकडे गेल्यावर त्याला त्यातून समाधान मिळते. त्यालाच मालकी उपयोगिता म्हणतात.

जसे एखाद्या व्यक्तीला कार विकत घेतल्यावर ती कार वापरण्याची संधी त्याला मिळते आणि ही मालकी उपयोगिता आहे.

१.४ संख्यात्मक अथवा गणनात्मक उपयोगिता दृष्टिकोन (Cardinal Utility Approach)

संख्यात्मक उपयोगिता विश्लेषण सनातनवादी अर्थशास्त्रज्ञ गॉसेन, जेव्हन्स, वालरस, मेन्जर यांनी मांडले. नवसनातनवादी अर्थशास्त्रज्ञ मार्शल यांनी त्यात सुधारणा केली.

संख्यात्मक किंवा गणनात्मक विश्लेषण मार्शलच्या उपयोगिता दृष्टिकोनावर आधारित आहे. संख्यात्मक दृष्टिकोन ही गणिती संज्ञा आहे. संख्यात्मक मापनामध्ये एखाद्या गोष्टीचे मापन संख्येत किंवा अंकात केले जाते. उदा. १, २, ३, ४, ५, ६, ७ याप्रमाणे **'अ'** ला डाळिंबापासून १०, आंब्यापासून २० उपयोगिता मिळते. म्हणजे जेव्हा उपभोक्त्याला वस्तूपासून मिळणारी उपयोगिता संख्येत किंवा आकड्यात मोजली जाते, त्यास संख्यात्मक किंवा गणनात्मक मापन असे म्हणतात. उपयोगिता आकड्यांमध्ये मोजता येत असल्याने कोणत्या वस्तूपासून किती जास्त व कोणत्या वस्तूपासून किती कमी उपयोगिता मिळते हे संख्येवरून सांगता येते. उपयोगितेचे युटिल्स (Utils) हे मोजमापाचे काल्पनिक एकक आहे.

संख्यात्मक दृष्टिकोनावर घटत्या सीमांत उपयोगिता नियम आणि समसीमांत उपयोगितेचा नियम असे दोन सिद्धान्त मांडण्यात आले.

१.४.१ घटत्या सीमांत उपयोगितेचा सिद्धान्त (Law of Diminishing Marginal Utility)

घटत्या सीमांत उपयोगितेचा सिद्धान्त म्हणजे उपभोक्त्याच्या वर्तणुकीचे नियंत्रण करणारा नियम होय.

एखाद्या वस्तूच्या वेगवेगळ्या नगसंख्येपासून मिळणारी उपयोगिता वेगवेगळी असते. **वस्तूच्या नगसंख्येत केले जाणारे बदल आणि त्यामुळे सीमांत उपयोगितेत घडून येणारे बदल, या दोहोंमधील संबंध स्पष्ट करणाऱ्या नियमाला घटत्या उपयोगितेचा सिद्धान्त असे म्हणतात.**

ज्या वस्तूपासून उपभोक्त्याला उपयोगिता मिळते, अशाच वस्तूची खरेदी त्याच्याकडून केली जाते. समजा, एखाद्या व्यक्तीला पेन खरेदी करावे किंवा नाही हे ठरवावयाचे आहे. अशा परिस्थितीत पेनपासून मिळणारी उपयोगिता व त्याची किंमत यांची तुलना केली जाईल. उपयोगिता किमतीपेक्षा जास्त असेल तर पेनची खरेदी

केली जाईल.जर उपयोगिता किमतीपेक्षा कमी असेल, तर पेनची खरेदी केली जाणार नाही. तसेच किंमत आणि उपयोगिता जर समान असतील तर पेनची खरेदी कदाचित केली जाईल किंवा कदाचित केली जाणार नाही. यावरून आपणास असे म्हणता येते की, उपभोक्त्याने पेन खरेदी केले असल्यास त्याची उपयोगिता व किंमत समान असतील तोपर्यंतच तो वस्तूचा उपभोग घेत राहील.

घटत्या सीमांत उपयोगितेची अशीही व्याख्या केली जाते : 'एखाद्या व्यक्तीकडून एखाद्या वस्तूची जसजशी खरेदी केली जाते तसतशी त्या वस्तूपासून मिळणारी सीमांत उपयोगिता घटत जाते.' मार्शलने हा सिद्धान्त मांडताना पुढील व्याख्या केली आहे.

'व्यक्तीजवळ असलेल्या एखाद्या वस्तूच्या साठ्यात जसजशी वाढ होत जाते तसतसे त्या वस्तूच्या साठ्यातील वाढीपासून त्याला जे जादा समाधान मिळते, ते त्या वस्तूच्या वाढीबरोबर घटत जाते.'

यावरून असे स्पष्ट होते की, एखाद्या व्यक्तीकडे एखाद्या वस्तूच्या साठ्यात वाढ होत गेल्यास त्या वस्तूपासून उपभोक्त्याला मिळणारी उपयोगिता कमी कमी होत जाते. म्हणजे ती घटत जाते, कारण उपभोक्ता जसाजसा वस्तूचा साठा वाढवत जातो, तसतशी त्या वस्तूच्या गरजेची तीव्रता कमी होत जाते. त्यामुळे उपभोक्त्याला त्या वस्तूपासून मिळणारी उपयोगिता घटत जाते. म्हणजेच वस्तूची सीमांत उपयोगिता वस्तूच्या संख्येवर अवलंबून असते.

घटत्या सीमांत उपयोगितेचा सिद्धान्त पुढील उदाहरणावरून स्पष्ट करता येतो.

समजा, उपभोक्त्याला खूप भूक लागली आहे. ती भागविण्यासाठी तो चिक्कू खरेदी करतो व आपली भूक भागवितो. उपभोक्त्याची चिक्कूची खरेदी व त्यापासून त्याला मिळणारी सीमांत उपयोगिता पुढील तक्ता दर्शवितो.

तक्ता १.१

अ.न.	चिक्कूची नगसंख्या	सीमांत उपयोगिता	एकूण उपयोगिता
१	१	१०	१०
२	२	८	१८
३	३	५	२३
४	४	३	२६
५	५	0	२६
६	६	–२	२४
७	७	–५	१९

वरील तक्ता १.१ मध्ये आपणांस चिक्कूचा उपभोग जसजसा वाढला आहे, तसतशी सीमांत उपयोगिता घटत गेल्याचे दिसते.

उपभोक्त्याला पहिल्या चिक्कूच्या नगापासून १० उपयोगिता मिळते, पहिल्या नगाच्या सेवनापासून त्याची भूक काही प्रमाणात कमी होते. त्यानंतर तो दुसऱ्या, तिसऱ्या, चौथ्या, पाचव्या, सहाव्या, सातव्या नगांचे सेवन करत जातो. तो जसेजसे चिक्कूच्या जादा नगांचे सेवन करत जातो, तसतशी त्याची भूक कमी कमी होत जाते. म्हणून त्याला चिक्कूच्या जादा नगाची पूर्वीइतकी आवश्यकता वाटत नाही, त्यामुळे चिक्कूच्या जादा नगापासून जसजशी त्याची भूक भागविली जाते, तसतशी चिक्कूच्या जादा नगापासून त्याला मिळणारी उपयोगिता घटत जाते. त्याची भूक भागल्यानंतरही चिक्कूचे सेवन चालू राहिल्यास त्याला चिक्कूच्या नगापासून शून्य उपयोगिता मिळते व पुढे ती उणे होते, हे वरील तक्त्यावरून दिसून येते.

वरील तक्त्याचा वापर करून घटत्या सीमांत उपयोगितेचा वक्र काढता येतो.

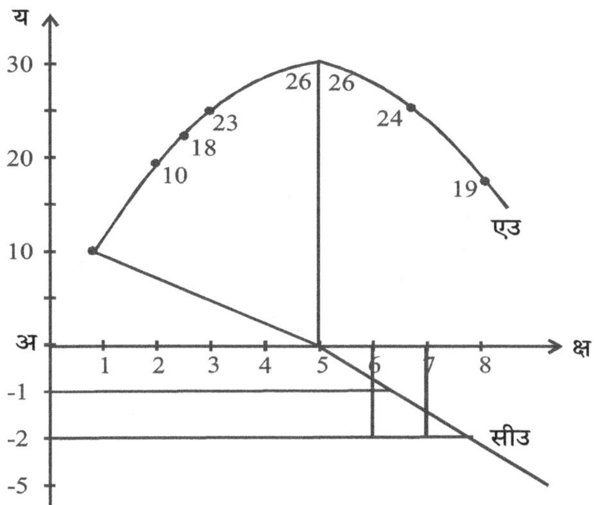

आकृती १.१ सीमांत उपयोगिता वक्र

आकृती १.१ मध्ये **'अक्ष'** अक्षावर चिक्कूची नगसंख्या मोजली आहे. तर **'अय'** अक्षावर उपयोगिता मोजलेली आहे. (उपयोगिता पैशात/युटिल्समध्ये मोजता येते हे पूर्वीच गृहीत मानलेले आहे.). भुकेलेल्या व्यक्तीने जेव्हा पहिला चिक्कू खाल्ला तेव्हा त्याला सीमांत उपयोगिता १० एवढी मिळाली. दुसरा चिक्कू खाल्ला असता सीमांत उपयोगिता ८ एवढी मिळाली. तिसऱ्यापासून ५, चौथ्यापासून ३,

पाचव्यापासून ०, सहाव्यापासून –२, सातव्यापासून – ५ उपयोगिता मिळते. म्हणजेच उपभोक्ता चिक्कूच्या नगांचे जसजसे सेवन करीत असतो, तसतशी त्यापासून मिळणारी सीमांत उपयोगिता घटत जाते. उपभोक्ता चिक्कूच्या ५ नगांचे सेवन करील. पाचव्या नगाच्या सेवनामुळे त्याला शून्य उपयोगिता मिळते; म्हणजे त्याला पाचव्या नगापासून जास्तीतजास्त एकूण उपयोगिता मिळते. पाचव्या नगानंतर चिक्कूचे सेवन किंवा खाणे चालू ठेवले असता सहाव्या नगापासून –२ व सातव्या नगापासून –५ उपयोगिता मिळते, म्हणून पाचव्या नगाच्या पुढे उपभोक्ता चिक्कूचा उपभोग थांबवितो.

उपभोक्ता चिक्कूच्या नगाचे जसेजसे सेवन करतो (खातो), तसतशी त्यापासून मिळणारी एकूण उपयोगिता अनुक्रमे १०, १८, २३, २६, २६, अशी वाढत जाते व त्या नंतर ती २४, १९ अशी घटत जाते. म्हणजे एकूण उपयोगिता वाढत जाते. परंतु तिच्या वाढीचा दर घटत्या स्वरूपाचा आहे. यावरूनसुद्धा घटत्या उपयोगितेचा सिद्धान्त प्रत्ययाला येतो.

गृहीते (Assumptions)

या सिद्धान्ताची गृहीते पुढीलप्रमाणे :

१) उपभोक्ता ज्या वस्तूचा उपभोग घेणार असतो त्या वस्तूच्या प्रत्येक नगाचा आकार, दर्जा, वजन, चव, रंग इ. समान असणे आवश्यक आहे. म्हणजेच उपभोगाचे सर्व नग एकजिनसी असावेत.

२) वस्तूचा उपभोग एका पाठोपाठ एक असाच हवा. दोन वस्तूंच्या उपभोगामध्ये बराच वेळ गेल्यास सीमांत उपयोगिता कमी होईलच असे नाही. उदा. पहिला चिक्कू सकाळी व दुसरा दुपारी खाल्ल्यास सीमांत उपयोगिता कमी होणार नाही.

३) वस्तूची उपयोगिता मोजताना वस्तूची किंमत स्थिर असणे आवश्यक आहे.

४) उपभोक्त्याची मानसिक व आर्थिक स्थिती सर्वसाधारण असणे आवश्यक आहे.

५) उपभोक्त्याची आवड – निवड कायम असणे आवश्यक आहे.

अपवाद (Exceptions)

घटत्या सीमांत उपयोगितेच्या सिद्धान्ताला पुढील गोष्टी अपवाद आहेत.

१) पैसा : पैशाच्या बाबतीत घटत्या सीमांत उपयोगितेचा नियम लागू होत नाही. जेवढा अधिक पैसा मिळतो तेवढी पैसे मिळवण्याची इच्छा वाढतच जाते.

अर्थात, सर्वच गरजा पूर्ण झाल्यानंतर किंवा अमर्याद पैसा मिळवल्यानंतर पैशाच्या साठ्याच्या वाढीबरोबर समाधान वाढेलच असे नाही.

२) मद्यार्क सेवन : एकापाठोपाठ एक मद्याचे (दारूचे) ग्लास घेतले तर उपयोगिता कमी न होता वाढत जाते असे म्हटले जाते. परंतु मद्यपीची मर्यादाच जास्त असेल तर हा अपवाद असतो. परंतु एका विशिष्ट मर्यादेनंतर त्याच्या बाबतीतही उपयोगिता कमी होऊ शकते.

३) दुर्मीळ वस्तूंचा साठा : दुर्मीळ नाणी, तिकिटे, दुर्मीळ चित्रे, मूर्ती इत्यादी गोष्टी घटत्या सीमांत उपयोगितेला अपवाद आहेत. अनेक व्यक्तींना या वस्तू गोळा करण्याचा छंद असतो. वस्तूचा साठा जसजसा वाढत जातो, तसतशी त्या वस्तूंपासून व्यक्तीला मिळणारी सीमांत उपयोगिता वाढत जाते.

परंतु हा अपवादही वरवरचा आहे, कारण संग्रहातील वस्तू एकजिनसी नसतात. एकाच प्रकारची नाणी, तिकिटे साठवली जात नाहीत, त्यात विविधता असते.

वरील अपवाद असले तरी त्यांच्या बाबतही हा नियम काही कालावधीनंतर लागू होतो असे दिसते. म्हणजे या अपवादांमध्ये काहीच तथ्य नाही असे आढळून येते.

घटत्या सीमांत उपयोगिता सिद्धान्ताचे महत्त्व :

घटत्या सीमांत उपयोगितेचा सिद्धान्त पुढील दृष्टिकोनातून महत्त्वाचा आहे.

१) विविध सिद्धान्तांची निर्मिती : उपभोगाच्या अनेक सिद्धातांचा हा पायाभूत सिद्धान्त आहे. घटत्या उपभोग सिद्धान्तावर मागणीचा सिद्धान्त, समसीमांत उपयोगितेचा सिद्धान्त आधारलेला आहे.

२) कर आणि खर्चविषयक आखणीसाठी : मार्शल यांनी सार्वजनिक आयव्ययामध्ये उपयुक्ततेसाठी कर आणि खर्चविषयक धोरणे सुचविली. उत्पन्नानुसार पैशाची सीमांत उपयोगिता वेगवेगळी असते. उत्पन्न वाढल्यास पैशाची सीमांत उपयोगिता कमी होते. श्रीमंतांवर जर कर लादले तर ते तीव्र गरजांचा त्याग करतात. त्यामुळे त्यांचे मोठे नुकसान होत नाही. श्रीमंतांवर कर बसवून तो पैसा गरिबांवर खर्च केल्यास गरिबांना पैशाची सीमांत उपयोगिता जास्त असल्याने ते जास्त तीव्र असणाऱ्या गरजांवर खर्च करतात.

३) मूल्यभेद दाखवण्यासाठी : विनिमय मूल्य आणि उपयोगिता मूल्य दर्शविण्यासाठी या सिद्धान्ताचा उपयोग होतो. उदा. हिरा व पाणी. पाण्याचे उपयोगिता मूल्य जास्त असते, परंतु विनिमय मूल्य कमी असते. या उलट हिऱ्याची उपयोगिता

कमी परंतु सीमांत उपयोगिता जास्त. त्यामुळे उपयोगिता मूल्य कमी परंतु विनिमय मूल्य जास्त असते.

१.४.२ संकल्पना : उपभोक्त्याचे लाभाधीक्य (Concept of Consumers Surplus)

उपभोक्त्याच्या आधिक्याची कल्पना १८४४ मध्ये सर्वप्रथम फ्रेंच इंजिनियर व अर्थशास्त्रज्ञ ॲर्सेन ज्यूलेन्स डुप्यूट याने मांडली. एका नदीवर पूल बांधल्यानंतर त्यापासून लोकांना मिळणाऱ्या समाधानाचे मोजमाप करीत असताना त्याला उपभोक्त्याच्या आधिक्याची कल्पना सुचवली. पुढे १८९५ मधील Principal of Economics या ग्रंथात डॉ. मार्शल यांनी ही संकल्पना सविस्तर मांडली. हिक्स, ॲलन, बोल्डिंग इत्यादींनी लाभाधिक्याचे विश्लेषण केले.

काही वेळा मनुष्याला एखाद्या वस्तूची तीव्र गरज निर्माण होते त्यावेळी तो त्या वस्तूला मोठी किंमत देण्यास तयार होतो. जास्त किमतीला वस्तू खरेदी करण्याची त्याची तयारी असते. मात्र, बाजारात जेव्हा प्रत्यक्ष वस्तूची खरेदी तो करतो त्यावेळी त्याने त्या वस्तूला प्रत्यक्ष दिलेली किंमत कमी असते. म्हणजे व्यक्ती एखाद्या वस्तूला जास्त किंमत देण्यास तयार असते. परंतु प्रत्यक्षात वस्तूची खरेदी करताना कमी किंमत देते. प्रत्यक्षात वस्तूची खरेदी करताना कमी किंमत देणे, त्यामुळे त्याचा अप्रत्यक्षरीत्या जो फायदा घेतो त्याला उपभोक्त्याचे आधिक्य असे म्हणतात.

मार्शलने ही कल्पना पुढीलप्रमाणे मांडली.

"एखादी वस्तू हातची जाऊ नये म्हणून उपभोक्ता त्या वस्तूला जी जादा किंमत देण्यास तयार असतो ती किंमत व प्रत्यक्षात जी किंमत देतो त्या दोहोंतील फरकाच्या आर्थिक मापनास उपभोक्त्याचे आधिक्य असे म्हणतात."

प्रा. जे. आर. हिक्स यांच्या मते, 'वस्तूचे सीमांत मूल्य आणि वस्तूला द्यावी लागणारी प्रत्यक्ष किंमत यामधील फरक म्हणजे उपभोक्त्याचे संतोषाधिक्य होय.'

उदा. जर आपल्याला एखादी वस्तू खरेदी करावयाची असेल अशा वस्तूस बाजारातून आणण्यासाठी 'अ' व्यक्ती गेल्यास या स्थितीत ती व्यक्ती १० रु. एक किलो कांदा दराने खरेदी करण्यास तयार असते. परंतु बाजारात त्याला ५ रु. (दराने कांदे मिळतात) दराने मिळतात. म्हणजेच ती व्यक्ती १० रु. दराने कांदा खरेदी करण्यास तयार होती. परंतु प्रत्यक्षात ५ रु. दराने कांदा मिळतो. या व्यवहारात त्याचा अप्रत्यक्षरित्या १०-५ = ५ रु. फायदा होतो. यालाच मार्शल उपभोक्त्याचे आधिक्य असे म्हणतो.

या प्रकारचा अनुभव लोकांना दैनंदिन व्यवहारात अनेक वेळा येतो. मार्शलच्या

या कल्पनेला उपभोक्त्याचे लाभाधिक्य, उपभोक्त्याचे संतोषाधिक्य, असे सुद्धा म्हणतात.

एखाद्या वस्तूसाठी व्यक्ती जी अधिकतम किंमत मोजण्यास तयार असते. ती किंमत आणि प्रत्यक्षातील किंमत या दोहोतील तफावत म्हणजे उपभोक्त्याचे लाभाधिक्य होय.

तक्ता १.२ : उपभोक्त्याचे संतोषाधिक्य

कांदे

नग (किलो)	देण्यास तयार असलेली किंमत	दिलेली किंमत	उपभोक्त्याचे संतोषाधिक्य
१	१०	५	५
२	८	५	३
३	५	५	०
४	३	५	–
५	२	५	–

उपभोक्त्याच्या लाभाची संकल्पना घटत्या सीमांत उपयोगिता सिद्धान्तावर आधारित आहे. उपभोक्ता वस्तूची खरेदी करतो तसे त्या वस्तूपासून मिळणारी सीमांत उपयोगिता कमी होत जाते. सुरुवातीला वस्तूचे नग (किलो) कमी असल्यामुळे सीमांत उपयोगिता अधिक असते. परंतु जसजसा वस्तूंचा उपभोग वाढतो. सीमांत उपयोगिता कमी होताना दिसून येते वरील तक्त्याच्या आधारे कांद्याच्या पहिल्या किलोच्या सीमांत उपयोगिता आहे. (देण्यास तयार असलेली किंमत) १० रुपये इतकी आहे प्रत्यक्षात दिलेली किंमत ५ रुपये इतकी आहे. त्यामुळे सुरुवातीला उपभोक्त्याला ५ रुपये अधिक समाधान प्राप्त होते. त्याचप्रमाणे कांद्याच्या प्रत्येक वाढीच्या किलोबरोबर कांद्यापासून मिळणारी सीमांत उपयोगिता कमी होत जाते. परंतु बाजारपेठेत कांद्याच्या प्रत्येक किलोची किंमत ५ रुपये राहिल्यामुळे उपभोक्त्याचे संतोषाधिक्य कमी होताना दिसून येते.

आकृतीच्या सहाय्याने उपभोक्त्याचे संतोषाधिक्य पुढीलप्रमाणे स्पष्ट करता येते.

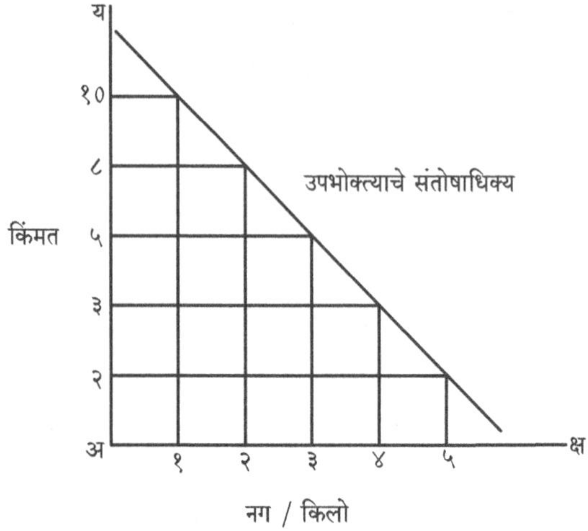

आकृती १.२ उपभोक्त्याचे संतोषाधिक्य

१.५ क्रमदर्शी अथवा क्रमवाचक दृष्टिकोन : समवृत्ती वक्राचा अर्थ आणि गुणधर्म (Ordinal Utility Approach : Meaning & Properties of Indifference Curve)

या पद्धतीत उपयोगितेचे मापन अंकांमध्ये केले जात नाही, तर वस्तूपासून मिळणाऱ्या उपयोगितेबाबत पसंतीक्रम दर्शविला जातो. ज्या वस्तूपासून उपभोक्त्याला सर्वांत जास्त उपयोगिता मिळते तिला पहिला पसंतीक्रम दिला जातो. जी वस्तू सर्वात कमी आवडते तिला शेवटचा पसंतीक्रम दिला जातो. उदा. आंबा, संत्री, द्राक्षे, पेरू, चिक्कू या पाच फळांत सर्वात जास्त आंबे आवडत असतील, आणि त्यानंतर संत्री, द्राक्षे, पेरू, चिक्कू या क्रमाने फळे आवडत असतील तर उपभोक्ता अनुक्रमे १,२,३,४,५, असा पसंतीक्रम देऊन वस्तूची खरेदी करील. या पद्धतीत उपभोक्त्याच्या आवडीप्रमाणे वस्तूला पसंतीक्रम दिला जातो. या पसंतीत ती वस्तू किती आवडते किंवा किती प्रमाणात आवडते , दुप्पट, तिप्पट किंवा चौपट असे निश्चित आकड्यात सांगता येत नाही, फक्त पसंतीक्रम सांगितला जातो. क्रमवाचक दृष्टिकोनानुसार उपयोगिता मोजता येत नाही. परंतु तिची तुलना करता येते. क्रमवाचक मापकानुसार आंबा संत्र्यापेक्षा जास्त आवडतो असे म्हणू शकतो, पण किती आवडतो हे सांगता येत नाही. या क्रमवाचक दृष्टिकोनावर आधारित प्रो. हिक्स व ॲलन यांनी समवृत्तीवक्र विश्लेषण केले आहे.

(अ) समवृत्तीवक्र (Indifference Curve) : घटत्या उपयोगितेच्या संकल्पनेचा आधार घेऊन डॉ. मार्शल यांनी मागणीचे विश्लेषण केले. मार्शलच्या उपयोगिता विश्लेषणात अनेक दोष दाखवून आर. जी. डी. ॲलन आणि जे. आर. हिक्स यांनी समवृत्तीतंत्राचे सविस्तर विवेचन केले. हे विश्लेषण प्रथम १८८१ मध्ये प्रा. एजवर्थ यांनी केले. त्यानंतर पॅरेटो यांनी त्यात भर घातली. १९१५ मध्ये रशियन अर्थशास्त्रज्ञ स्लटस्की यांनी त्याची पुनर्रचना केली. ॲलन आणि हिक्स या इंग्लिश अर्थशास्त्रज्ञांनी १९३४ मध्ये समवृत्तीवक्राचा विकास केला. हिक्स यांनी त्यांच्या 'Value and Capital' या ग्रंथात या सिद्धान्ताची मांडणी केली.

(ब) समवृत्तीवक्र-संकल्पना आणि व्याख्या : उपभोक्ता त्याच्या क्रयशक्तीद्वारे दोन वस्तूंचा एक समूह आपल्या पसंती श्रेणीनुसार निवडतो. या दोन वस्तूंचे अनेक वेगवेगळे समूह असतात. या प्रत्येक समूहापासून त्याला सारखेच समाधान मिळत असते. त्यामुळे कोणताही संच किंवा गट तो निवडू शकतो. म्हणजेच उपभोक्ता प्रत्येक संचाबाबत तटस्थ अणि समवृत्तीचा असतो. दोन वस्तूंच्या निरनिराळ्या संचांच्या आधारे हे वक्र काढले जातात. म्हणून त्यांना समवृत्तीवक्र अथवा तटस्थता वक्र असे म्हणतात.

समवृत्तीवक्र ही वक्रावर दोन वस्तूंचे भिन्न संच किंवा गट दाखविणारी अशी रेषा असते की, ज्या संचाबाबत किंवा गटाबाबत उपभोक्ता तटस्थ असतो. वक्रावरील सर्व बिंदूंनी दाखविलेले संच / समूह / गट त्याला समान समाधान देतात; म्हणून अशा वक्रांना समवृत्तीवक्र असे म्हणतात.

व्याख्या :

१. **हॅडर्सन आणि क्वाण्टा यांच्या मते,** वस्तूंच्या ज्या भिन्न गटांपासून, उपभोक्त्याला समान पातळीचे समाधान प्राप्त होते त्या बिंदूंच्या मार्गाला समवृत्तीवक्र असे म्हणतात.

२. **इस्थाम यांच्या मते,** समवृत्तीवक्र म्हणजे, बिंदूंचा असा मार्ग की जो वस्तूंच्या विशिष्ट परिमाणाच्या जोड्या दाखवितो व अशा जोड्यांबाबत उपभोक्ता तटस्थ असतो.

थोडक्यात असे म्हणता येते, की समवृत्तीवक्र म्हणजे समान समाधान मिळवून देणारे दोन वस्तूंचे विभिन्न गट किंवा संच दर्शविणारा वक्र होय.

क) गृहीते : समवृत्तीवक्राच्या विवेचनात काही गृहीते मानावी लागतात, ती पुढीलप्रमाणे :

१. उपभोक्ता विवेकशील असतो : उपभोक्ता आपल्या मर्यादित उत्पन्नात जास्तीतजास्त समाधान कसे मिळेल याचा विचार करून आपली पसंती ठरवतो.

२. सुसंगत निवड : उपभोक्त्याची निवड ही सुसंगत असते, म्हणजेच विचार करून निवड केलेली असल्यामुळे त्यामध्ये वारंवार बदल होण्याची शक्यता फारच कमी असते.

३. स्थिर उत्पन्न : विशिष्ट काळात उपभोक्त्याचे उत्पन्न स्थिर असणे आवश्यक असते, तरच त्याच्याकडून खरेदी केल्या जाणाऱ्या वस्तूंची नगसंख्या कायम राहते.

४. स्थिर आवड–निवड : उत्पन्नाबरोबरच विशिष्ट काळात उपभोक्त्याच्या आवडी – निवडीही स्थिर असणे आवश्यक ठरते.

५. उपयोगिता एकमेकांवर अवलंबून : डॉ. मार्शल यांच्या उपयोगिता विश्लेषणात प्रत्येक उपयोगितेचा दुसऱ्या वस्तूच्या उपयोगितेवर परिणाम होत नाही. परंतु समवृत्तीवक्र विश्लेषणात इतर वस्तूंच्या उपयोगितेचा परिणाम मूळ वस्तूवर होत असतो असे मानले आहे. त्यामुळे या विश्लेषणात वस्तूची निवड करीत असताना ती सामूहिक स्वरूपाची असते.

६. दोन वस्तूंचे संच किंवा गट : उपभोक्ता जरी अनेक वस्तूंची खरेदी करत असला तरी फक्त दोनच वस्तूंच्या गटांचे व त्यानुरूप त्यांच्या मागणीचे विश्लेषण समवृत्तीवक्राच्या साहाय्याने करता येते. त्या दोनपेक्षा अधिक वस्तू असतील तर विश्लेषण गणिती पद्धतीने करावे लागेल.

७. वस्तूंच्या किमतीविषयी ज्ञान : उपभोक्त्याला उपभोगासाठी ज्या वस्तू खरेदी करावयाच्या आहेत, अशा वस्तूंच्या किमतीबाबत पूर्ण ज्ञान असावे, त्यामुळे तो आपल्या क्रयशक्तीद्वारे वस्तूंची निवड आणि वस्तूंचे प्रमाण ठरवू शकेल.

८. उपयोगितेचे क्रमवाचक मोजमाप : एखाद्या वस्तूकरिता पसंती दर्शविली गेली तरी दुसऱ्या वस्तूपेक्षा (किंवा वस्तुसमूहापेक्षा) त्या वस्तूपासून मिळणारे समाधान किती अधिक आहे हे समवृत्तीवक्र विश्लेषणात सांगितले जात नाही. याचा अर्थ हे विश्लेषण क्रमदर्शक आहे, अंकदर्शक नाही.

वरील गृहीतांचा आधार घेऊनच समवृत्तीवक्र विश्लेषण केले आहे.

समवृत्तीपत्रक : समवृत्तीवक्र ही संकल्पना उदाहरणाच्या साहाय्याने समजावून घेऊ. समजा, उपभोक्त्याने आपले उत्पन्न आंबे आणि संत्री या दोन वस्तूंवर खर्च करण्याचे ठरविले, तर आंबे व संत्री यांचे असे निरनिराळे गट दाखविता येतील, की ज्या प्रत्येक गटापासून मिळणारे समाधान सारखेच असेल. असे गट दर्शविणाऱ्या पत्रकाला समवृत्तीपत्रक असे म्हणतात.

तक्ता क्र. १.३ समवृत्तीपत्रक

अ.न.	गट किंवा संच	आंबे	संत्री
१	पहिला	१८	१
२	दुसरा	१३	२
३	तिसरा	९	३
४	चौथा	६	४
५	पाचवा	४	५
६	सहावा	३	६

वरील समवृत्तीपत्रकाच्या आधारे समवृत्तीवक्र काढता येतो.

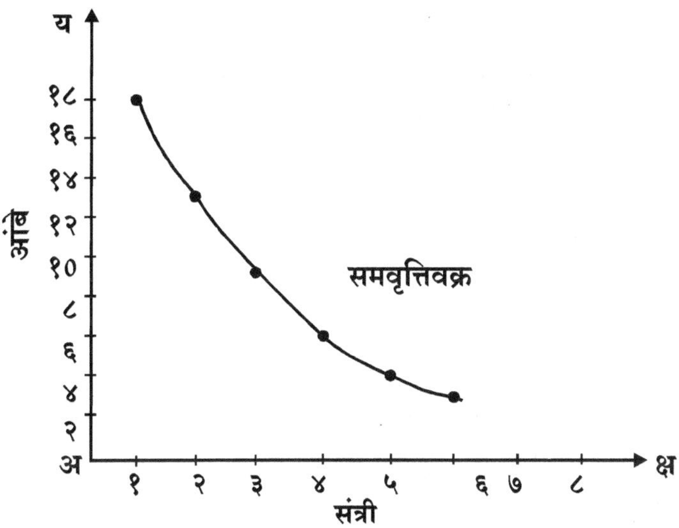

आकृती १.३

तक्ता १.३ वरून असे दिसून येते की, संत्र्यांच्या संख्यावाढीबरोबर आंब्याचे नग कमी होत आहेत. उपभोक्त्याला मर्यादित उत्पन्नाच्या समाधानाच्या एकाच पातळीत राहावयाचे असल्याने हे स्वाभाविक आहे. वरील तक्त्याच्या आधारे समवृत्तीवक्र काढता येतो. आकृती १.३ मध्ये समवृत्तीवक्र दाखविला आहे. 'अक्ष' अक्षावर संत्र्यांचे नग, तर 'अय' अक्षावर आंब्याचे नग दाखविले आहेत. आंब्याचे नग कमी करून उपभोक्त्याला संत्र्याचे नग वाढविता येतात. त्यामुळे समवृत्तीवक्रही मागणीवक्राप्रमाणेच डावीकडून उजवीकडे खाली उतरणारा असतो.

वरील वक्राप्रमाणेच निरनिराळ्या समाधानाच्या पातळ्या दर्शविणारे वेगवेगळे समवृत्तीवक्र काढता येतील. अर्थात, समाधानपातळीमधील बदल उत्पन्नबदलामुळे होतो, म्हणजेच जर उपभोक्ता या दोन वस्तूंवर आणखी जास्त खर्च करण्यास तयार असेल तर समाधानाची पातळी व वस्तूंचे गटही बदलतील.

वरील आकृती १.३ मध्ये वेगवेगळ्या उत्पन्नांनुसार वेगवेगळे गट दर्शविणारे व वाढत्या उत्पन्नाबरोबर उंचावणारी समाधानाची पातळी दर्शविणारे वक्र दाखविले आहेत. त्यापैकी कोणत्याही एका वक्रावरील निरनिराळे बिंदू समान समाधान दर्शवितात. हे वक्र काढण्यासाठी 'क्ष' आणि 'य' या दोन वस्तूंचा आधार घेतला आहे.

समवृत्तीवक्राचा नकाशा (Indifference Map)

समवृत्तीवक्राचा नकाशा म्हणजे वेगवेगळे समाधान दर्शविणाऱ्या समवृत्तीवक्रांचा गट किंवा संच होय. समवृत्तीवक्राच्या नकाशामध्ये अनेक समवृत्तीवक्र दाखविता येतात. या नकाशात वरच्या बाजूस असणारे समवृत्तीवक्र जास्त समाधान दर्शवितात, तर खालच्या बाजूला असणारे समवृत्तीवक्र कमी समाधान दर्शविणारे असतात.

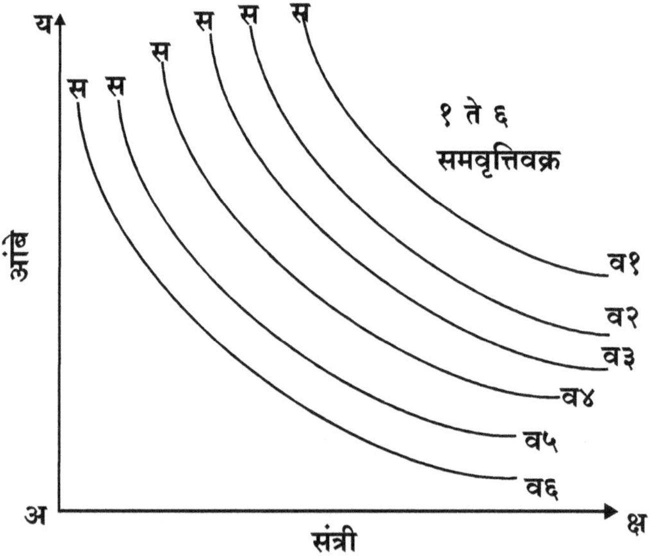

आकृती १.४ समवृत्तिवक्र

आकृतीत स व१, स व२, स व३, स व४, स व५, स व६ ते समृत्तिवक्र दाखविले आहेत. त्यांचा हा संच म्हणजे समवृत्तीवक्राचा नकाशा होय. स व६ हा समवृत्तीव्रक जास्त समाधानाची पातळी दर्शविणारा, तर स व१ हा सर्वात कमी

समाधानाची पातळी दर्शविणारा आहे. स व६, स व५ पेक्षा, स व५ , स व४ पेक्षा, स व ४, स व३ पेक्षा, स व३, स व२ पेक्षा, स व२, स व१ या समवृत्तीवक्रापेक्षा जास्त समाधान दर्शवितो; पण एका समवृत्तीवक्रावरील सर्व बिंदू सारखे समाधान देतात.

समवृत्तीवक्राची वैशिष्ट्ये/गुणधर्म : (Properties of Indifference Curve) : समवृत्तीवक्राचे गुणधर्म (वैशिष्ट्ये) पुढीलप्रमाणे सांगता येतील.

१. समवृत्तीवक्र डावीकडून उजवीकडे उतरते असतात. म्हणजेच त्यांचा उतार ऋणात्मक असतो : समवृत्तीवक्र डावीकडून उजवीकडे उतरत असतात, कारण उपभोक्ता वस्तूंचे वेगवेगळे गट तयार करताना एका वस्तूची नगसंख्या वाढवीत असताना दुसऱ्या वस्तूची नगसंख्या कमी करत जातो व आपल्या मर्यादित उत्पन्नाच्या साहाय्याने खरेदी करता येऊ शकणारे समान समाधान देणारे गट तयार करतो, त्यामुळे समवृत्तीवक्र डावीकडून उजवीकडे खाली घसरत येतो.

आकृतीच्या साहाय्याने हा गुणधर्म किंवा वैशिष्ट्ये स्पष्ट करता येतात.

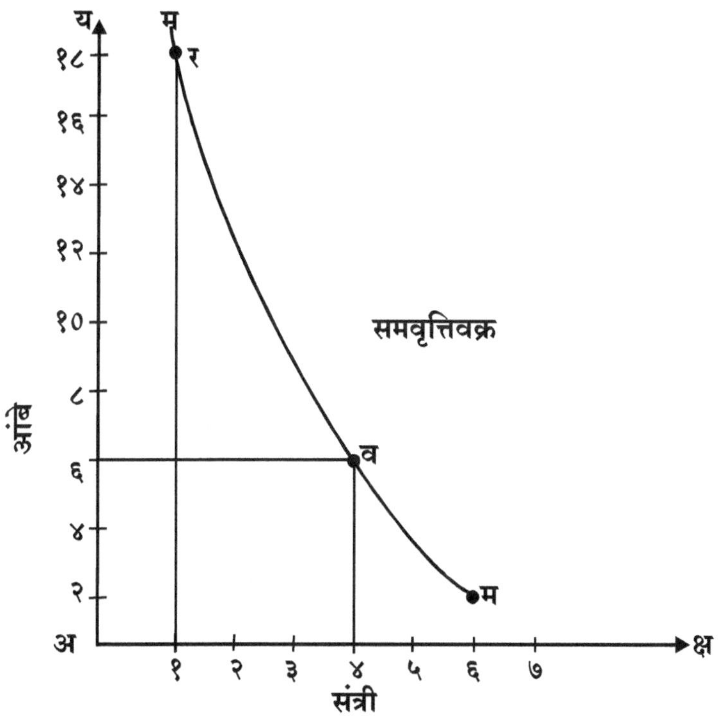

आकृती १.५

आकृती १.५ मध्ये **'मम'** हा समवृत्तीवक्र काढला आहे. उपभोक्त्याने जर एका वस्तूचे जादा नग खरेदी केले तर समाधान समान ठेवण्यासाठी त्याला दुसऱ्या वस्तूचे नग कमी करावे लागतात. त्यामुळे समवृत्तीवक्र डावीकडून उजवीकडे वरून खाली येणारा असतो. वरील आकृतीत समवृत्तीवक्र ऋणात्मक उताराचा दाखविला आहे. जेव्हा उपभोक्ता आंब्याचे नग कमी करतो तेव्हा तो **'य'** अक्षावर खाली येतो. तेव्हा त्याचे होणारे समाधान भरून काढण्यासाठी तो संत्र्यांचे जादा नग खरेदी करतो. म्हणजेच तो **'क्ष'** अक्षावर पुढे सरकतो .

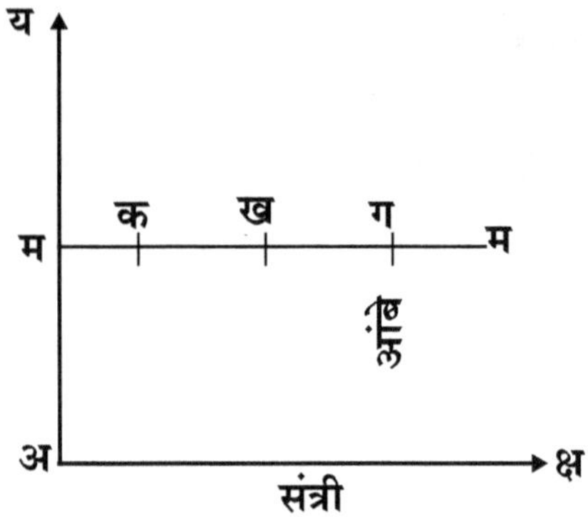

आकृती १

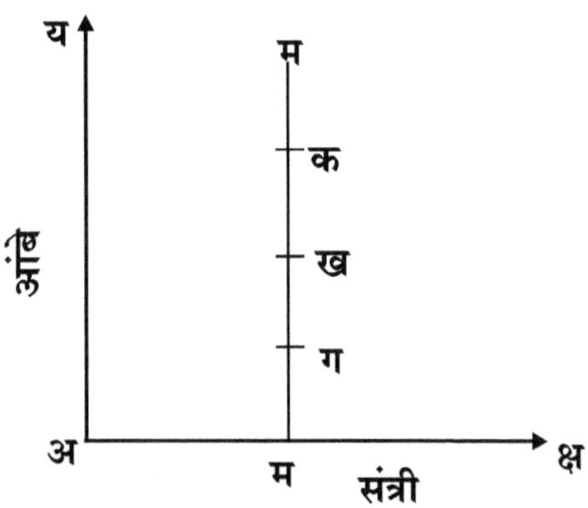

आकृती २

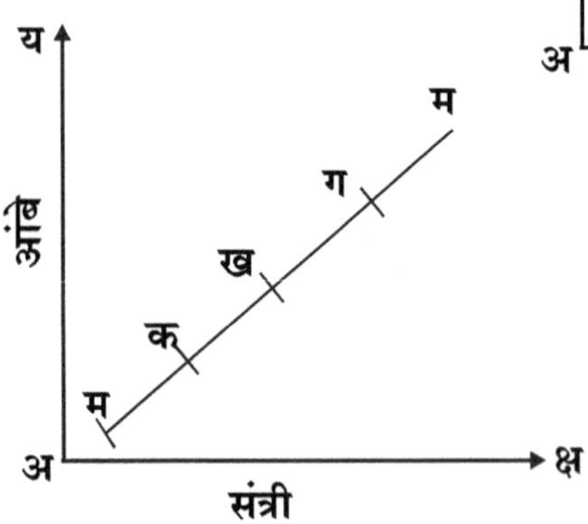

आकृती ३

आकृती १.६ : १, २, ३

समवृत्तीवक्र आकृती १.६ मधील **आकृती नं.१** प्रमाणे **अक्ष** अक्षाला समांतर असू शकत नाही. जर तो **क्ष** अक्षाला समांतर असेल तर **मम** या वक्रावरील **क, ख, ग,** या बिंदूत संत्र्यांची नगसंख्या वाढते, तर आंब्यांची नगसंख्या कायम राहते. त्यामध्ये बदल होत नाही, त्यामुळे **क** बिंदू **ख** पेक्षा व **ख** बिंदू **ग** पेक्षा कमी समाधान दर्शवितात. त्यामुळे एकाच समवृत्तीवक्रावर वेगवेगळे समाधान देणारे बिंदू नसतात, तर सारखेच समाधान देणारे बिंदू असतात. त्यामुळे समवृत्तीवक्र **'क्ष'** अक्षाला समांतर नसतो.

आकृती १.६ मधील आकृती २ मध्ये दर्शविल्याप्रमाणे समवृत्तीवक्र **'य'** अक्षाला समांतर असेल तर **क्ष** अक्षावरील संत्र्यांची नगसंख्या स्थिर राहून आंब्यांची नगसंख्या मात्र वाढते. हे त्या वक्रावरील **क,ख,ग,** हे बिंदू दाखवितात. त्यामुळे **क** पेक्षा **ख** व **ख** पेक्षा **ग** बिंदू जास्त समाधान दर्शवितो. असे भिन्न समाधान दर्शविणारे बिंदू एकाच समवृत्तीवक्रावर नसतात, त्यामुळे समवृत्तीवक्र **य** अक्षाला समांतर नसतो.

आकृती १.६ मधील आकृती ३ मध्ये दाखविल्याप्रमाणे समवृत्तीवक्र डावीकडून उजवीकडे वर जाणारा असेल तर त्या वक्रावरील **क,ख,ग** हे बिंदू संत्री व आंब्यांची नगसंख्या वाढत जाते असे दर्शवितात. त्यामुळे **'क'** पेक्षा **'ख'** व **'ख'** पेक्षा **'ग'** बिंदू जास्त समाधान दर्शवितात. त्यामुळे समवृत्तीवक्रावरील वेगवेगळे बिंदू वेगवेगळे समाधान दर्शविणारे नसतात. त्यामुळे समवृत्तीवक्र डावीकडून उजवीकडे वर जाणारा नसतो.

२) **समवृत्तीवक्र आरंभस्थानाशी बहिर्वक्र असतात :** समवृत्तीवक्र घटत्या सीमांत पर्यायता दरावर आधारलेला आहे. एखादी व्यक्ती एखाद्या वस्तूच्या नगाची, लागोपाठ दुसऱ्या वस्तूच्या नगाशी ज्या दराने देवघेव करते, त्या दराला 'सीमांत पर्यायता दर' असे म्हणतात. हा दर $\frac{\Delta य}{\Delta क्ष}$ असा मोजला जातो.

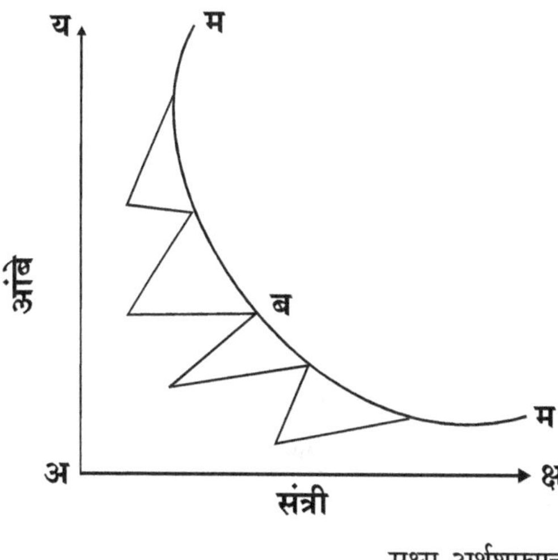

आकृती १.७

थोडक्यात x अक्षावरील वस्तूच्या वाढीसाठी y अक्षावरील वस्तूंचा केलेला 'त्याग' होय. समवृत्तीवक्र हे आरंभबिंदूशी नेहमीच बहिर्गोल बहिर्वक्र असे राहतात.

मम हा समवृत्तीवक्र **'ब'** बिंदूत बहिर्वक्र आहे. उपभोक्ता संत्र्यांची नगसंख्या जसजशी वाढवत जातो तसतशी आंब्यांची नगसंख्या कमी करीत जातो, कारण त्याचे उत्पन्न मर्यादित असल्याने त्या उत्पन्नात त्याला संत्री आणि आंबे खरेदी करावे लागतात. आंब्याची नगसंख्या जसजशी कमी होत जाते तसतशी त्याला आंब्याची उपयोगिता जास्त वाटू लागते. संत्र्यांच्या एका जादा नगासाठी आंब्याचे पूर्वीइतके नग सोडून देण्यास तो तयार नसतो, त्यामुळे संत्री व आंबा या दोन वस्तूंमधील सीमांत पर्यायिता दर घटत जातो. हे आकृतीतील **'मम'** या समवृत्तीवक्रालगत असणाऱ्या त्रिकोनावरून दिसून येते. उपभोक्ता जसजशी संत्र्यांची जास्त नगसंख्या खरेदी करतो, तसतशी समवृत्तीवक्रालगतची त्रिकोनांची उंची कमी कमी होत जाते. त्यामुळे समवृत्तीवक्र डावीकडून उजवीकडे खाली येत असताना बहिर्वक्र होत जातो. अशा रीतीने संत्री आणि आंब्यांच्या दोन अंतर्वक्रांमध्ये सीमांत पर्यायता दर कमी होण्याऐवजी वाढत जातो.

३. समवृत्तिवक्र एकमेकांना कधीही छेदत नाहीत : दोन समवृत्तीवक्र एकमेकांना कधीच छेदत नाहीत. हा गुणधर्म आकृतीच्या आधारे स्पष्ट करता येईल.

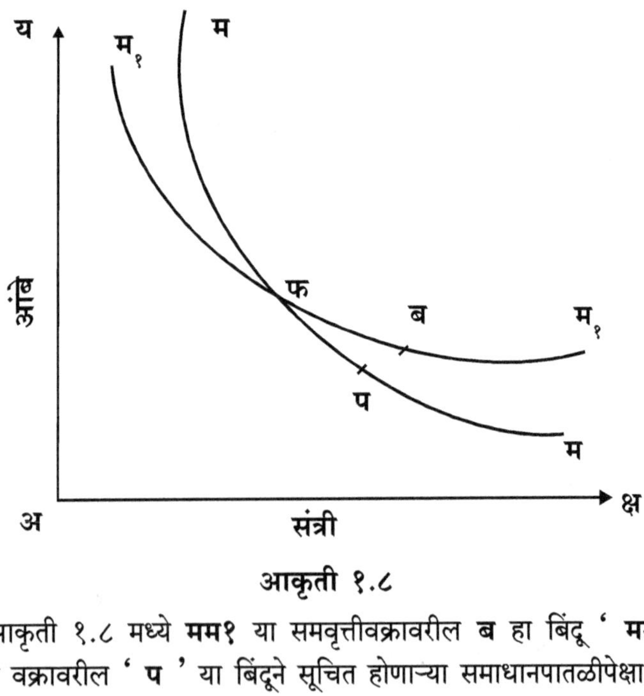

आकृती १.८

आकृती १.८ मध्ये **मम१** या समवृत्तीवक्रावरील **ब** हा बिंदू ' **मम** ' या समवृत्ती वक्रावरील ' **प** ' या बिंदूने सूचित होणाऱ्या समाधानपातळीपेक्षा अधिक

उच्च समाधानाची पातळी दर्शवितो. कारण **मम१** हा वक्र **मम** या वक्रांच्या दृष्टीने उजव्या बाजूला आहे. परंतु **फ** हा बिंदू **मम** आणि **मम१** या दोन्ही वक्रांवर आहे. म्हणजे ‘ **प** ’ आणि ‘ **ब** ’ हे दोन बिंदू भिन्न समाधानपातळी दर्शवितात असे वर सिद्ध केल्यानंतर पुन्हा दोन्ही बिंदू **फ** बिंदूने सूचित होणारी, एकच समाधानपातळी दर्शवितात, असे म्हणावे लागते, परंतु दोन परस्पर-विरोधी विधाने एकाचवेळी सत्य ठरू शकत नाहीत. थोडक्यात, दोन समवृत्तीवक्र एकमेकांना कधीच छेदत नाहीत.

४. उजव्या बाजूचा समवृत्तीवक्र डाव्या बाजूच्या समवृत्तीवक्रापेक्षा उच्च समाधानाची पातळी दर्शवितो. : उपभोक्ता जसजसा उजवीकडे वर जाऊ लागतो तसतसा तो दोन्ही वस्तूंचे जादा नग खरेदी करीत असतो, त्यामुळे एकूण समाधानात वाढ होते.

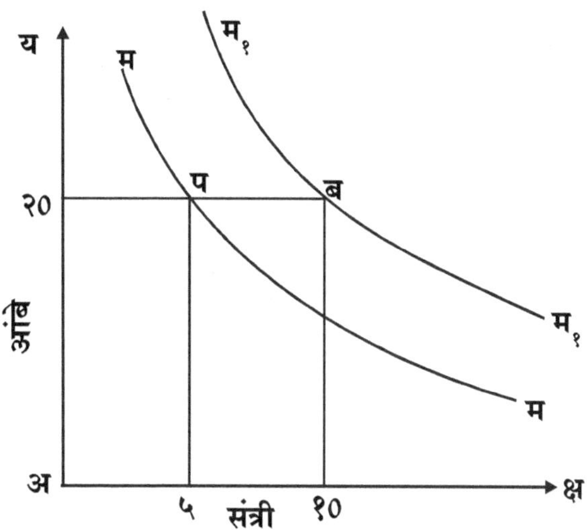

आकृती १.९

आकृती १.९ मध्ये ‘**मम**’ वक्र खालच्या बाजूला तर **मम१** हा वक्र वरच्या बाजूला आहे. **मम** या समवृत्तीवक्रावरील ‘**प**’ बिंदू ५ संत्री + २० आंबे हा गट दर्शवितो, तर **मम१** वक्रावरील **ब** बिंदू १० संत्री + २० आंबे हा गट दर्शवितो. तर **ब** बिंदू दर्शवीत असलेल्या १० संत्री +२० आंबे या गटापासून मिळणारे समाधान ‘**प**’ बिंदू दर्शवीत असलेल्या ५ संत्री व २० आंबे या गटापेक्षा ५ संत्री जास्त आहे. त्यामुळे १० संत्री + २० आंबे हा गट जास्त समाधान दर्शविणारा आहे. तो गट ‘**ब**’ बिंदूने दर्शविणारा आहे. तर ५ संत्री + २० आंबे हा गट कमी समाधान दर्शवितो तो ‘**प**’ बिंदूने दर्शविला आहे. ‘**ब**’ बिंदू **मम१** या वरच्या समवृत्तीवक्रावर आहे. तर **प**

बिंदू **मम** या खालच्या समवृत्तीवक्रावर आहे. '**ब**' बिंदू जास्त समाधान दर्शविणारा आहे, तर '**प**' बिंदू कमी समाधान दर्शविणारा आहे, म्हणून वरचे उजव्या बाजूचे समवृत्तीवक्र जास्त, तर खालचे, डावीकडील समवृत्तीवक्र कमी समाधान दर्शविणारे असतात.

५. समवृत्तीवक्र एकमेकांना समांतर असतातच असे नाही :

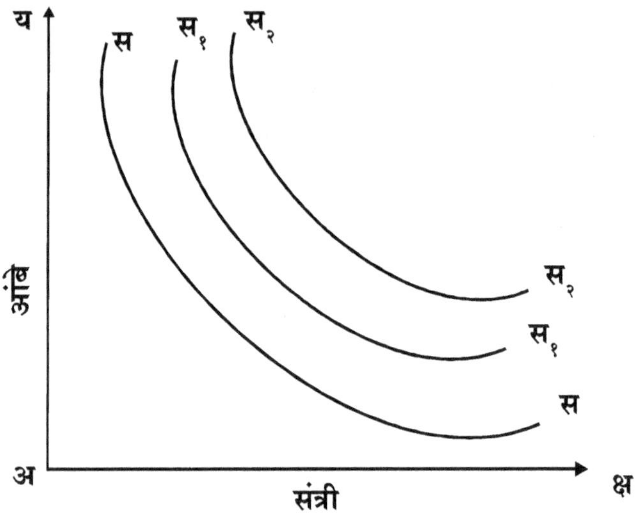

आकृती १.१०

समवृत्तीवक्र अगदी काटेकोरपणे एकमेकांना समांतर असतातच असे नाही. हे आकृती १.१० मध्ये दाखविल्याप्रमाणे कमी जास्त अंतराचे असू शकतात. समवृत्ती वक्र उपयोगितेच्या संख्यात्मक आधारावर काढलेले नसतात, त्यामुळे उपयोगिता प्रत्यक्ष मोजली जात नाही, फक्त तुलना केली जाते. ही तुलना काटेकोर नसल्याने तटस्थतावक्रांचे आकार समांतर असणे शक्य नसते, तसेच उपभोक्त्याच्या पसंतीश्रेणीद्वारे समवृत्तीवक्राचा आकार ठरत असतो. पसंतीश्रेणीनुसार दोन समवृत्तीवक्रांवरील वस्तूंच्या संयोगात समान अंतर नसल्याने समवृत्तीवक्रांचे आकार समान व समांतर नसतात. मुख्य म्हणजे, सर्व समवृत्तीतक्त्यांमध्ये आढळून येणारा सीमांत पर्यायता दर वेगवेगळा असतो. त्यामुळेच समवृत्तीवक्र नेहमी समांतर असतातच असे नाही.

६. समवृत्तीवक्र अक्षांना स्पर्श करीत नाहीत : तटस्थता वक्र दोन वस्तूंचा संच/गट दर्शवितो. त्यामध्ये एखाद्या वस्तूचे परिमाण कमी असू शकते, मात्र ते शून्य असू शकत नाही.

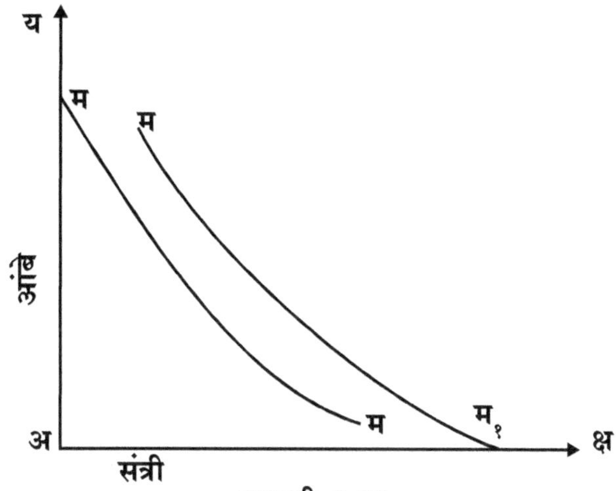

आकृती १.११

आकृती १.११ मध्ये **मम** आणि **मम१** असे दोन समवृत्तीवक्र अनुक्रमे उभ्या आणि आडव्या अक्षाला स्पर्श करीत आहेत. याचा अर्थ उपभोक्त्याला फक्त एकाच वस्तूचे अधिक नग हवे आहेत व दुसऱ्या वस्तूचे शून्य नग हवे आहेत, पण आपल्या गृहीताप्रमाणे हे शक्य नसल्याने समवृत्तीवक्र आडव्या किंवा उभ्या अक्षाला कधीही स्पर्श करीत नाहीत.

७. समवृत्तीवक्रांचे क्रमांक ठरवताना ते अंदाजाने ठरवले जातात : समवृत्तीवक्राचे क्रमांक हे अंदाजाने केलेले असतात. दोन समवृत्तीवक्रांच्या मध्ये अनेक समवृत्तीवक्र असू शकतात.

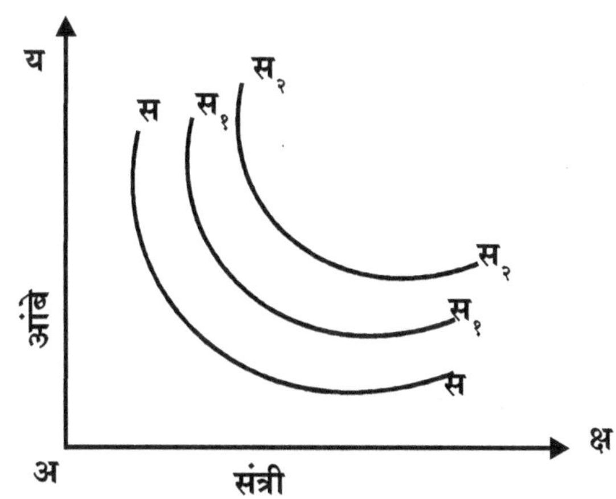

आकृती १.१२

प्रश्न

प्र. १ खालील प्रश्नांची प्रत्येकी एक किंवा दोन वाक्यात उत्तरे लिहा.

१) सूक्ष्म अर्थशास्त्र म्हणजे काय?
२) सूक्ष्म अर्थशास्त्राच्या दोन मर्यादा सांगा.
३) उपयोगिता म्हणजे काय?
४) उपयोगितेचे प्रकार सांगा.
५) संख्यात्मक उपयोगिता म्हणजे काय?
६) उपभोक्त्याचे लाभाधिक्य म्हणजे काय?
७) क्रमदर्शी उपयोगिता म्हणजे काय?

प्र. २ खालील प्रश्नांची प्रत्येकी १०० शब्दात उत्तरे लिहा.

१) सूक्ष्म अर्थशास्त्राचे स्वरूप सांगा.
२) सूक्ष्म अर्थशास्त्राची व्याप्ती सांगा.
३) सूक्ष्म अर्थशास्त्राचे महत्त्व सांगा.
४) उपयोगितेची वैशिष्ट्ये सांगा.
५) घटत्या उपयोगितेचा नियम सांगा.
६) समवृत्तीवक्राचा अर्थ सांगा.

प्र. ३ खालील प्रश्नांची प्रत्येकी २०० शब्दात उत्तरे लिहा.

१) सूक्ष्म अर्थशास्त्राचे स्वरूप आणि महत्त्व स्पष्ट करा.
२) सूक्ष्म अर्थशास्त्राची व्याप्ती सांगून मर्यादा स्पष्ट करा.
३) उपयोगितेची वैशिष्ट्ये आणि प्रकाराचे विवेचन करा.
४) घटत्या उपयोगितेचा नियम विशद करा.
५) समवृत्तीवक्राचे गुणधर्म स्पष्ट करा.

प्र. ४ टिपा लिहा.

१) सूक्ष्म अर्थशास्त्राचे महत्त्व
२) सूक्ष्म अर्थशास्त्राच्या मर्यादा
३) उपयोगिता
४) उपभोक्त्याचे लाभाधिक्य
५) क्रमदर्शी दृष्टिकोन
६) संख्यात्मक दृष्टिकोन

प्रकरण २

मागणी, पुरवठा आणि उत्पादन विश्लेषण
(Demand, Supply & Production Analysis)

२.१ प्रास्ताविक (Introduction)

मनुष्याला अनेक गरजा असतात. त्या पूर्ण करण्यासाठी त्याला वेगवेगळ्या वस्तूंची गरज असते. त्यामुळे तो अनेक वस्तू खरेदी करतो. व्यक्तीला खरेदी करण्याची इच्छा म्हणजे मागणी नव्हे, तर त्या वस्तू खरेदी करण्यासाठी आर्थिक कुवत त्या

व्यक्तीकडे असणे आवश्यक आहे. म्हणजेच वस्तू खरेदी करण्यासाठी इच्छेला पैशाचे पाठबळ असावे लागते. व्यक्ती जेव्हा पैसा घेऊन बाजारात वस्तूची खरेदी करते तेव्हा तिच्या वस्तू खरेदी करण्याच्या इच्छेचे रूपांतर वस्तूच्या मागणीमध्ये होते. त्यामुळे वस्तूची मागणी म्हणजे वस्तू खरेदी करण्याच्या इच्छेला लाभलेले पैशाचे पाठबळ होय. तर पुरवठ्याच्या मागे पुरवठा किंमत आणि उत्पादनाचा खर्च हा महत्त्वाचा घटक असतो.

किंमत ठरविण्याच्या प्रक्रियेमध्ये मागणी आणि पुरवठ्याच्या विश्लेषणांना सारखेच महत्त्व असते. पुरवठा याचा अर्थ विशिष्ट वेळी विक्रेत्यांनी विक्रीस काढलेले परिमाण होय. मागणी आणि पुरवठा मिळून किंमत ठरते. त्यामध्ये किंमत हा घटक महत्त्वाचा आहे.

उत्पादक, उद्योगसंस्था वस्तूंचे उत्पादन करून अर्थव्यवस्थेत विविध वस्तूंचा पुरवठा करीत असतात. वस्तूच्या उत्पादनाशी अनेक घटक संबंधित असतात. उत्पादकांना कच्चा माल, यंत्र सामग्री, उत्पादन तंत्रे, उत्पादन घटक इ. सर्व घटकांचा अभ्यास करून उत्पादनासंबंधी निर्णय घ्यावे लागतात. सदर प्रकरणात मागणी संकल्पना, मागणीचा नियम, लवचीकता, पुरवठा संकल्पना, उत्पादनफलन, बदलत्या प्रमाणांचा नियम इ.चा अभ्यास केला आहे.

२.२ मागणी संकल्पना (Demand Concept)

'मागणी म्हणजे एखाद्या वस्तू किंवा सेवेसाठी विशिष्ट किंमतीवर आणि विशिष्ट कालावधीत ग्राहकाने खरेदी करण्याची इच्छा आणि क्षमता.'

म्हणजेच फक्त एखाद्या वस्तूची गरज असणे म्हणजे मागणी होत नाही, तर ती वस्तू त्या किंमतीवर खरेदी करण्याची क्षमता आणि इच्छाही आवश्यक आहे.

सर्वसाधारपणे एखाद्या वस्तूबद्दलची आवड किंवा इच्छा म्हणजे त्या वस्तूची मागणी समजली जाते. मात्र अशा मानवी इच्छेला अर्थशास्त्रात मागणी संबोधले जात नाही. अर्थशास्त्रात सर्वच इच्छा मागणी ठरत नाहीत. इच्छेचे मागणीत रूपांतर होण्यासाठी त्या इच्छेला आर्थिक पाठबळ किंवा क्रयशक्ती असावी लागते. तसेच इच्छा आणि क्रयशक्ती एकत्र असल्यावरसुद्धा मागणीची पूर्तता होत नाही. इच्छा व क्रयशक्ती सोबत व्यक्तीची पैसा खर्च करण्याची मानसिक तयारी असावी लागते, तेव्हा त्या इच्छेस 'मागणी' असे म्हणतात. 'बाजारात वस्तू विकत घेण्यासाठी द्यावी लागणारी किंमत देण्याची ऐपत व तयारी यांनी युक्त असलेली मनुष्याची इच्छा किंवा गरजा म्हणजे त्या वस्तूसाठी असलेली मागणी होय.'

बेनहॅम यांच्या मते, 'वस्तूची मागणी म्हणजे विशिष्ट वेळी विशिष्ट किमतीला खरेदी केली जाणारी वस्तूची नगसंख्या होय.'

स्टोनियर व हेग यांच्या मते, 'अर्थशास्त्रात मागणी म्हणजे जिला पुरेसे पाठबळ लाभलेले असते, अशा वस्तूंची केलेली मागणी होय.'

'जेव्हा एखाद्या व्यक्तीला एखादी वस्तू हवी असते आणि तो ती वस्तू विकत घेण्यासाठी आवश्यक किंमत मोजण्यास तयार असतो, तेव्हाच खरी मागणी अस्तित्वात येते.'

२.२.१ मागणीचा नियम अथवा सिद्धान्त (Law of Demand)

१८९० मध्ये प्रकाशित झालेल्या 'अर्थशास्त्राची मूलतत्त्वे' या ग्रंथात प्रा. आल्फ्रेड मार्शल यांनी मागणीच्या नियमाची मांडणी केली. या नियमाद्वारे किंमत आणि मागणी यातील परस्पर संबंध स्पष्ट केला आहे.

मागणीचा सिद्धान्त वस्तूची मागणी व किंमत या दोहोतील संबंध दर्शवितो.

मागणीच्या नियमाची किंवा सिद्धान्ताची व्याख्या : मार्शलच्या मते, 'किंमती कमी झाल्यास वस्तूची मागणी वाढते, याउलट किमती वाढल्यास ती कमी होते.' मागणीचा सिद्धान्त वस्तूची किंमत व मागणी या दोहोत व्यस्त प्रमाण संबंध असतात हे स्पष्ट करतो. वस्तूच्या किमतीत बदल झाल्यास मागणीत कोणत्या दिशेने बदल होतात ते सिद्धान्तावरून समजते.

मागणीचा नियम/सिद्धान्त पुढीलप्रमाणे सांगितला जातो. 'इतर परिस्थिती कायम असताना वस्तूच्या किमतीत वाढ झाल्यास वस्तूची मागणी कमी होते. याउलट वस्तूच्या किमतीत घट झाल्यास वस्तूची मागणी वाढते.'

मागणीचा सिद्धान्त विशिष्ट परिस्थितीत वस्तूची किंमत आणि वस्तूची मागणी यातील संबंध स्पष्ट करतो. यातील किंमत हा स्वतंत्र घटक तर मागणीचा घटक विसंबित मानला जातो.

मागणी व किंमत यांचा फलनसंबंध पुढील प्रमाणे स्पष्ट करता येतो.

$D_x = F(P_x)$

येथे D = वस्तूची मागणी x = वस्तू

F = फलन, P_x = वस्तूची किंमत)

या दोहोत व्यस्त संबंध असतो मागणीचा नेमका सिद्धान्त पुढील तक्त्यावरून स्पष्ट करता येतो.

मागणीच्या सिद्धान्ताची गृहीते :

१) उपभोक्त्याचे उत्पन्न स्थिर असणे आवश्यक आहे.
२) पर्यायी वस्तूंच्या किमतीत बदल होता कामा नये.
३) व्यक्तीच्या आवडी - निवडी स्थिर असणे आवश्यक आहे.
४) त्या वस्तूसाठी नवीन पर्यायी वस्तूंचे उत्पादन होता कामा नये.
५) भविष्य काळात परिस्थिती साधारपणे स्थिर असली पाहिजे.
६) लोकसंख्या स्थिर असावी.
७) वस्तूची खरेदी हा प्रतिष्ठेचा प्रश्न होता कामा नये.
८) कर विषयक धोरणात बदल होत नाही.

सिद्धान्त मांडताना काही अपेक्षित परिस्थिती गृहीत धरूनच नियमांचे विवेचन केले जाते.म्हणून नियमाच्या सुरुवातीलाच 'इतर परिस्थिती कायम आहे' असे म्हटले जाते.

वरील गृहीत परिस्थिती असेल तरच मागणीचा नियम सर्वसाधारणपणे लागू पडतो. एखाद्या गृहीत तत्त्वामध्ये बदल झाला तर मागणीचा नियम सत्य ठरू शकत नाही.

उदा. वस्तूंच्या किमती वाढत असताना जर उत्पन्नही वाढत असेल, तर मागणी कमी होणार नाही. तसेच सोन्यासारख्या वस्तूच्या खरेदीत प्रतिष्ठा असल्याने त्याची किंमत वाढूनही मागणीत घट होत नाही.

तक्ता २.१

मोसंबीची किंमत	मोसंबीची मागणी (नग)
५	१०
४	२०
३	३०
२	४०
१	५०

वरील तक्ता २.१ मध्ये मोसंबीची किंमत रुपये ५ असताना मागणी १० नगांची असते. किंमत रुपये ४ झाल्यास मागणी २० नग होते. याचा अर्थ किंमत कमी झाल्यास मागणीत वाढ होते, तर किंमत वाढल्यास मोसंबीची मागणी कमी होते. म्हणजेच मोसंबीची किंमत व मागणी या दोन्हीत व्यस्त प्रमाण संबंध आहेत हे सिद्ध होते.

मागणीचा संबंध पुढील आकृतीद्वारे स्पष्ट होतो.

आकृती २.१ मध्ये **'अक्ष'** अक्षावर मोसंबीची मागणी व **'अय'** अक्षावर मोसंबीची किंमत दर्शविली आहे. **'म म'** हा मागणीवक्र डावीकडून उजवीकडे खाली घसरत येतो. या मागणीवक्राचे स्वरूप मोसंबीची किंमत व मागणी या दोन्हीत व्यस्त संबंध दाखवितो. म्हणजे किंमत वाढली की मागणी कमी होते व किंमत कमी झाली की मागणी वाढते. यालाच मागणीचा नियम किंवा सिद्धान्त असे म्हणतात.

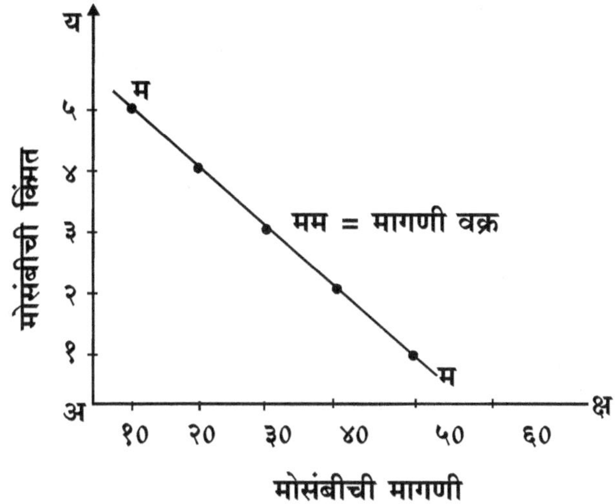

आकृती २.१

मागणीचा नियम, व्यवहारामध्ये आढळून येण्याची कारणे म्हणजे घटत्या उपयोगितेचा नियम, वस्तूंच्या विविध उपभोगांचे तत्त्व, गरजेची कमी - अधिक तीव्रता; उत्पन्नातील भिन्नता ही आहेत.

मागणीच्या नियमाचे अपवाद (Exceptions) : वरील मागणी नियमाला अपवाद आहेत. ते पुढीलप्रमाणे सांगता येतील.

१) **गिफेनचा विरोधाभास** : सर रॉबर्ट गिफेन या अर्थशास्त्रज्ञाने हलक्या प्रतीच्या वस्तूबाबतीत मागणीचा नियम कार्यान्वित होत नाही, असे सांगितले आहे. निकृष्ट प्रतीच्या वस्तूंची किंमत कमी झाली असताना मागणीतसुद्धा घट होते तसेच किंमत वाढल्यास मागणीही वाढते. उदा. मका, पाव, हायब्रीड- ज्वारी, बाजरी, जाडेभरडे कापड इ.

गरीब व्यक्तीच्या बाबतीत असे आढळते की, एखाद्या हलक्या प्रतीच्या वस्तूची

किंमत कमी झाली तर त्या व्यक्तीचे वास्तव उत्पन्न वाढते. त्यामुळे ती व्यक्ती अधिक चांगल्या दर्जाच्या वस्तूवर पैसे खर्च करण्यास तयार होते. त्याचबरोबर किमती उतरलेल्या हलक्या प्रतीच्या वस्तूंची (किंमत कमी होऊनही) मागणी कमी होते. परंतु संपूर्ण बाजारपेठेचा विचार करता हा विरोधाभास तितकासा महत्त्वाचा ठरत नाही, कारण जी वस्तू एखाद्या व्यक्तीच्या दृष्टीने निकृष्ट असते, तीच वस्तू इतरांच्या दृष्टीने चांगलीही असू शकते.

२) **प्रतिष्ठेच्या वस्तू** : काही वस्तूंचा वापर सामाजिकदृष्ट्या प्रतिष्ठा प्राप्त करून देणारा असतो. उदा. हिरे, सोने, मोती, रत्ने, दुर्मीळ वस्तू इ. अशा वस्तूंच्या किमतीत घट झाली तरी सामान्य व्यक्ती त्या वस्तूंची मागणी करीत नाही. म्हणजेच किमतीत घट होऊनही अशा वस्तूंची मागणी वाढत नाही. या वस्तूंच्या किमतीत वाढ झाली तरी समाजातील श्रीमंत वर्ग आपली प्रतिष्ठा टिकवून ठेवण्यासाठी या वस्तूंच्या मागणीत घट करत नाहीत.

३) **आवश्यक वस्तू** : जीवनावश्यक वस्तूंच्या मागणीवर किंमतवाढीचा किंवा घटीचा परिणाम घडून येत नाही. अन्न, वस्त्र, निवारा या मूलभूत गरजा पूर्ण करण्यासाठी प्रत्येकाची धडपड सुरू असते. या वस्तूंच्या किमतीत वाढ झाली, तरी मागणीत घट होत नाही. तसेच किमतीत घट झाली तरी मागणी वाढत नाही.

४) **युद्ध** : युद्धाच्या काळात वस्तूंची टंचाई निर्माण होईल असे उपभोक्त्यांना वाटत असते, त्यामुळे उपभोक्ते वस्तूंचा साठा करतात. अशा वेळी किंमतवाढ होऊनही साठा करण्यासाठी मागणी केली जाते.

५) **मंदी** : मंदीच्या काळात वस्तूंच्या किमती कमी असतात, तरीही मागणी फारच कमी असते. मागणी न वाढण्याचे कारण म्हणजे ग्राहकांची क्रयशक्ती कमी झालेली असते.

६) **सट्टेबाजी** : एखाद्या वस्तूची किंमत वाढत असून भविष्यकाळात ती अधिकच वाढण्याची शक्यता असल्यास लोक वाढत्या किमतीला त्या वस्तूचे अधिक नग खरेदी करतात. म्हणजे किंमत वाढत असतानाही मागणी वाढतच राहते उदा. शहरी भागातील भूखंडाच्या किमती.

मर्यादा (Limitations)

हा सिद्धान्त मांडताना 'इतर परिस्थिती कायम' असा शब्दप्रयोग केला आहे. इतर परिस्थिती म्हणजे लोकांचे उत्पन्न, वस्तू बाजाराच्या आवडी-निवडी, फॅशन्स, पर्यायी वस्तूंच्या किमती, देशाची लोकसंख्या इ. होत. या गोष्टीत बदल झाल्यास हा सिद्धान्त खरा ठरत नाही किंवा त्यावर मर्यादा येतात. या मर्यादा पुढीलप्रमाणे –

(१) लोकांच्या उत्पन्नातील बदल : किमतीत वाढ किंवा घट झाल्यास वस्तूच्या मागणीतसुद्धा घट किंवा वाढ होते. मात्र किमतीतील वाढीबरोबरच लोकांचे उत्पन्न वाढल्यास वस्तूची मागणी कमी होण्याऐवजी वाढते किंवा घटत्या किमतीबरोबरच उत्पन्नातसुद्धा घट झाल्यास मागणी वाढण्याऐवजी कमी होते, म्हणून उत्पन्नात बदल झाल्यास मागणीचा सिद्धान्त प्रत्ययास येत नाही.

(२) लोकांच्या आवडी-निवडी, फॅशन्स यामधील बदल : मागणीचा सिद्धान्त खरा ठरण्यासाठी लोकांच्या आवडी-निवडी, फॅशन्स इ. घटक स्थिर असावे लागतात. मात्र किमतीतील बदलांबरोबर या घटकात बदल झाल्यास मागणीचा सिद्धान्त खरा ठरत नाही.

(३) इतर वस्तूंच्या किमतीत बदल : उपभोक्ता खरेदी करीत असलेल्या वस्तूला पर्यायी असणाऱ्या वस्तूंच्या किमतीत बदल झाल्यास मागणीचा सिद्धान्त खरा ठरत नाही. उदा. रसना व गोल्डस्पॉट या एकमेकाला पर्यायी वस्तू आहेत. रसनाची किंमत वाढली व त्याचवेळी गोल्डस्पॉटची किंमत त्यापेक्षा जास्त वाढली तर रसनाची मागणी कमी होण्याऐवजी वाढते, कारण रसनाला पर्याय असलेल्या गोल्डस्पॉटची किंमत रसनापेक्षा जास्त वाढलेली असते. म्हणून इतर पर्यायी वस्तूंच्या किमती स्थिर राहिल्यां पाहिजेत, तरच मागणी सिद्धान्त खरा ठरतो.

(४) स्वस्त पर्यायी वस्तू निर्माण झाल्यास : उपभोक्ता खरेदी करीत असलेल्या वस्तूला बाजारात दुसऱ्या पर्यायी वस्तू निर्माण झाल्यास मागणीचा सिद्धान्त खरा ठरत नाही. उदा. संत्र्याला पर्यायी मोसंबी, सफरचंद, द्राक्षे ही फळे आहेत.

(५) लोकसंख्या वाढ : मागणीचा सिद्धान्त खरा ठरण्यासाठी देशाची लोकसंख्या स्थिर असावी लागते. लोकसंख्येत वाढ झाल्यास वस्तूची किंमत व मागणीतील व्यस्त प्रमाण संबंध दिसून येत नाही.

अशा रीतीने वरील परिस्थितीत मागणीच्या सिद्धान्तावर मर्यादा येतात.

२.२.२ मागणीचे निर्धारक घटक (Determinants of Demand)

वस्तूची मागणी किती जास्त अथवा कमी होईल हे अनेक घटकांवर अवलंबून असते त्यांना 'मागणीचे निर्धारक घटक' असे म्हणतात.

१) वस्तूची किंमत : वस्तूच्या मागणीवर किमतीचा परिणाम दिसून येतो. सर्वसाधारणपणे वस्तूची किंमत कमी झाली की, मागणी वाढते व किंमत वाढली की मागणी कमी होते, म्हणजे वस्तूची किंमत आणि वस्तूची मागणी यांचा व्यस्त संबंध दिसून येतो.

२) उपभोक्त्याचे उत्पन्न आणि विभागणी : उपभोक्त्याच्या उत्पन्नावर वस्तूची मागणी अवलंबून असते. सर्वसाधारणपणे उत्पन्न वाढले की उपभोक्ता वस्तूंची मागणी वाढवितो, मात्र निकृष्ट दर्जाच्या वस्तू त्याला अपवाद आहेत. कारण उत्पन्न वाढले की उपभोक्ता चांगल्या दर्जाच्या वस्तू खरेदी करतो . त्याचप्रमाणे तो आरामदायी आणि चैनीच्या वस्तूंची खरेदी करतो.

उत्पन्नाचे विभाजन (सम/विषम) यावरसुद्धा उपभोग अवलंबून असतो. श्रीमंत व्यक्ती तलम आणि उंची कापडाची मागणी करतात, तर गरीब व्यक्तींकडून उंची कापडाला थोडी मागणी तर जाड्या भरड्या कापडाला अधिक मागणी राहते. गरीब व्यक्ती जीवनावश्यक वस्तूंची मागणी करतात.

३) पर्यायी वस्तूंच्या किमती, दर्जा व संख्या : एकाच वस्तूऐवजी तशाच दुसऱ्या प्रकारच्या वस्तूचा वापर होतो तेव्हा त्या दोन वस्तू एकमेकांना पर्यायी ठरतात. उदा. थम्सअप आणि पेप्सी या दोन पैकी कोणत्याही एका थंड पेयाचा वापर करून गरज पूर्ण करता येते. त्यामुळे दोन थंड पेये एकमेकांना पर्यायी ठरतात. पर्यायी वस्तूंची जेवढी संख्या जास्त, तेवढी उपभोक्त्यांची मागणी त्या सर्व वस्तूंमध्ये विभागली जाते. पर्यायी वस्तूंची संख्या कमी असेल तर एका वस्तूच्या किमतीत बदल झाला की, दुसऱ्या पर्यायी वस्तूची मागणी खूप वाढते. साखरेला पर्याय गूळ असल्याने साखरेच्या किमतीत वाढ झाली की, गुळाचा खप मोठ्या प्रमाणात वाढतो.

४) उपभोक्त्यांची आवड-निवड प्राधान्यक्रम आणि त्यातील बदल: उपभोक्त्याकडून वस्तूंची मागणी केली जाते. आवश्यक वस्तूंची मागणी अलवचीक असते. व्यक्तीनुसार गरजेची तीव्रता बदलते. तसेच इतर वस्तूंच्या मानाने उपभोक्त्याला एखादी वस्तू कितपत आवडते यावरही मागणी अवलंबून असते. याशिवाय गरज, प्राधान्यक्रम यावरही मागणी अवलंबून असते. कोणत्या वस्तूची गरज प्रथम पूर्ण करावयाची हे ठरवून उपभोक्ता आपला पसंतीक्रम ठरवतो.

५) लोकसंख्येतील बदल : लोकसंख्येत वाढ झाली तर उपभोक्त्यांची संख्या वाढते. याउलट लोकसंख्या घटली तर उपभोक्त्यांची संख्या कमी होते. त्याचप्रमाणे लोकसंख्येच्या रचनेत बदल झाल्यास उपभोक्त्यांची संख्या बदलते. जर लोकसंख्येत तरुणांचे प्रमाण जास्त असेल तर वेगवेगळ्या वस्तूंची मागणी वाढते. जर लहान मुलांचे प्रमाण जास्त असेल तर खेळणी, कपडे इत्यादींची मागणी वाढते.

६) वाहतूक व दळणवळण साधने : वाहतूक व दळणवळणाच्या साधनात वाढ झाली तर विशिष्ट बाजारपेठेत उपभोक्त्यांची संख्या वाढते. तसेच उपभोक्त्याला आवश्यक असणाऱ्या वस्तू कोठूनही उपलब्ध होऊ शकतात.

७) किंमत बदल अपेक्षा : भावी काळात विशिष्ट वस्तूची किंमत वाढणार अशी उपभोक्त्याची अपेक्षा असेल तर तो मोठ्या प्रमाणात वस्तूची खरेदी करतो. आता भावी काळात वस्तूची किंमत कमी होणार असे वाटल्यास तो ती खरेदी लांबणीवर टाकतो.

८) जाहिरात : जाहिरातीमुळे वस्तूमधील उपयोगिता काल्पनिकपणे वाढविली जाते तसेच ग्राहकांना आकर्षित केले जाते, त्यामुळे वस्तूच्या मागणीत वाढ होते.

९) बँका, विमा आणि वाहतूक सुविधा : जर एखाद्या ठिकाणी बँका, विमा कंपन्या, व दळणवळणाची साधने यामध्ये वाढ झाली तर मागणीतही वाढ होते.

१०) इतर : जर वस्तू हप्त्याने विकल्या तर वस्तूंची मागणी वाढते. वस्तूंची गुणवत्ता चांगली असेल आणि किंमत योग्य असेल तर अशा वस्तू लोक अधिक खरेदी करतील, म्हणजेच त्यांची मागणी वाढते.

अशा रीतीने विविध घटकांच्या साहाय्याने मागणी निर्धारित केली जाते.

२.२.३ लवचीकता संकल्पना (Concept of Elasticity)

लवचीकता ही बदलाच्या (चल) दुसऱ्या बदलाशी जुळवून घेण्याच्या प्रतिक्रियेची गणना आहे. ही संवेदनशीलता इतर मोजमापामधील (पॅरामीटर्समधील) बदलांच्या संबंधात विनंती केलेल्या प्रमाणात बदलण्याद्वारे मोजली जाते. जसे किंमत हे मुख्यत: एखाद्या उत्पादनाच्या किंवा सेवेच्या किंमतीतील बदल ग्राहकांच्या मागणीत किती बदल करते हे शोधण्यासाठी वापरले जाते.

अर्थशास्त्रात लवचीकता एका आर्थिक चलाच्या दुसऱ्या चलातील बदलाला प्रतिसाद देण्याच्या क्षमतेचे मोजमाप करते.

जसे जर एखाद्या वस्तूची मागणीची किंमत लवचीकता –२ असेल तर किंमतीत १० टक्के वाढ झाल्यास मागणीचे प्रमाण २०% कमी होईल. अर्थशास्त्रातील लवचीकता किंमत बदलांसह खरेदीदार आणि विक्रेत्यांच्या वर्तनातील बदलांची समज प्रदान करते. मागणी आणि पुरवठ्यासाठी दोन प्रकारची लवचीकता असते. एक म्हणजे अस्थिर मागणी आणि पुरवठा आणि दुसरे म्हरजे लवचीक मागणी आणि पुरवठा.

लवचीकतेचे प्रकार (Types of Elasticity)

१) मागणीची लवचीकता (Elasticity of Demand)

कुर्नो (Cournot); मिल (Mill) इ. नी. मागणीच्या लवचीकतेची कल्पना मांडली, परंतु अलीकडे मार्शल यांनी मागणीच्या लवचीकतेचे अधिक विश्लेषण

केले. मागणीच्या सिद्धान्तावरून किंमतवाढ अथवा वस्तूच्या मागणीतसुद्धा वाढ अथवा घट होते हे समजते, मात्र किमतीत विशिष्ट प्रमाणात बदल झाल्यास मागणीत किती प्रमाणात बदल होतो हे समजत नाही. वस्तूची किंमत व तिची मागणी यात परस्परसंबंध कसा असतो हे समजत नाही, म्हणून वस्तूची किंमत व मागणी या दोहोंतील परस्परसंबंधाची कल्पना येण्यासाठी मागणीची लवचीकता ही कल्पना उपयुक्त ठरते.

मागणीच्या लवचीकतेची व्याख्या

१) किमतीत बदल झाल्यामुळे मागणीत जे बदल घडून येतात त्या बदलांच्या प्रमाणाला मागणीची लवचीकता असे म्हणतात.

२) वस्तूची किंमत उपभोक्त्याचे उत्पन्न, किंवा इतर वस्तूंच्या किमतीत झालेल्या बदलांमुळे वस्तूच्या मागणीत होणाऱ्या बदलांचे संख्यात्मक माप म्हणजे मागणीची लवचीकता होय.

३) मागणीतील बदलाचे प्रमाण आणि किमतीतील बदलांचे प्रमाण यांच्यातील गुणोत्तर प्रमाणास मागणीची लवचीकता असे म्हणतात.

मागणीच्या लवचीकतेचे प्रकार : वस्तूच्या मागणीच्या लवचीकतेचे साधारणपणे चार प्रकार पडतात. मागणीमध्ये कोणत्या कारणांनी बदल झाला आहे, त्या कारणांवर आधारित (cause oriented) हे प्रकार आहेत.

अ) मागणीची किंमत लवचीकता

ब) मागणीची उत्पन्न लवचीकता

क) मागणीची तिरकस / छेदक लवचीकता

अ) मागणीची किंमत लवचीकता :

डॉ. आल्फेड मार्शल यांनी मागणीच्या किंमत लवचीकतेची संकल्पना मांडली.

डॉ. मार्शल यांच्या मते 'किमतीतील घटीमुळे मागणीत होणारी कमी किंवा जास्त वाढ आणि किमतीतील वाढीमुळे मागणीत होणारी कमी किंवा जास्त घट म्हणजे मागणीची किंमत लवचीकता होय.'

किमतीत होणाऱ्या प्रमाणशीर बदलामुळे वस्तूच्या मागणीत जे प्रमाणशीर बदल होत असतात, त्यांचे गुणोत्तर म्हणजे मागणीची किंमत लवचीकता होय.

प्रा. लिप्से यांच्या मते ' मागणीतील शेकडा बदलाचे किमतीतील शेकडा बदलाशी असणारे प्रमाण म्हणजे मागणीची किंमत लवचीकता होय.'

मागणीतील बदलाचे प्रमाण आणि किमतीतील बदलाचे प्रमाण यांच्यातील

गुणोत्तर प्रमाणास मागणीची किंमत लवचीकता म्हणतात. सूत्ररूपात ही लवचीकता पुढीलप्रमाणे मांडता येते.

$$\textbf{मागणीची किंमत लवचीकता} = \frac{\textbf{मागणीतील शेकडा बदल}}{\textbf{किंमतीतील शेकडा बदल}}$$

या गुणोत्तराचे उत्तर एक, एकपेक्षा जास्त किंवा एकपेक्षा कमी येते, त्यानुसार मागणीची लवचीकता समजते.

ब) मागणीची उत्पन्न लवचीकता :

लोकांच्या उत्पन्नात बदल झाल्यास मागणीत होणारा बदल जसे की, उत्पन्न वाढल्यास लोक महागड्या वस्तू जास्त खरेदी करू शकतात.

मागणीच्या उत्पन्न लवचीकतेत उत्पन्न आणि मागणी यांचा संबंध विचारात घेतला जातो. उत्पन्नात बदल झाल्यास मागणीत निश्चित किती बदल होईल हे उत्पन्न लवचीकतेवरून समजते.

उत्पन्नातील बदलाचे मागणीतील बदलाशी असणारे प्रमाण म्हणजे मागणीची उत्पन्न लवचीकता होय.

सूत्र –

$$\textbf{मागणीतील उत्पन्न लवचीकता} = \frac{\textbf{मागणीतील शेकडा बदल}}{\textbf{उत्पन्नातील शेकडा बदल}}$$

क) मागणीची छेदक / अन्योन्य लवचीकता :

एका वस्तूच्या किंमतीत बदल झाल्यावर दुसऱ्या वस्तूच्या मागणीत होणारा बदल. जसे की चहाच्या किंमतीत वाढ झाली तर लोक कॉफी जास्त खरेदी करू शकतात.

एका वस्तूच्या मागणीचा दुसऱ्या वस्तूच्या मागणीवर होणारा परिणाम छेदक लवचीकत स्पष्ट करते.

'एका वस्तूच्या किंमतीत प्रमाणशीर बदल झाल्यामुळे दुसऱ्या वस्तूच्या मागणीत होणाऱ्या प्रमाणशीर बदलांचे गुणोत्तर म्हणजे छेदक लवचीकता होय.

सूत्र –

$$\textbf{मागणीची छेदक लवचीकता} = \frac{\textbf{'क्ष' वस्तूच्या मागणीतील शेकडा बदल}}{\textbf{'य' वस्तूच्या किंमतीतील शेकडा बदल}}$$

मागणीची छेदक लवचीकता 'क्ष' आणि 'य' वस्तूंच्या छेदक मागणीच्या स्वरूपावर अवलंबून असते. त्या वस्तू पर्यायी किंवा पूरक असतात. मागणीची छेदक लवचीकता धन, ऋण व शून्य असते.

२) पुरवठ्याची लवचीकता :

वस्तूंच्या किंमतीत बदल झाल्यावर पुरवठ्यात होणारा बदल

किंमतीत होणाऱ्या बदलामुळे पुरवठ्याच्या प्रमाणात जे कमी जास्त बदल होतात. त्या बदलांच्या प्रमाणाला पुरवठ्याची लवचीकता म्हणतात.

सूत्र :

$$\text{पुरवठ्याची लवचीकता} = \frac{\text{पुरवठ्यातील शेकडा बदल}}{\text{किंमतीतील शेकडा बदल}}$$

वस्तूची किंमत बदलली असता वस्तूच्या पुरवठ्यात ज्या दराने बदल होतो त्यास पुरवठ्याची लवचीकता म्हणतात.

पुरवठ्याची लवचीकता मोजण्यासाठी पुरवठ्यातील बदल, मूळ किंमत, मूळ पुरवठा या बाब माहिती मिळवावी लागते.

२.३ पुरवठा – संकल्पना (Supply Concepts)

कोणत्याही विशिष्ट किमतीला विक्रीसाठी उपलब्ध असलेल्या एकूण वस्तू आणि सेवा यांची संख्या म्हणजे पुरवठा होय.

विशिष्ट कालावधीत अर्थव्यवस्थेत उत्पादित केलेल्या वस्तूंच्या नगरसंख्येची एकूण बेरीज म्हणजे एकूण उत्पादन होय. तर विशिष्ट कालावधीत विक्रेत्याकडे विक्रीसाठी उपलब्ध असलेली एकूण नगसंख्या म्हणजे साठा होय. नाशवंत वस्तूंच्या बाबतीत साठा आणि पुरवठा समान असतो. जसे मासे, दूध इत्यादी. टिकाऊ वस्तूंचा साठा हा त्यांच्या पुरवठ्यापेक्षा अधिक असू शकतो. जसे कपडे, फर्निचर इत्यादी.

पुरवठा ही सापेक्ष संकल्पना आहे. ती नेहमी किंमत, वेळ आणि नगसंख्या इत्यादी संदर्भात स्पष्ट केली जाते. पुरवठा हा शब्द काळ आणि किंमत यांच्याशी संबंधित असतो. विशिष्ट काळामध्ये विशिष्ट किंमत असताना उत्पादकाकडून विक्रीसाठी पुरविलेली नगसंख्या म्हणजे पुरवठा होय. उत्पादकाने उत्पादित केलेल्या वस्तूंची नगसंख्या आणि विशिष्ट काळ जसे एक दिवस, एक आठवडा, एक महिना, एक वर्ष यामध्ये विक्रीसाठी बाजारात उपलब्ध केलेली नगसंख्या म्हणजे पुरवठा होय.

उत्पादक हा वस्तू बाजारात आणून विकण्याच्या उद्देशाने त्या वस्तूंचे उत्पादन करतो. वस्तू निर्माण करून त्या बाजारात विक्रीसाठी प्रत्यक्ष आणल्या जातात, तेव्हा

त्यांना पुरवठ्याचे स्वरूप येते. या ठिकाणी साठा आणि पुरवठा यातला फरक लक्षात घेणे आवश्यक असते. साठा म्हणजे वस्तूचे तयार नग होय. हे सर्व नग बाजारात एकदम आणले जातात असे नाही. भाजीपाला, फुले इ. लवकर खराब होणाऱ्या किंवा फार काळ न टिकणाऱ्या वस्तूंबाबत तयार असलेले सर्व नग एकदम बाजारात आणले जाण्याची शक्यता असते. म्हणजे त्यांच्या बाबतीत साठा आणि पुरवठा एकच असू शकतात, परंतु टिकाऊ वस्तूंबाबत मात्र साठा आणि पुरवठा वेगळे असण्याची शक्यता असते, कारण जेवढ्या नगांचे उत्पादन केले जाते ते सर्व बाजारात आणले जात नाहीत. त्यापैकी जेवढे नग बाजारात आणले जातात तो त्या वस्तूचा त्या विशिष्ट वेळी बाजारात केला जाणारा पुरवठा असतो. वस्तूच्या मागणीच्या संदर्भात ज्याप्रमाणे विशिष्ट काळ व विशिष्ट किंमत यांचा संदर्भ महत्त्वाचा असतो, तसाच वस्तूच्या पुरवठ्याबाबतही विशिष्ट काळ व विशिष्ट किंमत हे संदर्भ महत्त्वाचे असतात. उदा. भरत ढमढेरे यांनी १०० क्विंटल गव्हाचे उत्पादन केले म्हणजे १०० क्विंटल गव्हाचा साठा झाला व गव्हाची किंमत २००० रुपये क्विंटल असताना २५ क्विंटल गहू बाजारात विक्रीसाठी आणला म्हणजे २५ क्विंटल गव्हाचा पुरवठा केला.

पुरवठ्याचा अर्थ आणि संकल्पना पुढील व्याख्यांवरून अधिक स्पष्ट होते.

पुरवठ्याची व्याख्या :

१. मेयर्स यांच्या मते, पुरवठा म्हणजे एका विशिष्ट वेळी किंवा विशिष्ट कालखंडात निरनिराळ्या किंमतींना एका विशिष्ट वस्तूचे किती परिमाण पुरविले जाईल या संबंधीचा तक्ता होय.

२. विशिष्ट काळात विशिष्ट किमतीला जेवढ्या वस्तू विक्रेता बाजारात विक्रीसाठी आणतो त्यास पुरवठा असे म्हणतात.

३. डॉ. मार्शल यांच्या मते, पुरवठा म्हणजे विशिष्ट वेळी विक्रेत्यांनी विक्रीस काढलेले परिमाण होय.

४. पॉल सॅम्युअल्सन यांच्या मते, 'बजारात अस्तित्त्वात असलेल्या किंमती आणि विक्रेता विक्रीसाठी इच्छुक असलेल्या वस्तूंची नगसंख्या यातील संबंध म्हणजे पुरवठा होय.'

एखाद्या वस्तूचा पुरवठा विचारात घेताना विशिष्ट कालावधी व विशिष्ट किंमत यांचा संदर्भ महत्त्वाचा असतो, कारण कालावधी बदलला तर वस्तूचा पुरवठा बदलू शकतो, तसेच किंमत बदलल्यासही पुरवठा बदलतो.

२.३.१ पुरवठ्याचा नियम अथवा सिद्धान्त (The Law of Supply)

१८९० मध्ये प्रा. मार्शल यांनी 'अर्थशास्त्राची मूलत्त्वे' या पुस्तकात मागणी नियमाप्रमाणेच पुरवठ्याचा नियमही मांडला आहे. या नियमाद्वारे किंमत व पुरवठा यांतील परस्पर संबंध स्पष्ट केला आहे.

वस्तूची किंमत हा पुरवठ्यावर परिणाम करणारा सर्वात महत्त्वाचा घटक असतो. त्यामुळे पुरवठ्याचा नियम हा वस्तूच्या किंमतीच्या संदर्भात मांडला जातो.

किंमत आणि पुरवठा यांचा फलनात्मक संबंध हा नियम/सिद्धान्त सांगतो.

$S_x = F(P_x)$

येथे S = पुरवठा, x = वस्तू, F = फलन, P = वस्तूची किंमत

म्हणजे इतर घटक स्थिर राहिल्यास त्या वस्तूच्या किंमतीवर पुरवठा अवलंबून असतो.

नियम :

'इतर परिस्थिती कायम असेल तर वस्तूची किंमत वाढली की वस्तूचा पुरवठा वाढतो आणि किंमत घटली की पुरवठा कमी होतो.'

थोडक्यात, इतर घटक स्थिर असताना किंमत वाढल्यास वस्तूच्या नगसंख्येचा पुरवठा वाढतो तर किंमत कमी झाल्यास पुरवठा कमी होतो.

वस्तूचा पुरवठा व वस्तूची किंमत यांचा सम किंवा सरळ संबंध असतो. म्हणजेच वस्तूची किंमत व वस्तूचा पुरवठा एकाच दिशेने बदलतात.

पुरवठ्याचा नियम हा 'इतर परिस्थिती कायम असताना, खरा ठरतो.' इतर परिस्थिती मध्ये अनेक गोष्टी गृहीत असतात. उदा. उत्पादनतंत्र, उत्पादनघटकांची कार्यक्षमता, उत्पादनघटकांचे मोबदले इ. यापैकी कोणत्याही घटकात बदल झाला, तर या नियमापेक्षा वेगळी कृती दिसेल. उदा. उत्पादनतंत्रात बदल झाला तर दिलेल्या किमतीला पुरवठा वाढेल, किंवा उत्पादनघटकांचे मोबदले उदा. कामगारांचे वेतन वाढले तर किमती वाढतील, पण पुरवठ्याचे प्रमाण कायम राहील.

वस्तूची किंमत बदलल्यास पुरवठ्यावर होणारा परिणाम हा सिद्धान्त स्पष्ट करतो. वस्तूची मागणी आणि वस्तूची किंमत यांचा व्यस्त संबंध असतो, मात्र पुरवठा आणि किंमत यांचा धनसंबंध असतो. पुरवठ्याचा सिद्धान्त पुरवठापत्रक आणि पुरवठावक्राच्या साहाय्याने स्पष्ट करता येतो.

सिद्धान्ताची गृहीते : पुरवठ्याचा सिद्धान्त पुढील गृहीत परिस्थितीतच खरा ठरतो. इतर परिस्थिती कायम असेल तर या वाक्याचा उपयोग केला जातो.

१. उत्पादनाचा खर्च स्थिर असला पाहिजे.
२. इतर वस्तूंच्या किमती स्थिर असल्या पाहिजेत.
३. उत्पादनतंत्र स्थिर असले पाहिजे.
४. भविष्यात किंमत बदलाची विक्रेत्यांना अपेक्षा असता कामा नये.
५. उत्पादनघटकांचा पुरवठा आणि किंमती स्थिर आहेत.
६. हवामानाच्या स्थितीत बदल नाही. उदा. पूर, भूकंप, दुष्काळ बदल नाही.
७. सरकारी धोरणांत बदल होत नाही.

पुरवठ्याचा नियम : पुरवठापत्रकाच्या साहाय्याने किंमत आणि पुरवठा यातील संबंध स्पष्ट होतो.

तक्ता २.२

कापडाची किंमत (रु.)	बाजारातील एकूण पुरवठा (मीटर)
५०	५०००
१००	१०,०००
१५०	१५,०००
२००	२०,०००
२५०	२५,०००

वरील तक्त्यावरून असे दिसून येते की, कापडाची किंमत१५० रुपये मीटर असताना बाजारातील कापडाचा पुरवठा १५,००० मीटर आहे. जर किंमत ५० रुपये पर्यंत कमी झाली तर बाजारातील कापडाचा पुरवठा ५००० मीटर झाला. म्हणजेच कमी झाला. याउलट कापडाची किंमत २५० रुपये मीटर झाली तर कापडाचा पुरवठा २५,००० मीटरपर्यंत वाढतो. पुरवठा तक्त्यांच्या साहाय्याने पुरवठावक्र काढता येतो.

आकृती २.२ मध्ये 'अक्ष' अक्षावर कापडाची किंमत आणि 'अय' अक्षावर कापडाचा पुरवठा दर्शविलेला आहे. पप, हा पुरवठावक्र आहे. पुरवठावक्र हा किंमत आणि पुरवठा यांच्यातील संबंध सांगतो. पुरवठ्याच्या सिद्धान्ताप्रमाणे किंमत आणि पुरवठा यांचा सरळ / सम संबंध असल्यामुळे पुरवठ्याचा वक्र हा नेहमी डावीकडून उजवीकडे वर चढत जाणारा असतो. म्हणून आकृतीतील पप, हा पुरवठावक्र डावीकडून उजवीकडे वर चढत गेलेला आहे. किंमत वाढली की पुरवठा वाढतो व किंमत कमी झाली की, पुरवठा कमी होतो हे $पप_१$ या वक्रावरून स्पष्ट होते.

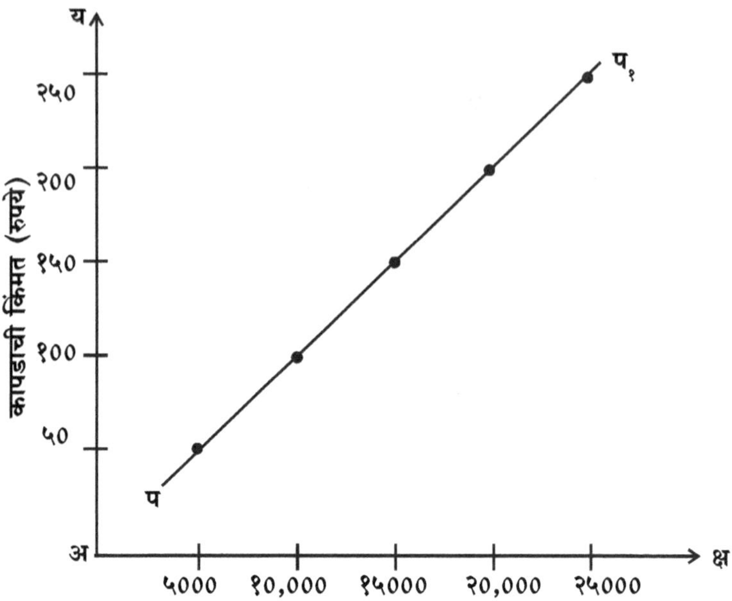

कापडाचा पुरवठा (मीटर)

आकृती २.२

पुरवठा सिद्धांताच्या मर्यादा अथवा अपवाद :

१. भविष्यकाळात वस्तूची किंमत अधिक कमी होईल असे उत्पादकाला वाटल्यास तो वर्तमानकाळात बाजारातील किमतीपेक्षा कमी किमतीत वस्तूची विक्री करेल म्हणजे वस्तूचा पुरवठा वाढवेल.

२. **कृषी उत्पादने :** रोख पैशाची गरज असल्यास मुख्यतः शेतकऱ्याच्या बाबतीत हे दिसून येते. हंगामाच्या काळात अन्नधान्याचे भाव कमी होतात तरी पण रोख पैशाची गरज असल्याने शेतकरी आपला शेतमाल बाजारात विकतात.

३. तंत्रस्थिती बदलते, इतर वस्तूंची किंमत बदलते, इतर परिस्थिती कायम नसते इत्यादी... तेव्हा.

४. श्रमाचा मागे वळणारा पुरवठा वक्र इत्यादी.

५. **नाशवंत वस्तू :** नुकसान टाळण्यासाठी विक्रेते कमी किंमतीला जास्त पुरवठा करू शकतात. जसे – भाजीपाला इ.

६. **दुर्मीळ वस्तू :** दुर्मीळ वस्तू जसे मौल्यवान वस्तू, दुर्मीळ चित्रे, नाणी इत्यादी या वस्तूंची निर्मिती पुन्हा करता येत नाही. त्यामुळे अशा वस्तूंच्या किंमती वाढल्या तरी पुरवठा वाढविता येत नाही.

७. **रोख रकमेची तीव्र गरज :** जर विक्रेत्याला पैशाची तीव्र गरज असेल तर विक्रेता आपला माल बाजार किंमतीपेक्षा ही कमी किंमतीला विकेल. अथवा पुरवठा वाढवेल.

२.३.२ पुरवठ्याचे निर्धारक घटक (Determinants of Supply)

पुरवठा हा किमतीवर अवलंबून असला तरी किंमत हा पुरवठ्याचा एकमेव निर्धारक घटक नाही. किमतीव्यतिरिक्त इतरही घटकांवर पुरवठा अवलंबून असतो. ते घटक पुढीलप्रमाणे :

१. वस्तूची किंमत : इतर परिस्थिती कायम असेल तर वस्तूची किंमत जेवढी जास्त असेल तेवढा पुरवठा जास्त होईल, कारण जास्त किंमत असताना उत्पादकांना जास्त नफा प्राप्त होतो. याउलट जेवढी किंमत कमी, तेवढा पुरवठा कमी होईल, कारण नुकसान टळावे म्हणून पुरवठा कमी केला जातो.

२. पर्यायी वस्तूंच्या किमती : विशिष्ट वस्तूला पर्यायी असणाऱ्या वस्तूंच्या किमतीमधील बदलांनुसार त्या त्या वस्तूंचा पुरवठा बदलेल. पुरवठ्यातील या बदलांना अनुसरून त्या विशिष्ट वस्तूच्या पुरवठ्यातही बदल होईल. उदा. लाकडी टेबल खुर्च्यांच्या किमतीत वाढ झाली तर पर्यायी प्लॅस्टिक अथवा लोखंडी टेबल – खुर्च्यांच्या पुरवठ्यात वाढ होईल.

३. उत्पादनघटकांच्या किंमती : उत्पादन घटकांचे मोबदले (खंड, वेतन, व्याज, नफा) हा उत्पादनाचा खर्च असतो. खर्च वाढला की नफा कमी होतो. उदा. शहरातील अगर शहराजवळील जमिनींच्या किमती भरमसाठ असल्याने शहरात स्वतंत्र बंगल्याचे प्रमाण कमी होत चालले आहे आणि फ्लॅटची अथवा सोसायट्यांची संख्या वाढत आहे.

तर उत्पादनघटकांच्या किमती कमी असतील तर उत्पादनखर्च कमी होऊन त्यांचा मोठ्या प्रमाणात वापर करून उत्पादन वाढेल, त्यामुळे वस्तूचा पुरवठा वाढेल.

४. उत्पादन तंत्रातील बदल : नव्या उत्पादन तंत्राचा वापर केल्याने उत्पादन खर्च कमी झाल्यास वस्तूचा पुरवठा वाढू शकतो.

बदलावरही वस्तूचा पुरवठा अवलंबून असतो. शास्त्रीय शोधामुळे प्लास्टिकसारख्या

वस्तूचा शोध लागला. त्यामुळे प्लास्टिकच्या असंख्य प्रकारच्या वस्तूंचा पुरवठा वाढला. आणि परंपरागत वस्तूंचा पुरवठा कमी झाला.

५. वाहतूक साधने : वाहतूकव्यवस्था किती प्रगत आहे त्यावरसुद्धा पुरवठा अवलंबून असतो. प्रगत व जलद वाहतूकव्यवस्था असेल तर विविध वस्तूंचा पुरवठा सर्वत्र वाढतो.

६. सरकारचे धोरण : सरकारने एखाद्या वस्तूबाबत सबसिडी जाहीर केल्यास त्या वस्तूचा पुरवठा वाढू शकतो, तर उत्पादन कर वाढविल्यास उत्पादनसंस्था त्या किमतीस त्या वस्तूचा पुरवठा कमी करेल.

७. उत्पादकांचा करार : किंमत स्थिर ठेवण्यासाठी पुरवठ्याच्या नियंत्रणाचा करार उत्पादकामध्ये झाल्यास पुरवठा स्थिर ठेवला जातो. म्हणजे उत्पादकाच्या धोरणावर पुरवठा अवलंबून असतो.

८. कालावधी : अतिअल्पकाळात वस्तूचा पुरवठा अलवचीक असतो. अल्पकाळात कमी लवचीक व दीर्घकाळात लवचीक असतो. म्हणजेच पुरवठा हा काळावरसुद्धा अवलंबून असतो.

९. शेती वस्तूंचा पुरवठा : शेतीचा पुरवठा अनेक घटकांवर अवलंबून असतो.पाऊस, हवामान, खतांचा वापर, पाणीपुरवठा, बियाणे, कीटकनाशके, उत्पादन पद्धती इत्यादी.

१०. राजकीय अस्थिरता अथवा युद्ध : राजकीय अस्थिरता किंवा युद्धजन्य परिस्थितीचा उत्पादनावर प्रतिकूल परिणाम होऊन पुरवठा कमी होतो.

११. नैसर्गिक परिस्थिती : उत्तम पाऊस झाला तर पीक भरपूर येते व धान्याचा पुरवठा अधिक असतो. परंतु अवर्षण असल्यास पुरवठा कमी होतो.

१२. राजकीय शांतता व सुव्यवस्था : देशात शांततेची व सामान्य परिस्थिती असेल तर उत्पादक वर्ग जास्तीतजास्त उत्पादन सुरळीतपणे करतील व विविध वस्तूंचा पुरवठा वाढेल. याउलट राजकीय परिस्थिती धकाधकीची व अशांततेची असेल तर उत्पादन प्रक्रियेत अडथळे येतील व वस्तूचा पुरवठा कमी होईल.

१३. पायाभूत सुविधा : पायाभूत सुविधांचा परिणाम उत्पादन प्रक्रिया व पुरवठ्यावर होतो जसे की वीज, वाहतूक, दळणवळण इत्यादी. या सुविधांच्या अभावामुळे पुरवठा कमी होतो आणि सुविधांची अधिक उपलब्धता असल्यास पुरवठा जास्त केला जातो.

१४. भविष्यकालीन किंमतीचा अंदाज : भविष्यात किंमती वाढण्याची शक्यता असल्यास उत्पादक मोठा साठा वाढवेल. त्यामुळे पुरवठा कमी होईल आणि

याउलट किंमती कमी होण्याची शक्यता असल्यास उत्पादक साठा कमी करून पुरवठा वाढवेल.

१५. इतर घटक : उत्पादकांची संख्या, उत्पादनसंस्थांचे उद्दिष्ट , विक्रेत्याची किमतीची अपेक्षा, आयात – निर्यात, उद्योग संघटन, उत्पादनघटकांची उपलब्धता, त्यांची कार्यक्षमता, औद्योगिक शांतता, बाजाराचे स्वरूप इतर वस्तूंच्या सापेक्ष किंमती अशा अनेक घटकांचा पुरवठ्यावर परिणाम होतो. घटक अनुकूल असतील तर वस्तूची पुरवठा वाढतो आणि घटक प्रतिकूल असतील तर पुरवठा घटतो.

२.४ उत्पादन फलन संकल्पना (Production Function - Concepts)

उत्पादन फलन ही अर्थशास्त्रातील एक महत्त्वाची संकल्पना आहे. एखाद्या उत्पादनासाठी विविध संसाधनांचा जसे श्रमिक, भांडवल, जमीन, तंत्रज्ञान यांचा वापर करून किती प्रमाणात उत्पादन होईल हे दाखविणारे एक गणितीय किंवा सैद्धांतिक परस्पर संबंध म्हणजे उत्पादन फलन होय.

कोणत्याही वस्तूचे उत्पादन करण्यासाठी चार घटक कार्यरत असतात. यालाच उत्पादनाचे घटक असे म्हणतात. भूमी, श्रम, भांडवल व संयोजन या चार घटकांवरच उत्पादन अवलंबून असते. यावरून उत्पादन फलन म्हणजे एका विशिष्ट प्रमाणातील उत्पादन घटकाचा उत्पादनाच्या प्रमाणाशी असलेला संबंध होय. याचा अर्थ असा की, उतपादन घटक किती प्रमाणात वापरले तर उत्पादन किती मिळेल हे दाखविणे होय. उत्पादन घटकांत बदल केल्याप्रमाणे उत्पादनात बदल होत असतात. हे बदल उत्पादन लक्षात येतात.

अर्थशास्त्रीय परिभाषेत उत्पादन म्हणजे विनिमेय उपयोगितांची निर्मिती होय. स्थलजन्य, कालजन्य, आणि स्वरूपजन्य उपयोगिता निर्माण केल्याने उत्पादन होत असते. उत्पादनप्रक्रियेत वस्तुरूप आदानांचे वस्तुरूप उत्पादनात रूपांतर होते. उत्पादन म्हणजे आदानांचे (उत्पादन घटकांचे) फलन किंवा परिणाम होय. **वस्तुरूप आदान आणि वस्तुरूप उत्पादन यातील फलात्मक संबंध उत्पादन फलन किंवा उत्पादन फल म्हणून ओळखले जाते.**

येथे दोन महत्त्वाच्या बाबी लक्षात घ्याव्या लागतात. त्या म्हणजे उत्पादन फलनाने एका विशिष्ट कालखंडात आदानांच्या प्रवाहातून निर्माण होणारा उत्पादनाचा प्रवाह दर्शविला जातो. तसेच उत्पादनप्रक्रियेत वापरले जाणारे तंत्रज्ञान हा उत्पादन फलावर परिणाम करणारा महत्त्वाचा घटक असतो. जर सुधारित तंत्रज्ञानाचा वापर केला, तर आदानांचे प्रमाण पूर्वीइतकेच ठेवून उत्पादनात वाढ झाल्याचे दिसून येते.

उत्पादन फलनाचा शब्दशः अर्थ घ्यावयाचा झाल्यास असा घेतला जातो की,

उत्पादन हे कशाचे फलन आहे म्हणजे उत्पादन क्रिया कोणत्या घटकावर अवलंबून असते. उदा. कच्चा माल, यंत्रसामग्री, उत्पादनतंत्र, श्रम, भूमी, भांडवल, संयोजक इत्यादी घटकांमध्ये असलेले संबंध उत्पादन फलन दर्शविते. उत्पादन फलनाची व्याख्या पुढीलप्रमाणे सांगता येते.

'एखाद्या विशिष्ट उद्योगसंस्थेचा उत्पादन फलन संबंध म्हणजे एका विशिष्ट वेळी उत्पादन घटकांच्या वेगवेगळ्या संयोगाचे प्रमाण व उत्पादन यांचा संबंध दर्शविणे होय.'

प्रा. पॉल सॅम्युअलसन यांच्या मते, 'अस्तित्वात असलेल्या तांत्रिक ज्ञानाचा विचार करता उत्पादनाच्या वेगवेगळ्या संचापासून ज्या उत्पादन संस्थेस उत्पादन करणे शक्य असते त्या संबंधास उत्पादन फलन म्हणतात.'

भौतिक आदाने व भौतिक प्रदाने या दोहोतील संबंधांना उत्पादन फलन असे म्हणतात.

भौतिक आदानामध्ये (Inputs) उत्पादनासाठी आवश्यक असलेला कच्चा माल, यंत्रे, उत्पादनतंत्रे, भूमी, भांडवल, कामगार, संयोजक इत्यादींचा समावेश होतो, तर या घटकांचा वापर करून संयोजक वस्तूचे जे उत्पादन करत असतो त्यास प्रदान (Output) असे म्हणतात. वरील आदाने व प्रदाने यामधील संबंधांना उत्पादन फलन असे म्हणतात.

उदा. समजा, चिक्कूच्या उत्पादनासाठी जमीन, पाणी, मजूर, भांडवल, खते इत्यादी घटकांची गरज असते. या सर्वांना आदाने (Inputs) किंवा उत्पादनसाधने म्हणतात. आणि चिक्कू म्हणजे प्रदान (Output) होय.

उत्पादन फलनाची संकल्पना सूत्राच्या साहाय्याने पुढीलप्रमाणे स्पष्ट केली जाते.

$$P = f(a,b,c,d \text{ ------} n)$$

या समीकरणात F = फलन/फल (Function) P = उत्पादन (Production); A = भूमी (Land); B = कामगार (Labour) C = भांडवल (Capital) D = संघटन (Organisation) N = उत्पादनातील शेवटचा घटक (Last factor used in production)

या समीकरणाचा अर्थ P हा घटक a, b, c, d ----- n घटकांवर (आदाने) अवलंबून असतो. म्हणजेच वस्तूचे उत्पादन (प्रदान) कच्चा माल, यंत्रे, उत्पादनतंत्रे, भूमी, भांडवल, कामगार, संयोजक इत्यादी घटकांवर (आदाने) अवलंबून असते. उत्पादनफलन हे विशिष्ट काळातील आदाने व प्रदाने यांच्यातील संबंध दर्शविते.

उत्पादनफलन पुढील गृहीतांवर आधारलेले आहे.

१. उत्पादन फलन विशिष्ट काळातील आदाने व प्रदाने यामधील संबंध दर्शविते.

२. विशिष्ट काळात तंत्रज्ञान स्थिर असते. त्यात बदल होत नाही.

३. उत्पादनामध्ये उपलब्ध तंत्रज्ञानापैकी सर्वात चांगले तंत्रज्ञान वापरले जाते.

४. उत्पादन घटक लहान - लहान भागांत विभागता येतात.

उत्पादनफलनाचे विश्लेषण – समउत्पादन वक्र, बदलत्या प्रमाणांचा सिद्धान्त, आणि प्रमाणफल सिद्धान्ताच्या आधारे केले जाते.

२.४.१ उत्पादन फलनाची वैशिष्ट्ये (Charactersites of Production Function)

१) उत्पादन आणि उत्पादन घटकामधील संबंध : उत्पादन फलन हे उत्पादनाचे प्रमाण व त्यासाठी वापरलेल्या उत्पादन घटकांच्या मात्रा यांचे प्रमाण दर्शविते. उत्पादन फलन हे विशिष्ट उत्पादनासाठी उत्पादन घटकांच्या म्हणजे भूमी, श्रम, भांडवल व संयोजन यांच्या किती मात्रा वापरल्या यांचा संयोग दर्शविते. म्हणजेच उत्पादन फलन हे एका माहिती पत्रकाप्रमाणे असते की, ज्यामध्ये उत्पादन घटक व त्यापासून मिळणारे उत्पादन यांच्यातील संबंध दर्शविला जातो.

२) तंत्रज्ञानाचा स्तर : उत्पादन फलन हे तांत्रिक ज्ञानानुसार बदलते. उत्पादन फलन हे तांत्रिक ज्ञानावर अवलंबून असते. कारण तांत्रिक ज्ञानात होणाऱ्या बदलाप्रमाणे उत्पादन फलात बदल होतो. तांत्रिक ज्ञानातील प्रगतीमुळे उत्पादन प्रक्रियेत प्रगती झाली तर अधिक उत्पादन मिळते. यामुळे उत्पादन फलात सुधारणा होते.

तांत्रिक प्रगतीमुळे उत्पादन फलनात बदल होतो. उदा. इलेक्ट्रॉनिक टाईप राइटरऐवजी तांत्रिक प्रगतीमुळे आता कॉम्प्युटरचा वापर केला जातो. त्यामुळे कमी वेळात अधिक काम होते.

३) ठराविक वेळ : उत्पादन फलामध्ये वेळेचा विचार केला जातो. उत्पादन फलनात वेळेचा विचार करणे आवश्यक आहे. कारण वेळेचा विचार केला नाही तर उत्पादन फलनापासून अर्थबोध होत नाही. उदा. कोणत्या वेळी किती एकर जमिनीपासून किती उत्पादन मिळाले, येथे वेळ महत्त्वाची आहे.

४) उत्पादन घटकांची माहिती : उत्पादन फलनासाठी उत्पादन घटकाची माहिती असावी लागते. वस्तुच्या उत्पादनात उत्पादन घटकातील बदलामुळे किती बदल होतो. हे स्पष्ट होण्यासाठी उत्पादन घटकांची पुरेपूर माहिती असावी लागते. ही माहिती नसेल तर उत्पादन फलन माहीत होणार नाही.

उत्पादनघटकांचे एकक बदलल्यास उत्पादनात किती बदल होतो, ते उत्पादन फलनाच्या आधारे समजते. उदा. एक श्रमिक १०,००० रुपये भांडवल यांच्या साहाय्याने २० नगांचे उत्पादन होते. जर २ श्रमिक व २०,००० रुपयांचे भांडवल असा उत्पादन घटकांचा संयोग घेतला तर ४० नगांचे उत्पादन होते. याचाच अर्थ उत्पादनघटकांचा संयोग बदलला की उत्पादनपातळीत बदल होतो.

५) अभियांत्रिकी अर्थशास्त्र : उत्पादन फलन हा अभियांत्रिकी विषय आहे. उत्पादन फलन हा उत्पादन अभियांत्रिकीचा विषय आहे. तरीही उत्पादन फलनाचे अर्थशास्त्रातील महत्त्व लक्षात घेता, त्याचा अभ्यास अर्थशास्त्रातही केला जातो.

६) किंमत नाही, केवळ भौतिक संबंध : उत्पादन फलन केवळ भौतिक संबंधावर आधारित असते. त्यामुळे ते उत्पादन घटकांच्या किंमती विचारात घेत नाही.

७) उत्पादनाचे स्वरूप : उत्पादन फलन हे केवळ एका विशिष्ट वस्तूच्या उत्पादनाशी संबंधित असते. त्यामुळे, जर एखादी कंपनी एकापेक्षा जास्त वस्तूंचे उत्पादन करत असेल तर प्रत्येक वस्तूसाठी वेगळे उत्पादन फलन तयार केले जाते.

अशा प्रकारे उत्पादन फलन ही संकल्पना वरील वैशिष्ट्यांवर अवलंबून आहे.

२.५ बदलत्या प्रमाणांचा नियम अथवा सिद्धान्त (The Law of Variable Proportions)

अल्पकाळात उत्पादनाच्या एका घटकात बदल करून इतर घटकांचे प्रमाण स्थिर ठेवले असता त्याचा उत्पादनावर काय परिणाम होतो याचा अभ्यास बदलत्या प्रमाणाच्या नियमात केला जातो.

बदलत्या प्रमाणांचा नियम (The Law of Variable Proportions)

घटत्या प्रतिफलाच्या नियमाचे (Law of Diminishing Returns) आधुनिक स्वरूप म्हणजे बदलत्या प्रमाणाचा सिद्धान्त आहे. १९ व्या शतकात **रिकार्डो, वेस्ट, माल्थस** यांनी शेतीच्या संदर्भात हा नियम मांडला. **डॉ मार्शल यांनीही रिकार्डो प्रमाणेच** जमिनीच्या संदर्भात सिद्धान्त मांडून असे दाखवून दिले की, शेतीतंत्रात सुधारणा होत नसल्यास किंवा शेतीचे तंत्र कायम असल्यास श्रम व भांडवल या उत्पादनघटकांचे प्रमाण वाढवीत नेले तर, पिकांच्या उत्पादनात होणारी वाढ, सर्वसाधारणपणे श्रम आणि भांडवल या घटकांमधील वाढीपेक्षा कमी प्रमाणात होते. हाच घटत्या उत्पादनफलाचा सिद्धान्त होय. शेतजमीन ही नैसर्गिक देणगी असल्याने मनुष्याला तिचा पुरवठा कृत्रिमरित्या फारसा वाढविता येत नाही, त्यामुळे शेतजमिनीवर

घटत्या उत्पादनफलाचा सिद्धान्त प्रत्ययास येतो. आधुनिक अर्थशास्त्रज्ञांच्या मते, शेतीप्रमाणेच इतरत्रही घटत्या फलाची अवस्था दिसून येते.

बदलत्या प्रमाणाच्या सिद्धान्ताच्या किंवा नियमाच्या व्याख्या :

१. प्रा. स्टिगलर यांच्या मते, अन्य उत्पादनघटक स्थिर ठेवून एका उत्पादन घटकाचे प्रमाण क्रमशः वाढवीत गेल्यास एका विशिष्ट मर्यादेनंतर उत्पादनात होणाऱ्या वाढीचे प्रमाण घटत जाते. म्हणजेच बदलत्या घटकांचे सीमांत उत्पादन घटत जाते.

२. बेनहॅम यांच्या मते, उत्पादनघटक समूहापैकी एका घटकाचे प्रमाण वाढवीत नेले, तर विशिष्ट मर्यादेनंतर बदलत्या उत्पादनघटकाचे प्रथम सीमांत आणि नंतर सरासरी उत्पादन घटत जाते.

३. पॉल सॅम्युएल्सन यांच्या मते, तुलनात्मकदृष्ट्या काही घटकांची गुंतवणूक स्थिर असताना जर इतर काही घटकांचे गुंतवणुकीचे प्रमाण वाढविले, तर उत्पादनवाढ होईल, परंतु विशिष्ट बिंदू किंवा मर्यादा गाठल्यानंतर गुंतवणुकीत त्याच प्रमाणात वाढ केली, तरी उत्पादनवाढीचा दर घटत जाईल.

४. प्रा. बोल्डिंग यांच्या मते, इतर उत्पादनघटकांची नगसंख्या स्थिर ठेवून एका उत्पादनघटकाची नगसंख्या वाढविल्यास त्या बदलत्या उत्पादनघटकाची सीमांत वास्तव उत्पादकता घटत जाते.

सिद्धान्ताची गृहीते (Assumptions of the Law)

१. उत्पादनघटकांपैकी एकच घटक बदलत्या प्रमाणात वापरला आहे. बाकीच्या घटकांचे प्रमाण स्थिर आहे.
२. उत्पादनासाठी वापरल्या जाणाऱ्या घटकांच्या प्रमाणात बदल करणे शक्य आहे.
३. उत्पादनतंत्रात कोणताही बदल होत नाही.
४. सिद्धान्ताने अल्पकाळ गृहीत धरला आहे.
५. पूर्ण स्पर्धा गृहित धरली आहे.
६. उत्पादन घटक पूर्णपणे विभाजन योग्य असतात.
७. उत्पादनाचे मापन करता येते.

अल्पकाळात काही उत्पादनघटक स्थिर व काही उत्पादनघटक बदलत्या प्रमाणात वापरले असता होणाऱ्या परिणामांच्या पुढील तीन अवस्था दिसून येतात.

१. पहिल्या अवस्थेत एकूण उत्पादन वाढत्या दराने वाढते.
२. दुसऱ्या अवस्थेत एकूण उत्पादनफलन वाढत असले तरी ही वाढ घटत्या दराने होते.
३. तिसऱ्या अवस्थेत एकूण उत्पादन घटत जाते.

स्पष्टीकरण : उदा. समजा, शेतकऱ्याकडे जमीन हा घटक स्थिर आहे. श्रमसंख्या हा बदलता घटक आहे. श्रमाच्या मात्रा वाढवीत नेल्यास उत्पादनात पडणारा फरक पुढीलप्रमाणे सांगता येतो.

(तक्ता २.३)

श्रमिक संख्या	एकूण उत्पादन	सरासरी उत्पादन	सीमांत उत्पादन	
१	१०	१०	१०	अवस्था १
२	२४	१२	१४	
३	४२	१४	१८	
४	४८	१२	६	अवस्था २
५	५४	१०.८०	६	
६	५८	९.६७	४	
७	५८	८.२८	0	अवस्था ३
८	५६	७	–२	
९	५३	५.८९	–३	

उदाहरणात १ ते ३ श्रमिक कामावर घेईपर्यंत सीमांत उत्पादन वाढते, म्हणून सरासरी उत्पादनही वाढते, त्यामुळे एकू ण उत्पादन वाढत्या दराने वाढते.

४ ते ७ श्रमिक कामावर घेतले असता सीमांत उत्पादन सरासरी उत्पादनापेक्षा वेगाने घटते, त्यामुळे एकू ण उत्पादन घटत्या दराने वाढले आहे.

८ वा श्रमिक कामावर घेतला असता सीमांत उत्पादन ऋण होते. सरासरी उत्पादन घटते, त्यामुळे एकूण उत्पादनही घटू लागते.

जेव्हा सीमांत उत्पादन शून्य असते तेव्हा एकूण उत्पादन सर्वाधिक आणि स्थिर असते.

आकृतीच्या आधारे स्पष्टीकरण :

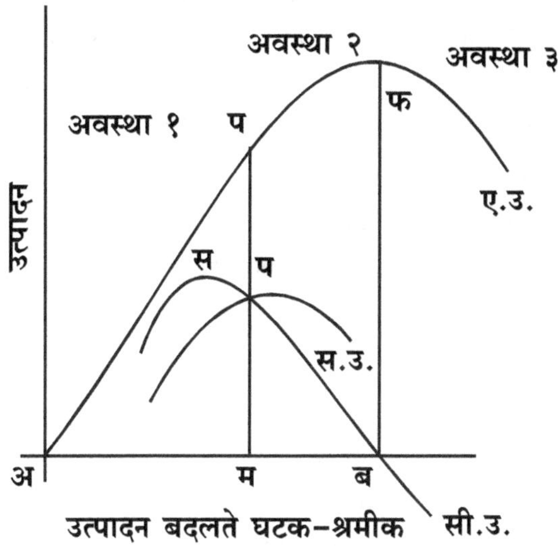

आकृती २.३

वरील आकृतीत **'अक्ष'** अक्षावर श्रमिक संख्या आणि **'अय'** अक्षावर उत्पादन दर्शविलेले आहे. आकृतीत एकूण उत्पादनवक्र, सरासरी उत्पादनवक्र व सीमांत उत्पादन वक्र हे तीन वक्र उत्पादन प्रमाणाची बदलती प्रवृत्ती स्पष्ट करतात. या बदलांच्या तीन अवस्थांचे स्पष्टीकरण पुढीलप्रमाणे –

१. पहिली अवस्था (वाढते फल) : उत्पादनाच्या पहिल्या टप्प्यात एकूण उत्पादन **'प'** बिंदूपर्यंत वाढत्या दराने वाढते. **'प'** बिंदूनंतर एकूण उत्पादनवक्राचा उतार कमी होतो, म्हणजेच एकूण उत्पादन घटत्या दराने वाढते. पहिल्या टप्प्यातच असा बदल होण्याचे कारण, सीमांत उत्पादनात होणारे बदल हे आहे. एकूण उत्पादनवक्रावरील **'प'** या बिंदूशी त्याच्या खाली असणाऱ्या सीमांत उत्पादनवक्रावरील लंबरूपदृष्ट्या संगत बिंदूपर्यंत सीमांत उत्पादन वाढते. या बिंदूनंतर सीमांत उत्पादन घटू लागते, पण पहिल्या अवस्थेच्या अखेरपर्यंत ते सरासरी उत्पादनापेक्षा जास्त असते. म्हणजेच तोपर्यंत सरासरी उत्पादनवक्र वाढत्या सरासरी उत्पादनाची प्रवृत्ती दर्शवितो. आकृतीत **'स'** बिंदूपाशी सीमांत उत्पादन हे सर्वोच्च असते. अशा प्रकारे पहिल्या अवस्थेत सीमांत व सरासरी उत्पादन वाढत असल्याने या अवस्थेला 'वाढत्या फलाची अवस्था' असे म्हणतात.

२. **दुसरी अवस्था (घटते फल)** : दुसऱ्या अवस्थेत एकूण उत्पादन वाढते. परंतु वाढीचा वेग घटत जातो. दुसरी अवस्था **'फ'** या बिंदूपर्यंत असते. या बिंदूपाशी सीमांत उत्पादनवक्रावरील सीमांत उत्पादन शून्य असते. एकूण उत्पादनवक्राच्या सर्वोच्च अशा **'फ'** या बिंदूशी संगत असणाऱ्या **'ब'** या **अक्ष** अक्षावरील बिंदूने ते दर्शविले आहे. दुसऱ्या अवस्थेत बदलत्या उत्पादनघटकांचे उत्पादन घटत जात असले तरी ते धन स्वरूपाचे असते.

३. **तिसरी अवस्था (उणे फल)** : बदलत्या प्रमाणांच्या नियमाच्या तिसऱ्या अवस्थेत एकूण उत्पादन घटत जाते, त्यामुळे एकूण उत्पादनवक्र **अक्ष** अक्षाकडे वळलेला दिसतो. या अवस्थेत बदलत्या घटकाचे सीमांत उत्पादन ऋण होते, त्यामुळे तो वक्र **अक्ष** अक्षाला छेदून जातो. या अवस्थेत सरासरी उत्पादनही घटत जाते.

अवस्थांचे स्पष्टीकरण (कारणमीमांसा) (An Explanation of the three phases) : सुरुवातीला (पहिल्या अवस्थेत) वाढते उत्पादन फल दिसून येते, कारण काही उत्पादनघटक अविभाज्य, स्थिर असतात. त्यांचा संपूर्ण उपयोग करून घ्यावयाचा तर इतर घटकांचे प्रमाण वाढवीत न्यावे लागते, त्यामुळेच बदलत्या घटकांचे प्रमाण जसजसे वाढते, तसतसे अविभाज्य, स्थिर घटक अधिक प्रकर्षित रीतीने, अधिक कार्यक्षमतेने वापरता येणे शक्य होते, त्यामुळेच उत्पादन वाढत्या वेगाने वाढताना दिसते.

दुसऱ्या अवस्थेत उत्पादनातील वाढ घटत्या दराने होऊ लागते, कारण पहिल्या अवस्थेच्या अखेरीपर्यंतच स्थिर व बदलत्या घटकांचे पर्याप्त किंवा योग्य प्रमाण वापरले जाते. त्यानंतर बदलते घटक स्थिर घटकांपेक्षा जास्त प्रमाणात वापरले जाऊ लागतात. त्यामुळे बदलत्या घटकांचे सरासरी उत्पादन घटू लागते.

तिसऱ्या अवस्थेत बदलत्या उत्पादनघटकांची संख्या स्थिर उत्पादन घटकांच्या तुलनेत अतिरिक्त होते, त्यामुळे सीमांत उत्पादन ऋण होते.

बदलत्या प्रमाण नियमांचे महत्त्व :

१) देशाला मार्गदर्शन : एका उत्पादकाला या नियमाचे महत्त्व नसून संपूर्ण देशाला हा नियम मार्गदर्शक ठरतो.

२) विकसित आणि विकसनशील देशांना उपयुक्त : विकसित आणि विकसनशील देशांना उत्पादनासाठी उत्पादन तंत्र निवडताना होतो. विकसनशील देशात श्रम, आणि विकसित देशात भांडवल जास्त असते. त्यामुळे कोणते तंत्र वापरावे व अडथळे दूर करावे हे या नियमाने लक्षात येते.

३) उत्पादन घटक : उत्पादनाचे घटक उत्पादनाच्या कोणकोणत्या प्रमाणात उपयोगात आणावे यांचे ज्ञान या नियमाने मिळते.

४) विविध घटकांची पर्यायता : घटत्या उत्पादनाची अवस्था दूर करण्यासाठी तांत्रिक प्रगतीची गरज या नियमाने सांगितली जाते.

प्रतिफलविषयक नियम (The Law of Return)

बदलत्या प्रमाणांचा नियम हा प्रथम घटत्या प्रतिफलाचा नियम म्हणून अर्थशास्त्रात आला. मागील तक्त्याचा – तक्ता क्र. २.३ – विचार करता असे दिसून येते की, श्रमिकांची संख्या एकपासून तीनपर्यंत वाढवीत गेल्यास सीमांत उत्पादन वाढत जाते. या वाढत्या सीमांत उत्पादनाच्या प्रवृत्तीचा उल्लेख काहीवेळेस 'वाढत्या प्रतिफलाचा नियम' असाही केला जातो. या पहिल्या अवस्थेत प्रतिफल वाढत जाते. त्याचे स्पष्टीकरण आपण पूर्वीच पाहिले आहे. तसेच प्रतिफल वाढून कमाल पातळीला पोहोचल्यावर काही वेळा तेथेच ते काही मर्यादेपर्यंत स्थिर राहते. म्हणजेच अशा वेळी 'स्थिर प्रतिफलाचा नियम' अनुभवास येतो.

उत्पादनातील निसर्गाच्या कार्यभागाचा संबंध घटत्या प्रतिफलाशी आणि माणसाच्या कार्यभागाचा संबंध वाढत्या प्रतिफलाशी असतो, असे मार्शल यांनी म्हटले आहे. शेतीक्षेत्रात निसर्गाचा वाटा मोठा असल्याने घटत्या प्रतिफलाचा नियम अनुभवाला येतो तर औद्योगिक क्षेत्रात माणसाचा वाटा महत्त्वाचा असल्याने मोठ्या प्रमाणावरील उत्पादनाचे फायदे मिळतात व माणूस वाढत्या प्रतिफलाचा अनुभव घेऊ शकतो. या दोन घटकांच्या दरम्यान तिसऱ्या प्रकारची कल्पना करता येणे शक्य आहे. अशा ठिकाणी निसर्ग आणि मानव अशा दोघांचा कार्यभाग समान राहील आणि येथे प्रतिफलही वाढणार नाही आणि घटणारही नाही तर स्थिर राहील.

वास्तविक पाहता बदलत्या प्रमाणाच्या नियमाच्या कक्षेत हे तिन्ही नियम येतात आणि प्रतिफलाचा सामान्य नियम तयार होतो. शेतीक्षेत्र, उद्योगक्षेत्र आणि सेवाक्षेत्र यापैकी कोणत्याही क्षेत्रातील उत्पादन कार्य असो, जेव्हा काही घटक स्थिर ठेवून इतर काही घटक बदलले जातात, तेव्हा प्रतिफल अथवा सीमांत उत्पादन प्रथम वाढत जाते. नंतर पर्याप्त बिंदूला पोहोचते आणि अखेर घटत जाते. या तीन अवस्थांतून प्रतिफल अथवा सीमांत उत्पादन घटत जाते याची चर्चा आपण यापूर्वीच केली आहे. बदलत्या प्रमाणाच्या नियमाच्या बाबतीत किंवा प्रतिफलविषयक नियमांच्या बाबतीत, किमान एक घटक तरी स्थिर असतो. याउलट जेव्हा उत्पादनमालाचे प्रतिफल (Returns to scale) विचारात घेतो तेव्हा उत्पादनाचे सर्व घटक एकाच वेळी आणि एकाच प्रमाणात वाढवीत (अथवा कमी करीत) जातो. म्हणजेच उत्पादनाचे सर्वच घटक दुप्पट, तिप्पट करून त्याचा उत्पादनावर काय परिणाम होतो ते पाहतो.

२.५.१ प्रतिफलन विषटक नियम अथवा सिद्धान्त (The Law of Returns to Scale)

प्रतिफलनविषयक अथवा उत्पादन प्रमाण फल अथवा प्रमाण प्रत्यय हे पर्यायी शब्द आहेत. प्रतिफलन विषयक नियमात अल्पकाळाचा विचार न करता दीर्घकाळाचा विचार केला जातो. दीर्घकाळात उत्पादनाच्या सर्वच घटकात बदल करता येतो. ते बदलते असतात. स्थिर म्हणून समजल्या जाणाऱ्या भूमी, यंत्रसामग्री इत्यादी घटक दीर्घकाळात गरजेनुसार वाढविले जाऊ शकतात अथवा त्यात घटही केली जाऊ शकते.

दीर्घकाळात उत्पादनाच्या सर्वच घटकात बदल करून उत्पादनात बदल केला जातो. यालाच प्रतिफलनविषयक नियम/सिद्धान्त असे म्हणतात.

उत्पादनाचे प्रतिफल (Return to Scale) आणि प्रतिफलविषयक नियम (Law of Return) या दोन्ही संकल्पना वेगवेगळ्या आहेत. बदलत्या प्रमाणाचा नियम हा उत्पादनफलविषयक सिद्धान्त आहे. त्यात एक किंवा काही घटक स्थिर ठेवून श्रम हा (एक उत्पादन घटक) बदलला असता, उत्पादनाचे प्रमाण वाढते, काही प्रमाणात स्थिर आणि घटते उत्पादनफल दिसून येते. हे बदलत्या प्रमाणाच्या सिद्धान्तात समजते.

उत्पादनाचे प्रतिफल (Return to Scale) आपण विचारात घेतो, तेव्हा उत्पादनाचे सर्व घटक एकाच वेळी आणि एकाच प्रमाणात वाढवीत (अथवा कमी करीत) जातो. दुसऱ्या शब्दात, उत्पादनाचे सर्वच घटक दुप्पट, तिप्पट अथवा चौपट करून त्याचा उत्पादनावर काय परिणाम होतो हे पाहिले जाते.

जेव्हा उत्पादनाचे घटक एकाच वेळी वाढवावयाचे असतात, तेव्हा त्यांच्या जुळणीसाठी पुरेसा कालावधी लागतो. अल्पकाळात यंत्रकुल आणि यंत्रसामग्री (Plant and Machinary) स्थिर असते, कारण ती बदलण्यासाठी कृती व निर्णयासाठी बराच वेळ लागतो. त्यामुळे उत्पादन प्रतिफलासाठी दीर्घ काळाचा विचार केला जातो. दीर्घ काळात उत्पादनघटक बदलले जाण्यासाठी वेळ असतो.

जेव्हा उत्पादनाच्या सर्व घटकांत एकाच वेळी आणि एकाच प्रमाणात वाढ केली जाते, तेव्हा प्रथम सीमांत उत्पादन अथवा प्रतिफल वाढत जाते. नंतर काही काळ ते स्थिर राहते आणि उत्पादनाचे प्रमाण आणखी पुढे वाढवत गेल्यास शेवटी ते घटू लागते. म्हणजेच बदलत्या प्रमाणांच्या सिद्धान्तात जशा प्रतिफलाच्या तीन अवस्था दिसून येतात तशाच प्रकारे येथेही उत्पादनाचे प्रतिफल तीन अवस्थांतून दिसते.

उत्पादनाचे सर्व घटक एकाचवेळी सारख्याच प्रमाणात बदलले, तर त्यामुळे जे उत्पादन होते त्यास उत्पादनाचे प्रतिफल म्हणतात.

सिद्धान्ताची गृहीते :

१. **तांत्रिक स्थिती कायम आहे.**

२. **उत्पादनाचे सर्व घटक बदलते आहेत.**

३. **पूर्ण स्पर्धा आहे.**

४. **भौतिक स्वरूपात प्रमाणफल मोजता येते.**

स्पष्टीकरण : उत्पादनाचे सर्व घटक एकाच वेळी एकाच प्रमाणात बदलल्यास वाढते, स्थिर, घटते प्रतिफल या सिद्धान्तात दिसून येते. उदाहरणार्थ, समजा १ श्रमिक, २ एकर जमीन आणि भांडवली वस्तूंचा एक संच मिळून उत्पादनाच्या घटकांचा एक पर्याप्त संयोग होतो, हा संयोग सम प्रमाणात वाढवत नेला असता म्हणजेच दुप्पट, तिप्पट, चौपट या प्रमाणात वाढवला असता प्रतिफलाचे स्वरूप पुढीलप्रमाणे सांगता येते.

तक्ता २.४

घटकांचा संयोग	एकूण उत्पादन क्विंटल	सीमांत उत्पादन क्विंटल	प्रमाणफलाच्या अवस्था
१	१०	१०	अवस्था-१
२	२५	१५	वाढते प्रतिफल
३	४५	२०	
४	७०	२५	अवस्था- २
५	९५	२५	स्थिर प्रतिफल
६	१२०	२५	
७	१४०	२०	अवस्था-३
८	१५५	१५	घटते प्रतिफल

तक्ता २.४ वरून असे दिसून येते की, सुरुवातीचे उत्पादनमान दुप्पट केल्यास एकूण उत्पादन १० क्विंटल ऐवजी २५ क्विंटल होते. या दुसऱ्या टप्प्याशी सीमांत उत्पादन १५ क्विंटल येते. तेथे उत्पादन दुपटीहून जास्त झालेले दिसते. उत्पादनमान तिप्पट केल्यास एकूण उत्पादन साडेचार पट होते. उत्पादनमान चौपट केल्यास एकूण उत्पादन सात पट होते. पर्याप्त संयोगात एकपासून चारपर्यंत वाढ होईपर्यंत प्रतिफल वाढत जाते. त्यापुढे पाच आणि सहा या संयोगगटाशी उत्पादनमानाचे प्रतिफल स्थिर राहिलेले आहे. त्यापुढे मात्र उत्पादनमान वाढत गेल्यास सीमांत उत्पादन घटत जाते.

आकृती २.४ मध्ये उत्पादनाच्या वाढत्या, स्थिर आणि घटत्या प्रतिफलाच्या तीन अवस्था वक्राने दाखविल्या आहेत.

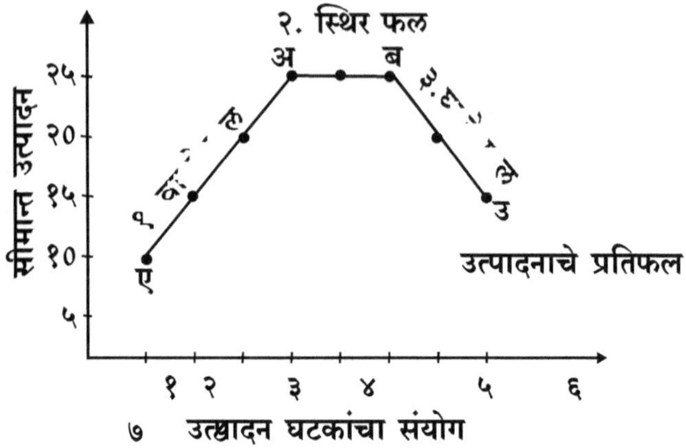

आकृती २.४

स्पष्टीकरण : **एउ** = प्रतिफल वक्र; **ए अ** = वाढते प्रतिफल ; **अ ब** = स्थिर प्रतिफल ; **बउ** = घटते प्रतिफल.

१. वाढते प्रतिफल : वाढत्या प्रतिफलाचे कारण म्हणजे श्रमिक आणि यंत्र सामग्रीच्या बाबतीत विशेषीकरण आणि श्रमविभागणी शक्य होते. प्रतिफलाचे फायदे मिळतात. यांत्रिकीकरणाचे फायदे मिळतात. तसेच खरेदी - विक्रीविषयक फायदे मिळतात. १ ते ४ या संयोगापर्यंत एकूण उत्पादन वाढल्याने प्रतिफल १०,१५,२०,२५ असे वाढत जाते. त्यामुळे **एउ** वक्राचा **एअ** हा भाग वर जातो तो वाढते फल दर्शवितो.

२. स्थिर प्रतिफल : उत्पादन घटक ठरावीक पटीने वाढविले असता उत्पादनही त्याच पटीत वाढत असेल तर प्रतिफल स्थिर आहे असे समजले जाते. उदा. उत्पादन घटक दोन पटींनी वाढवले, तर उत्पादनही त्याच पटीने वाढते. **'एउ'** वक्राचा **'अब'** हा भाग **'क्ष'**अक्षाला समांतर आहे. ४ ते ६ संयोगापर्यंत एकूण उत्पादन स्थिर दराने वाढत असल्याने **'एउ'** वक्र **'क्ष'**अक्षाला समांतर होतो. त्यामुळे **'एउ'** वक्राचा **'अब'** हा भाग स्थिर फलाचा आहे.

३. घटते प्रतिफल : काही काळपर्यंत प्रतिफल स्थिर राहिले, तरी उत्पादनाचे प्रमाण वाढवीत गेल्यास प्रतिफलाची ही स्थिरता अमर्यादपणे वाढू शकत नाही. याची कारणे म्हणजे एकाच प्रमाणात सर्वच घटक वाढवीत गेल्याससुद्धा एक अवस्था अशी

येते की, उत्पादनघटकातील श्रम विभागणी आणि विशेषीकरणाला आणखी वाव राहात नाही. मोठ्या प्रमाणावरील उत्पादनाचे तोटे अनुभवास येतात. नैसर्गिक उत्पादनघटकांची उपलब्धता कमी होते, त्यामुळे उत्पादनाचे प्रतिफल अखेर घटू लागते.

काही अर्थशास्त्रज्ञांच्या मते, उत्पादनप्रक्रियेत वापरले जाणारे सर्व घटक सारख्याच प्रमाणात बदलणे शक्य नसते. तसेच काही घटक अविभाज्य असतात अशी त्यांनी टीका केली आहे.

प्रश्न

प्र. १ खालील प्रश्नांची प्रत्येकी एक किंवा दोन वाक्यात उत्तरे लिहा.

१) मागणी म्हणजे काय?
२) मागणीचा नियम सांगा.
३) लवचीकता म्हणजे काय?
४) पुरवठा संकल्पना सांगा.
५) उत्पादन फलन म्हणजे काय?
६) बदलत्या व प्रमाणांचा नियम सांगा.
७) प्रतिफलन म्हणजे काय?

प्र. २ खालील प्रश्नांची प्रत्येकी १०० शब्दात उत्तरे लिहा.

१) मागणीचा नियम थोडक्यात सांगा.
२) मागणीचे निर्धारक घटक स्पष्ट करा.
३) पुरवठ्याचा नियम विशद करा.
४) पुरवठ्याचे निर्धारक घटक स्पष्ट करा.
५) उत्पादन फलन संकल्पना स्पष्ट करा.
६) बदलत्या प्रमाणांचा नियम थोडक्यात विशद करा.
७) प्रतिफलन विषयक नियम स्पष्ट करा.

प्र. ३ खालील प्रश्नांची प्रत्येकी २०० शब्दात उत्तरे लिहा.

१) मागणीचा नियमाचे विवेचन करा.
२) मागणीचे निर्धारक घटक स्पष्ट करा.
३) पुरवठ्याचे निर्धारक घटक स्पष्ट करा.

४) उत्पादन फलनाची विशिष्ट्ये सांगा.

५) बदलत्या प्रमाणांचा नियम विशद करा.

प्र. ४ टिपा लिहा.

१) लवचीकता संकल्पना

२) मागणीचे निर्धारक घटक.

३) पुरवठ्याचे निर्धारक घटक

४) उत्पादन फलन

५) बदलत्या प्रमाणांचा नियम

६) प्रतिफलनविषयक नियम

प्रकरण ३

बाजार रचना
(Market Stracture)

३.१ प्रास्ताविक (Introduction)
३.२ बाजार : अर्थ आणि वर्गीकरण
(Market : Meaning and Classification)
३.३ पूर्ण स्पर्धा (Perfect Competition)
३.३.१ पूर्ण स्पर्धेची वैशिष्ट्ये
(Characteristics of Perfect Competition)
३.३.२ पूर्ण स्पर्धेत उद्योगसंस्था आणि उद्योग यांचा अल्प आणि दीर्घकालीन समतोल
(Short-run & Long-run Equilibrium of Firm & Industry)
३.४ मक्तेदारी (Monopoly)
३.४.१ संकल्पना आणि वैशिष्ट्ये (Concept & Characteristics)
३.४.२ मक्तेदारीतील अल्पकालीन आणि दीर्घकालीन समतोल
(Short-run & Long-run Equilibrium)
३.४.३ मूल्यभेदाची संकल्पना आणि प्रकार
(Concept & Types of Price Discrimination)
३.५ मक्तेदारीयुक्त स्पर्धा (Monopolistic Competition)
३.५.१ संकल्पना आणि वैशिष्ट्ये (Concept & Characteristics)
३.५.२ मक्तेदारीयुक्त स्पर्धेतील अल्पकालीन आणि दीर्घकालीन समतोल
(Short-run & Long-run Equilibrium)
३.५.३ विक्री खर्च (Selling Cost)

३.६ अल्पविक्रेताधिकार : अर्थ आणि वैशिष्ट्ये (Oligopoly : Meaning & Characteristics) ३.६.१ द्वि-विक्रेताधिकार : अर्थ आणि वैशिष्ट्ये (Duopoly : Meaning & Characteristics)

३.१ प्रास्ताविक (Introduction)

अर्थशास्त्रात बाजार हा शब्द व्यापक अर्थाने वापरला जातो. सामान्यतः बाजार म्हणजे एका विशिष्ट ठिकाणी होणारा व्यवहार, ज्यामध्ये ग्राहक-विक्रेत्यांमध्ये निकटचे संबंध असतात तसेच एखाद्या वस्तूची देवघेव करणारा व्यक्तिसमूह म्हणजे बाजार किंवा बाजारपेठ होय. अर्थशास्त्रीय दृष्टिकोनातून बाजार म्हणजे असे विशिष्ट ठिकाण नव्हे की ज्या ठिकाणी वस्तूंची खरेदी-विक्री होते. परंतु संपूर्ण असे क्षेत्र की, ज्यामध्ये ग्राहक-विक्रेते एकमेकांना मोकळेपणाने भेटतात व त्यामधून वस्तूच्या किमतीत सहज व त्वरित समतोल साधला जातो.

बाजारपेठेचे विविध प्रकार आहेत. त्यामध्ये पूर्ण स्पर्धा, मक्तेदारी, मक्तेदारीयुक्त स्पर्धा, अल्पविक्रेताधिकार, द्विविक्रेताधिकार इत्यादींचा समावेश होतो.

बाजारात वस्तू, ग्राहक, विक्रेते, विशिष्ट ठिकाण अथवा क्षेत्र, देश किंवा संपूर्ण जग या गोष्टी अर्थशास्त्राच्या दृष्टीने समाविष्ट असतात. बाजाराचे वर्गीकरण स्थान, बाजाराची व्याप्ती, वेळ किंवा कालावधी, वस्तू, स्पर्धा इत्यादी घटक विचारात घेऊन केलेले असते. ग्राहक आणि विक्रेते यांची संख्या आणि त्यांच्यात असणारी स्पर्धा, तिचे स्वरूप, वस्तूचे स्वरूप, वेगवेगळा कालावधी यांसारख्या अनेकविध घटकांवरून बाजारातील वस्तूंची किंमत व उद्योगसंस्था आणि उद्योग यांचा समतोल ठरत असतो. स्पर्धेच्या प्रकारावरून पूर्ण स्पर्धा, मक्तेदारी, मक्तेदारीयुक्त स्पर्धा असे स्वरूप दिसून येते.

३.२ बाजार : अर्थ आणि वर्गीकरण (Market : Meaning & Classification)

बाजारपेठ अथवा बाजार यंत्रणेचा अभ्यास करताना बाजार या शब्दाचा अर्थ समजणे महत्त्वाचे आहे.

बाजार : अर्थ (Meaning of the term, Market) :

बाजाराचा विचार करताना बाजाराच्या जागेसोबतच इतर घटकसुद्धा विचारात घेतले जातात. बाजार म्हणजे असे क्षेत्र की, ज्यामध्ये खरेदीदार आणि विक्रेते यांचा परस्परांशी जवळचा अथवा मध्यस्थामार्फत संबंध असतो. या संबंधाचा परिणाम

वस्तूंच्या किमतीवर पडतो. तसेच बाजार हे असे स्थान आहे की, ज्यामुळे ग्राहक आणि विक्रेते हे परस्परांच्या संपर्कात येऊन खरेदी-विक्रीचे व्यवहार पूर्ण करतात.

कुर्नो यांच्या मते, 'ज्या ठिकाणी वस्तूंची खरेदी-विक्री केली जाते अशी एखादी विशिष्ट जागा म्हणजे बाजारपेठ नसून हा एक असा भूप्रदेश आहे की, ज्यात खरेदीदार आणि विक्रेते यांचा स्वतंत्र व्यवहार अशा प्रकारे चालतो की, ज्यामुळे त्या वस्तूची किंमत सहज आणि जलदपणे समान होते.'

The term market not any particular market place in which things are about and sold but the whole of any region in which buyers and sellers are in such free inter course with one another that the price of the same good tends to equality easily and quickly. - Curnot)

डॉ. मार्शल यांच्या मते, वस्तूंचे मोठ्या प्रमाणावर खरेदी-विक्रीचे व्यवहार करणाऱ्या आणि जवळचे व्यावसायिक संबंध प्रस्थापित झालेल्या व्यक्तींचा समूह म्हणजे बाजार होय.

बाजार हा शब्द विशिष्ट जागा या अर्थाने अभिप्रेत नसून वस्तू अथवा विविध वस्तू आणि एकमेकांशी स्पर्धा करणारे ग्राहक व विक्रेते यांच्या संदर्भात विचारात घेतला जातो.

खालील गोष्टी अस्तित्वात असतात तेव्हाच बाजार निर्माण होतो.

अ) ग्राहक व विक्रेते

ब) वस्तूची किंमत

क) बाजारविषयक ज्ञान

ड) वस्तू अथवा सेवा यांची खरेदी विक्री

इ) ग्राहक आणि विक्रेते यांच्यातील जवळचा संबंध

बाजाराची वैशिष्ट्ये :

१) खरेदीदार व विक्रेते ज्या ठिकाणी परस्परांशी स्पर्धा करतात तो समस्त प्रदेश म्हणजे बाजार होय.

२) बाजारात खरेदीदार व विक्रेते या दोहोंची आवश्यकता असते.

३) अर्थशास्त्रात एका वस्तूचा एक बाजार असतो, म्हणून एका भूप्रदेशात अनेक बाजार असतात.

४) खरेदीदार आणि विक्रेते यांचा जवळचा संबंध व परस्परांशी स्पर्धा यामुळे वस्तूचे मूल्य सर्वत्र समान होण्याची प्रवृत्ती असते.

बाजाराचे वर्गीकरण (Classification of Markets)

बाजारपेठांचे वर्गीकरण पुढीलप्रमाणे केले जाते.

१. स्थानदृष्ट्या वर्गीकरण :

यामध्ये बाजारपेठांचे स्थानिक, राष्ट्रीय आणि आंतरराष्ट्रीय बाजारपेठ असे वर्गीकरण केले जाते.

अ) स्थानिक बाजारपेठ : गाव अथवा एखाद्या भागाची बाजारपेठ म्हणजे स्थानिक बाजारपेठ होय. उदा. पुणे शहराची बाजारपेठ. नाशवंत वस्तू जास्त अंतरावर नेऊन विकणे शक्य नसते, त्यामुळे नाशवंत मालाची बाजारपेठ स्थानिक असते.

ब) प्रादेशिक बाजारपेठ : यामध्ये वस्तूंचा बाजार प्रदेशापुरताच मर्यादित असतो.

क) राष्ट्रीय बाजार : वस्तूंची खरेदी-विक्री संपूर्ण देशात होते तो राष्ट्रीय बाजार होय.

ड) जागतिक बाजारपेठ : यामध्ये वस्तूंची खरेदी-विक्री अनेक देशांत होते. त्यांची बाजारपेठ जागतिक स्वरूपाची असते. उदा. सोने, चांदी, पेट्रोल, डिझेल इत्यादी वस्तूंची बाजारपेठ.

२. कालदृष्ट्या वर्गीकरण :

अ) अत्यल्पकालीन बाजार : यामध्ये वस्तूच्या खरेदी-विक्रीचे व्यवहार काही तास ते एक दिवसापर्यंत चालतात. अत्यल्पकाळात पुरवठा वाढवता येत नाही. उदा. दूध, फळे, मासे इत्यादींचा पुरवठा स्थिर असतो.

ब) अल्पमुदत बाजार : अल्पमुदतीत कच्चा माल, श्रम यांसारख्या घटकांत वाढ करून पुरवठा वाढवता येतो, त्यामुळे किमतीवर पुरवठ्याचा थोडाफार प्रभाव असतो. अल्प काळात उत्पादकांना यंत्रे आणि इतर स्थिर साधनांत बदल करता येत नाही. उदा. मागणी वाढली तर शिफ्ट वाढवून ओव्हरटाइम करून उत्पादन वाढविण्याचा प्रयत्न केला जातो.

क) दीर्घकालीन बाजार : दीर्घकाळात यंत्रसामग्री, साधने इत्यादींमध्ये बदल करता येतो, त्यामुळे मागणीनुसार पुरवठ्यात बदल करता येतो. या बाजारातील किमतींना दीर्घकालीन सर्वसाधारण किंमत असे म्हणतात. उदा. टी.व्ही., फ्रीज इ.

क) अतिदीर्घकाळ : मागणीनुसार पुरवठ्यात वाढ करण्यासाठी उत्पादनाच्या सर्व साधनांत बदल करणे शक्य असते. अशा काळाला अतिदीर्घकाळ म्हणतात.

अतिदीर्घकाळात पुरवठा हा पूर्णपणे लवचीक असतो. दीर्घकाळात वस्तूला सर्वत्र एकच किंमत प्रस्थापित होते. त्यामुळे दीर्घकालीन किंमत आदर्श किंमत मानली जाते. या कालखंडात लोकसंख्येतील बदल, लोकांचे उत्पन्न, लोकांच्या आवडी निवडी, फॅशन्स, उत्पादनतंत्रात आमूलाग्र सुधारणा इत्यादीत बदल घडून येतो.

३. वस्तुदृष्ट्या वर्गीकरण

अ) वस्तू बाजार : ज्या बाजारामध्ये वस्तूंची खरेदी-विक्री चालते, त्याला वस्तू बाजार म्हणतात.

ब) घटक बाजार : जेथे भांडवल, श्रम इत्यादींसारख्या उत्पादनघटकांची देवाण-घेवाण होते, त्याला घटक बाजार म्हणतात. (श्रम बाजार, भांडवल बाजार)

काही वस्तूंना व्यापक बाजार प्राप्त होतो. उदा. सोने. कारण त्यामध्ये टिकाऊपणा, सुटसुटीतपणा इ. गुण आहेत; तर नाशवंत वस्तूंचा बाजार मर्यादित असतो. उदा. भाजीपाला, फळे इ. तसेच जड वस्तू उदा. लोखंड, पोलाद, विटा इ.चा. बाजार.

४. कार्यानुसार वर्गीकरण :

कोणत्या वस्तूंची विक्री केली जाते, त्यानुसार वस्तूंचे वर्गीकरण केले जाते. जेथे सर्व वस्तूंची खरेदी-विक्री होते त्याला सामान्य बाजार म्हणतात, तर विशिष्ट वस्तूंची विक्री होणाऱ्या बाजाराला विशेष बाजारपेठ म्हणतात.

५. स्पर्धेच्या प्रकारानुसार बाजारपेठांचे प्रकार :

अ) पूर्ण स्पर्धा : पूर्ण स्पर्धेच्या बाजारपेठेत असंख्य उत्पादक आणि असंख्य ग्राहक असतात. तेथे पूर्ण पर्यायी ठरणाऱ्या एकजिनसी वस्तूंची खरेदी-विक्री होते.

ब) पूर्ण मक्तेदारी : या बाजारपेठेत विक्रेता किंवा उत्पादक एकच असतो. त्याच्या उत्पादनाला बाजारपेठेत जवळचा पर्याय नसतो. अशा बाजारपेठेत ग्राहक मात्र असंख्य असतात.

क) अपूर्ण स्पर्धा : अपूर्ण स्पर्धा असलेल्या बाजारपेठांची मक्तेदारीयुक्त स्पर्धा असलेली बाजारपेठ, अल्पविक्रेताधिकार, द्वि-विक्रेताधिकार इ. प्रकार पडतात. अपूर्ण स्पर्धेत पूर्ण स्पर्धा नसते व पूर्ण मक्तेदारीयुक्त नसते. हा या दोन्हींच्या मधील प्रकार आहे.

३.३ पूर्ण स्पर्धा (Perfect Competition)

बाजाराचे वर्गीकरण स्पर्धेवरून केले असता 'पूर्ण स्पर्धेची बाजारपेठ' हा एक

महत्त्वाचा प्रकार ठरतो. ज्या बाजारात ग्राहक आणि विक्रेते यांच्यात वस्तूच्या खरेदी-विक्रीसाठी पूर्णपणे निरोगी व खुली स्पर्धा असते, त्या बाजाराला पूर्ण स्पर्धा असे स्थूल मानाने म्हणता येईल.

पूर्ण स्पर्धेच्या बाजारात मोठ्या प्रमाणात ग्राहक आणि विक्रेते असतात. मुक्त प्रवेशामुळे ते सर्व खरेदी-विक्रीत सहभागी झालेले असतात व त्यांना बाजाराचे पूर्ण ज्ञान असते. पूर्ण स्पर्धेची संकल्पना पुढील व्याख्यांवरून अधिक स्पष्ट होईल.

१) मिसेस जोन रॉबिन्सन यांच्या मते, 'जेव्हा प्रत्येक उत्पादकाच्या उत्पादनासाठी असलेली मागणी पूर्णत: लवचीक असते तेव्हा पूर्ण स्पर्धा अस्तित्वात येते.'

याचा अर्थ असा की, विक्रेत्याचे उत्पादन हे एकूण उत्पादनाचा विचार करता नगण्य असते. तसेच ग्राहक विक्रेत्यांची निवड करताना समान दृष्टिकोन ठेवतात, त्यामुळे बाजाराला पूर्णत्व येते.

२) 'ज्या बाजारपेठेत कोणताही ग्राहक वा खरेदीदार किंवा विक्रेता वस्तूंच्या किमतीवर प्रभाव पाडू शकत नाही, तसेच असंख्य ग्राहक आणि विक्रेते असतात, त्या बाजारपेठेला पूर्ण स्पर्धेची बाजारपेठ म्हणतात.'

३) बिलासच्या मते 'अनेक उद्योगसंस्थांचे अस्तित्व, त्यांच्याकडून एकसारख्याच वस्तूंची विक्री व विक्रेता (किंमत घेणारा) ही वैशिष्ट्ये असणारा बाजार म्हणजे पूर्ण स्पर्धा होय.'

४) 'ज्या बाजारात एकजिनसी वस्तूंची खरेदी-विक्री करणारे असंख्य ग्राहक व असंख्य विक्रेते असतात आणि त्या वस्तूंच्या किमतीवर ते कोणत्याही प्रकारचे नियंत्रण ठेवू शकत नाहीत, अशा बाजारपेठेत पूर्ण स्पर्धा आहे असे म्हणतात.'

३.३.१ पूर्ण स्पर्धेची वैशिष्ट्ये (Characteristics of perfect competition) :

स्थूलमानाने ज्या बाजारपेठेत पुढील प्रकारची सर्व वैशिष्ट्ये, लक्षणे आढळून येतात त्या बाजारपेठेस पूर्ण स्पर्धेची बाजारपेठ असे म्हणतात.

१. असंख्य ग्राहक, असंख्य विक्रेते : पूर्ण स्पर्धेच्या बाजारात ग्राहकांची व विक्रेत्यांची संख्या फार मोठी असते. बाजारातील वस्तूच्या एकूण पुरवठ्यापैकी प्रत्येक ग्राहक अत्यल्प भाग खरेदी करत असल्यामुळे, स्वत:च्या खरेदीत वाढ वा घट करून त्या वस्तूंच्या किमतीत बदल घडवून आणणे त्याला शक्य नसते. कोणाही एका ग्राहकाला आपली मागणी कमी अगर जास्त करून किमतीवर प्रभाव पाडता येत नाही, कारण त्याची मागणी ही बाजारातील एकूण मागणीचा अल्प भाग असतो.

एखादा ग्राहक म्हणजे समुद्राच्या पाण्यातील एका थेंबासमान असतो. समुद्राच्या पाण्यातून एक बादली पाणी काढून घेतले अथवा टाकले तरी पाण्याची पातळी बदलत नाही. त्याप्रमाणे ग्राहकाने आपली मागणी कमी अगर जास्त केली तरी बाजारातील किमतीच्या पातळीत बदल होत नाही. असंख्य ग्राहक आणि असंख्य विक्रेते असल्यामुळे एखादा ग्राहक अथवा एखादा विक्रेता किमतीवर काहीच प्रभाव पाडू शकत नाही.

२. एकजिनसी वस्तू : पूर्ण स्पर्धेच्या बाजारात वस्तू एकजिनसी असतात. ग्राहकांच्या दृष्टीने सर्व विक्रेत्यांकडून विकल्या जाणाऱ्या वस्तू रंग, रूप, आकार, चव, वेष्टन, दर्जा, रचना, गुणधर्म, सुबकता, टिकाऊपणा इ. सर्व बाबतींत सारख्या असतात. ग्राहकाच्या दृष्टिकोनातून वस्तू पूर्णतः एकजिनसी असतात. उत्पादकांना ग्राहकांच्या मनात काल्पनिक किंवा खरा वस्तुभेद करता येत नाही. कोणत्याही विक्रेत्याला आपल्या वस्तूची किंमत बाजारातील प्रचलित किमतीपेक्षा अधिक ठेवता येत नाही. जर त्याने किंमत वाढविली तर त्याच्या वस्तू विकल्या जाणार नाहीत. त्यामुळे एका वस्तूची सर्वत्र एकच किंमत प्रस्थापित होते.

३. बाजाराची पूर्ण माहिती : पूर्ण स्पर्धेत ग्राहकांना व विक्रेत्यांना बाजारपेठेबाबत पूर्ण ज्ञान असते. विक्रेता कोणत्या किमतीला किती नग पुरवितो याची माहिती ग्राहकांना असते. तसेच कोणत्या किमतीला ग्राहक किती नगांची मागणी करील याचेही ज्ञान विक्रेत्याला असते. त्यामुळे एखादा विक्रेता वस्तूची जास्त किंमत आकारू शकत नाही. तसेच ग्राहकदेखील जास्त किंमत देत नाही. त्यामुळे बाजारात एकच किंमत प्रस्थापित होते.

४. मागणी आणि पुरवठ्याचे स्वातंत्र्य : कोणत्या उद्योगसंस्थेने वा विक्रेत्याने वस्तूचा किती पुरवठा करावा, कोणत्या ग्राहकांना तो विकावा, कोणत्या किमतीला विकावा, किती प्रमाणात विकावा यावर बंधने असत नाहीत, त्याचप्रमाणे ग्राहकांनीही कोणाकडून किती माल कोणत्या किमतीला घ्यावा, यावरही बंधने असत नाहीत. थोडक्यात, वस्तूची मागणी आणि पुरवठा यांना पूर्णपणे स्वातंत्र्य असते.

५. पूर्वग्रहविरहित दृष्टिकोन : बाजारात वस्तूच्या खरेदीसाठी गेलेला ग्राहक हा शुद्ध मनाने, पूर्वग्रहविरहित दृष्टिकोनातून जात असतो. कोणत्याही विक्रेत्याबद्दल, वस्तूबद्दल त्याच्या मनात पूर्वग्रह नसतो. ग्राहकांच्या दृष्टीने सर्वच विक्रेते हे सारखे असतात. त्यामुळे ग्राहकांच्या मनाचा, आवडी-निवडीचा व भावभावनांचा कोणताही परिणाम मागणीवर घडून येत नाही.

६. आगमन-निर्गमन स्वातंत्र्य : पूर्ण स्पर्धेत उद्योगसंस्थांना बाजारात येण्यास

व बाहेर जाण्यास कोणत्याही प्रकारची बंधने नसतात. याचाच अर्थ एखादी उद्योगसंस्था बाजारात केव्हाही प्रवेश करू शकते व बाजाराबाहेरही जाऊ शकते. जर एखाद्या उद्योगसंस्थेला तोटा होत असेल, तर ती उद्योगसंस्था आपले उत्पादन बंद करून बाजारातून बाहेर पडू शकते. तसेच एखाद्या उद्योगात नफा मिळत असेल, तर इतर उद्योगसंस्था बाजारात येऊन अशा वस्तूंचे उत्पादन करू शकतात, त्यामुळे सर्व उत्पादनसंस्थांना सामान्य नफा मिळतो.

७. **उत्पादनघटकांची गतिशीलता :** उत्पादनाचे सर्व घटक पूर्ण गतिक्षम असतात. पूर्ण स्पर्धेच्या बाजारात भूमी, श्रम, भांडवल व संयोजक हे उत्पादनाचे घटक संपूर्णत: गतिशील असतात. त्यामुळे प्रत्येक उद्योगसंस्थेला उत्पादनाची साधने सहज उपलब्ध होतात. त्यांना उत्पादनाच्या रचनेत बदल करण्यात अडचणी येत नाहीत. उत्पादनाचे सर्व घटक एका उद्योगातून दुसऱ्या उद्योगात मुक्तपणे जाऊ शकतात, म्हणजेच ज्या उद्योगात उत्पादनाच्या घटकांना जास्त मोबदला मिळत असेल त्या उद्योगात ते जाऊ शकतात. उत्पादनसाधने, घटक संपूर्णपणे गतिशील असल्यामुळे सर्व उद्योगसंस्थांना येणारा खर्च समान असतो.

८. **एकच किंमत :** पूर्ण स्पर्धेत वस्तूची किंमत एकच असते. पूर्ण स्पर्धेत मागणी पुरवठ्याच्या समतोल उद्योगात वस्तूंची सर्वत्र एकच किंमत प्रस्थापित झालेली असते. त्यामध्ये वाढ वा घट होणे शक्य नसते. किमतीवर कोणाचेही नियंत्रण नसते. पूर्ण स्पर्धेत असंख्य ग्राहक व असंख्य विक्रेते असल्यामुळे कोणताही एक ग्राहक वा विक्रेता किमतीवर प्रभाव पाडू शकत नाही, कारण कोणत्याही एका विक्रेत्याजवळ असलेला वस्तूंचा साठा हा एकूण साठ्याचा अल्प भाग असतो. त्यामुळे तो वस्तूच्या पुरवठ्यात बदल करून जास्त किंमत आकारू शकत नाही. तसेच ग्राहकांची संख्या ही जास्त असल्यामुळे एका ग्राहकाची मागणी ही एकूण मागणीच्या मानाने अल्प असते. त्यामुळे मागणीत बदल करून तो किमतीत फरक करू शकत नाही.

९. **लवचीक मागणी :** संपूर्ण लवचीक मागणी हे पूर्ण स्पर्धेचे महत्त्वाचे वैशिष्ट्य आहे. पूर्ण स्पर्धेत वस्तूंची मागणी संपूर्ण लवचीक असते. याचा अर्थ असा की,एखाद्या विक्रेत्याने वस्तूची किंमत कमी केली तर त्याचा माल क्षणार्धात संपून जाईल. अगर किमतीत अल्पशी वाढ केली तर संपूर्ण माल तसाच पडून राहील, म्हणून पूर्ण स्पर्धेतील मागणीवक्र हा क्षितिजसमांतर असतो.

१०. **वाहतूक व जाहिरातखर्चाचा अभाव :** बाजारपेठेत एकच किंमत असावी अशी अपेक्षा असेल तर वाहतुकीचा खर्च नसला पाहिजे. वाहतुकीसाठी काहीही खर्च येत नाही, असे गृहीत धरल्यामुळे विक्रीखर्च सारखाच आहे असा अर्थ

होतो. म्हणजेच पूर्ण स्पर्धेत विक्रीखर्च नसतो. जर वाहतूकखर्च धरला तर एकच किंमत प्रस्थापित होणे शक्य नाही. तसेच पूर्ण स्पर्धेच्या बाजारातील वस्तू या एकजिनसी असल्याने आणि ग्राहकांना संपूर्ण बाजारपेठेचे ज्ञान असल्याने उद्योगसंस्थांना जाहिरातखर्चसुद्धा करावा लागत नाही.

११. बाजाराचे संपूर्ण ज्ञान : बाजार स्थितीचे ग्राहक आणि विक्रेते यांना संपूर्ण ज्ञान असते. वस्तूची किंमत, गुणवत्ता, दर्जा, पुरवठ्याचा स्रोत इ.चे ज्ञान प्रत्येक ग्राहक आणि विक्रेता यांना असते.

वरील सर्व वैशिष्ट्ये ज्या बाजारात आढळून येतात, त्या बाजारास पूर्ण स्पर्धेची बाजारपेठ असे म्हणतात.

३.३.२ पूर्ण स्पर्धेत उद्योगसंस्था आणि उद्योग यांचा अल्प आणि दीर्घकालीन समतोल (Short-run & Long-run Equilibrium of Firm & Industry)

उद्योगसंस्था आणि उद्योग यांचा समतोल (Equilibrium of the Firm and Industry)

पूर्ण स्पर्धेत किंमत ही सार्वभौम असते. मागणी–पुरवठ्याच्या संघर्षातून, संतुलनातून जी किंमत प्रस्थापित होईल तीच किंमत उत्पादक, विक्रेत्याला स्वीकारावी लागते, त्यामुळे पूर्ण स्पर्धेत उद्योगसंस्था आणि उद्योग यांचा अल्पकाळात आणि दीर्घकाळात समतोल कसा साधला जातो हे अभ्यासणे आवश्यक आहे.

समतोल म्हणजे दोन परस्पर विरूद्ध शक्तींमधील तोल होय. विविध प्रभावांच्या क्रियाप्रक्रियांमधून जेव्हा एक स्थिर अवस्था प्राप्त होते, तेव्हा तिला समतोल म्हणतात. खर्चापासून जास्तीतजास्त मोबदला मिळावा हा ग्राहक, विक्रेता, उत्पादक यांचा हेतू असतो. त्यादृष्टीने मिळतेजुळते झाले की समतोलावस्था येते.

अ) उद्योगसंस्थेचा अल्पकालीन समतोल (Short-run Equilibrium of the Firm) :

अल्पकाळात उद्योगसंस्थेला बदलते घटक बदलता येत असल्याने पुरवठा थोडा वाढविता येतो. उदा. श्रम, कच्चा माल इ. परंतु स्थिर उत्पादन घटकांत बदल करणे शक्य नसते. उदा. यंत्रे, संयंत्रे इत्यादी.

पूर्ण स्पर्धेत उद्योगसंस्थेचा अल्पकालीन समतोल साधला जाणे म्हणजे उद्योगसंस्थेला जास्तीतजास्त नफा मिळणे होय. प्रत्येक उद्योगसंस्था नफ्याच्या अपेक्षेने उत्पादन करीत असते, त्यामुळे ज्या उत्पादनाच्या मात्रेस सीमांत प्राप्ती व सीमांत खर्च समान होतील तेवढे उत्पादन केले असता, उद्योगसंस्थेचा नफा हा जास्तीतजास्त

होईल, म्हणजेच जेव्हा उद्योगसंस्थेला जास्तीतजास्त नफा मिळतो तेव्हा उद्योगसंस्थेचा अल्पकालीन समतोल साधला गेला असे म्हटले जाते.

पूर्ण स्पर्धेत अल्पकाळात उद्योगसंस्थेची सीमांत प्राप्ती (MR) आणि सीमांत खर्च (MC) या दोन गोष्टी जेवढे उत्पादन केले असता समान होतात, त्या उत्पादनाला उद्योगसंस्थेचा समतोल साधला जातो. पूर्ण स्पर्धेत उत्पादनसंस्थेचा अगर उद्योगसंस्थेचा समतोल होण्यासाठी दोन अटी पूर्ण व्हाव्या लागतात.

उद्योगसंस्थेच्या समतोलाच्या अटी :– १. सीमांत खर्च आणि सीमांत प्राप्ती यांच्यातील समानता २. सीमांत खर्चाच्या वक्राने सीमांत प्राप्तीच्या वक्राला खालून वरच्या दिशेने छेदून जाणे.

पूर्ण स्पर्धेत अल्पकाळात उद्योगसंस्थेचा समतोल कसा साधला जातो हे पुढील आकृतीत स्पष्ट केले आहे.

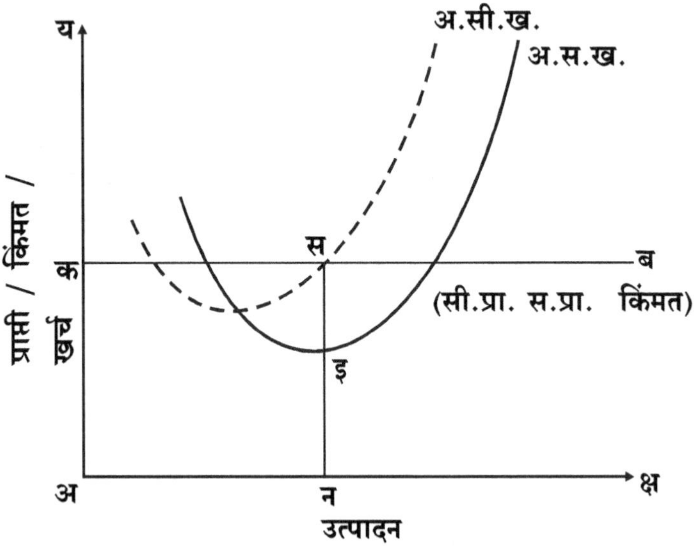

आकृती ३.१ : पूर्ण स्पर्धेत उद्योगसंस्थेचा अल्पकालीन समतोल

आकृती ३.१ मध्ये '**अक्ष**' अक्षावर उत्पादन आणि '**अय**' अक्षावर प्राप्तीखर्च आणि किंमत दर्शविली आहे. '**असीख**' हा अल्पकालीन सीमांत खर्चाचा वक्र आहे. तर '**असख**' हा अल्पकालीन सरासरी खर्चाचा वक्र आहे. '**कब**' हा सीमांत प्राप्ती, सरासरी प्राप्ती आणि किमतीचा वक्र आहे.

पूर्ण स्पर्धेत वस्तूची किंमत बदलणे कोणत्याही उद्योगसंस्थेला शक्य नसते, कारण ती सार्वभौम असते. बाजारात प्रस्थापित झालेली किंमत स्वीकारूनच त्या किमतीला आपले उत्पादन जुळते ठेवावे लागते. पूर्ण स्पर्धेत उत्पादन वाढवून पुरवठा वाढविला तरी पूर्वीइतकीच किंमत मिळत राहते. **सीमांत प्राप्ती म्हणजे वस्तूच्या शेवटच्या नग संख्येमुळे प्राप्तीत होणारी निव्वळ वाढ होय.** अशी निव्वळ वाढ, किंमत बदलत नसल्यामुळे किमतीइतकीच असते; म्हणजेच सीमांत प्राप्ती ही किमतीबरोबरच असते, परंतु किंमत म्हणजे सरासरी प्राप्ती होय, त्यामुळे पूर्ण स्पर्धेत किंमत = सीमांत प्राप्ती = सरासरी प्राप्ती अशी परिस्थिती असते म्हणून पूर्ण स्पर्धेत सीमांत प्राप्ती, सरासरी प्राप्ती आणि किंमत या तिन्हींचा मिळून एकच वक्र दाखविला जातो. हा वक्र नेहमीच **'अक्ष'** अक्षाला समांतर असतो. तो आकृती ३.१ मध्ये **'कब'** हा वक्र आहे.

आकृती ३.१ मध्ये दर्शविल्याप्रमाणे अल्पकालीन सीमांत प्राप्ती वक्र व अल्पकालीन सीमांत खर्च वक्र **(असीख व कब)** **'स'** या बिंदूत छेदत आहेत, त्यामुळे **'स'** या बिंदूत उद्योगसंस्थेच्या सीमांत प्राप्ती (MR) आणि सीमांत खर्च (MC) या दोन्ही गोष्टी समान होत आहेत. म्हणून **'स'** या बिंदूत पूर्ण स्पर्धेत अल्पकालीन उद्योगसंस्थेचा समतोल साधला गेला आहे असे म्हणतात. अशा समतोल अवस्थेत उद्योगसंस्था **'अन'** इतके उत्पादन करते म्हणजेच उद्योगसंस्थेने **'अन'** इतके उत्पादन केले, तर उद्योगसंस्थेला जास्तीतजास्त नफा मिळेल व उद्योगसंस्थेचा समतोल साधला जाईल. या समतोल अवस्थेत **'अन'** उत्पादनात **'सन'** इतकी किंमत असेल. अल्पकालीन सरासरी खर्चाचा वक्र **'असख'** आहे. उद्योगसंस्था **'अन'** इतके उत्पादन करीत असल्यामुळे उद्योगसंस्थेच्या वस्तू उत्पादनाच्या प्रत्येक नगाचा सरासरी खर्च **'नइ'** इतका आहे. परंतु उद्योगसंस्थेला आपल्या प्रत्येक वस्तूचा नग विकून **'नस'** इतके उत्पन्न मिळते, त्यामुळे उत्पादनसंस्थेला प्रत्येक नगामागे **'सइ'** इतका जादा नफा मिळतो, म्हणजेच पूर्ण स्पर्धेत अल्पकाळात उद्योगसंस्थेला वस्तूच्या सरासरी उत्पादनखर्चापेक्षा वस्तूची किंमत अधिक मिळते. त्यामुळे उद्योगसंस्थेला जास्तीतजास्त नफा मिळतो.

ब) उद्योगाचा अल्पकालीन समतोल

(Short Run Equilibrium of the Industry) :

पूर्ण स्पर्धेत ज्या किमतीला एकूण मागणी व एकूण पुरवठा समान होतात त्या किमतीला उद्योगाचा किंवा उद्योगधंद्याचा समतोल प्रस्थापित होतो. सर्व उद्योगांनी विशिष्ट किमतीला केलेल्या पुरवठ्याची बेरीज म्हणजे एकूण पुरवठा होय. पुरवठावक्राच्या

संदर्भात सांगावयाचे झाल्यास उद्योगांचा पुरवठावक्र म्हणजे सर्व उद्योगसंस्थांच्या सीमांत- खर्चाच्या वक्रांची एकूण बेरीज होय.

पूर्ण स्पर्धेत अल्पकाळात उद्योगाचा वा उद्योगधंद्याचा समतोल कसा साधला जातो, ते उदाहरणाच्या साहाय्याने अधिक स्पष्ट होईल.

तक्ता ३.१

पूर्ण स्पर्धेत उद्योगांचा अल्पकालीन समतोल

किंमत रु.	एकूण पुरवठा (नग)	एकूण मागणी (नग)
६०	९००	५००
५०	८००	६००
४०	७००	७००
३०	६००	८००
२०	५००	९००

वरील तक्त्यावरून असे दिसून येते की, ७०० नगांची मागणी व पुरवठाही ७०० नगांचा असल्याने रु. ४० ही किंमत स्थिर होते. समजा, किंमत वाढून ती रु. ५० झाली तर मागणी ६०० नगांची राहील, पण पुरवठा मात्र ८०० नगांचा होईल. त्यामुळे वस्तू न विकल्या गेल्याने उत्पादकास तोटा होईल. तो उत्पादन कमी करील. समजा, वस्तूची किंमत कमी म्हणजे रु. ३० झाली, तर पुरवठा ६०० नगांचा होईल, तर मागणी ८०० नगांची असेल. अशा परिस्थितीत पुरवठा वाढविण्याचा प्रयत्न केला जाईल. म्हणजे अल्पकाळात पूर्ण स्पर्धेत वस्तूच्या किमतीची प्रकृती स्थिरतेकडे झुकणारी असते, तेव्हा ज्या किमतीस मागणी व पुरवठा समान होतात, त्यांचे संतुलन होते, तेथे पूर्ण स्पर्धेत अल्पकाळात उद्योग वा उद्योगधंदा समतोल अवस्थेत असतो असे म्हटले जाते. पुढील आकृतीमध्ये पूर्ण स्पर्धेत उद्योगाचा अल्पकालीन समतोल दर्शविला आहे.

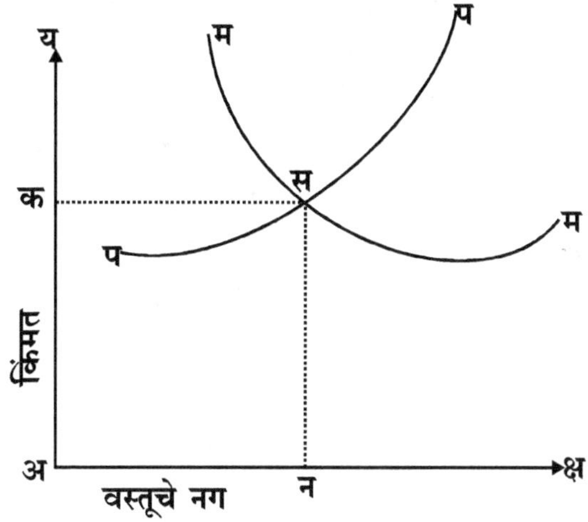

आकृती ३.२ : पूर्ण स्पर्धेत उद्योगाचा अल्पकालीन समतोल

वरील आकृती ३.२ मध्ये **'अक्ष'** अक्षावर वस्तूंचे नग तर **'अय'** अक्षावर किंमत दर्शविली आहे. **'मम'** हा उद्योगाचा अल्पकालीन मागणीवक्र आहे, तर **'पप'** हा पुरवठावक्र आहे. **'मम'** व **'पप'** हे दोन्ही वक्र एकमेकांस **'स'** या बिंदूत छेदतात. आकृतीत दर्शविल्याप्रमाणे **'अन'** इतक्या वस्तूच्या मागणी पुरवठ्यात संतुलन होऊन **'अक'** इतकी किंमत निश्चित होते.

पूर्ण स्पर्धेत उद्योगाच्या अल्पकालीन समतोलाच्या संदर्भात (१) समतोल किमतीला एकूण मागणी व एकूण पुरवठा समान असतो. (२) उद्योगाचा समतोल साधला जात असताना त्या उद्योगात समाविष्ट असणाऱ्या सर्व उद्योगसंस्थांचा समतोल साधला जातो आणि (३) पूर्ण स्पर्धेत बाजारातील किंमत ग्राह्य मानून उद्योगसंस्थेला आपला पुरवठा किमतीशी जुळता ठेवावा लागतो. (४) उद्योग स्वत:च्या कृतीने किंमत बदलू शकत नाही. मात्र, एकूण उद्योगसंस्थांच्या समूहाने प्रस्थापित होणारा उद्योग आपला पुरवठा बदलून किंमत बदलू शकतो हे मुद्दे महत्त्वाचे आहेत.

क) उद्योगसंस्थेचा / उत्पादनसंस्थेचा दीर्घकालीन समतोल

(Long-run Equilibrium of the Firm) :

दीर्घकाळात प्रत्येक उद्योगसंस्थेला उत्पादनघटकात आवश्यक ते सर्व बदल करून जेवढी मागणी असेल तेवढा पुरवठा अगदी सहजपणे वाढविता येतो. दीर्घ काळात नफ्याच्या उद्देशाने नवीन उद्योगसंस्थांचाही प्रवेश होतो. तसेच काही उद्योगसंस्था बाहेर पडतात. कारण पूर्ण स्पर्धेत प्रवेश व बाहेर पडण्याचे त्यांना स्वातंत्र्य असते,

त्यामुळे अतिरिक्त नफा नाहीसा होऊन प्रत्येक उद्योगसंस्थेला केवळ सर्वसाधारण नफा मिळतो. तसेच उद्योगसंस्थांची सरासरी प्राप्ती ही सरासरी खर्चापेक्षा कमी असल्यास उद्योगसंस्थेला तोटा सहन करावा लागेल, त्यामुळे अशा उद्योगसंस्था त्या उद्योगातून बाहेर पडून अन्य किफायतशीर उद्योगाकडे वळतील. त्यामुळे वस्तूचे उत्पादन कमी होऊन पुरवठा घटेल आणि किमतीची पातळी वाढेल. किंमत = सरासरी प्राप्ती = सरासरी खर्च अशी स्थिती प्रस्थापित होईल. अशा परिस्थितीत प्रत्येक उद्योगसंस्थेला सर्वसाधारण नफा मिळेल. म्हणजेच पूर्ण स्पर्धेत उद्योगसंस्थेचा दीर्घकालीन समतोल झाला म्हणजे किंमत वा सरासरी प्राप्ती = सीमांत प्राप्ती = सरासरी प्राप्ती = सीमांत खर्च अशी स्थिती असते.

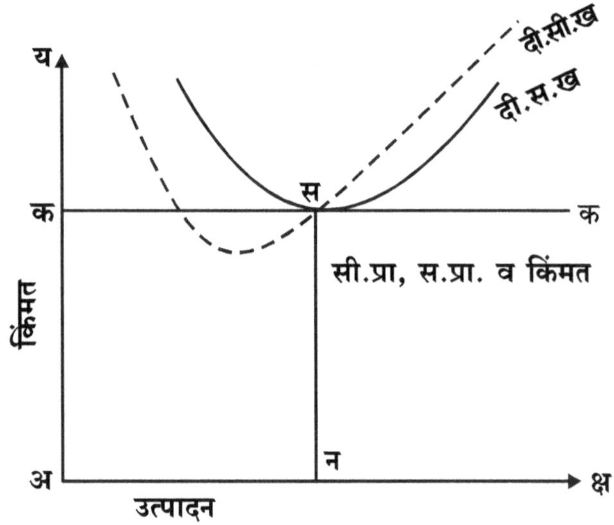

आकृती ३.३ : पूर्ण स्पर्धेत उद्योगसंस्थेचा दीर्घकालीन समतोल

आकृती ३.३ मध्ये पूर्ण स्पर्धेत उद्योगसंस्थेचा दीर्घकालीन समतोल कसा प्रस्थापित होतो ते दर्शविले आहे.

आकृती ३.३ मध्ये **'अक्ष'** अक्षावर उत्पादन तर **'अय'** अक्षावर किंमत दर्शविली आहे. **'दीसीख'** व **'दीसख'** हे अनुक्रमे सीमांत खर्च आणि दीर्घकालीन सरासरी खर्चाचे वक्र आहेत. तर **'क'** हा सीमांत प्राप्ती, सरासरी प्राप्ती आणि किमतीचा वक्र आहे.

सीमांत खर्च आणि सीमांत प्राप्ती समसमान झाले म्हणजे उद्योगसंस्थेचा समतोल प्रस्थापित होतो, हे अल्पकालीन तत्त्व दीर्घकाळातही लागू पडते. याशिवाय दीर्घकाळात

सीमांत खर्च, सीमांत प्राप्ती, सरासरी खर्च, सरासरी प्राप्ती व किंमत (MC=AC=AR=Price) या सर्व गोष्टी समसमान झाल्या पाहिजेत. पूर्ण स्पर्धेत दीर्घकाळात सरासरी खर्चापेक्षा किंमत जास्त असल्यास उद्योगसंस्थेला अवाजवी नफा मिळेल. हे पाहून नवे उद्योजक व्यवसायात येतील व त्यामुळे पुरवठा वाढून किंमत व अवाजवी नफा कमी होईल. शेवटी सर्वच उद्योगसंस्था फक्त वाजवी नफाच मिळवू शकतील, याउलट सरासरी खर्चापेक्षा किंमत कमी असल्यास उद्योगसंस्थेला तोटा सहन करावा लागेल, त्यामुळे काही उद्योगसंस्था उद्योगाबाहेर पडतील. म्हणून दीर्घकाळात उद्योगसंस्थेने वस्तूचा सरासरी उत्पादनखर्च व वस्तूचा सीमांत उत्पादनखर्च हे दोन्ही वस्तूच्या किमतीइतके होतील एवढे उत्पादन केले की, उद्योगसंस्थेचा समतोल साधला जातो.

आकृती ३.३ मध्ये दर्शविल्याप्रमाणे सीमांत खर्च, सरासरी खर्च, सरासरी प्राप्ती व सीमांत प्राप्ती आणि किंमत हे सर्व घटक **'स'** या बिंदूत संतुलित होतात, समसमान होतात. त्यामुळे **'अक'** या किमतीला **'अन'** इतके उत्पादन असताना उद्योगसंस्था महत्तम नफा मिळविते किंवा समतोलात असते. दीर्घकाळात वस्तूला एकच किंमत असल्याने सीमांत प्राप्ती, सरासरी प्राप्ती व किंमत या तीनही गोष्टीसुद्धा समसमान असतात. यावरून पूर्ण स्पर्धेतील उद्योगसंस्थेच्या दीर्घकालीन समतोलाची पुढील वैशिष्ट्ये स्पष्ट होतात. १. दीर्घकालीन समतोल हा किंमत = सीमांत प्राप्ती = सीमांत खर्च = सरासरी खर्च अशा परिस्थितीत होतो. तेव्हा सरासरी खर्च हा कमीतकमी असतो. २. समतोल अवस्थेतील प्रत्येक उद्योगसंस्थेला सर्वसाधारणपणे नफा मिळतो. ३. प्रत्येक उद्योगसंस्थेला कमीतकमी सरासरी खर्चाच्या आधारे उत्पादन करावे लागत असल्याने दीर्घकाळात सर्वच उद्योगसंस्था पर्याप्त आकाराच्या असल्याचे आढळून येते.

ड) उद्योगाचा दीर्घकालीन समतोल
(Long-run Equilibrium of the Industry) :

एका उद्योगात गुंतलेल्या सर्वच्या सर्व उद्योगसंस्था जेव्हा समतोलात असतील तेव्हा तो उद्योग समतोलावस्थेत येतो, म्हणजेच त्या उद्योगातील वस्तूचा एकूण पुरवठा व वस्तूची एकूण मागणी यांचा समतोल साधला गेला पाहिजे. एखाद्या वेळी पुरवठ्यापेक्षा मागणी वाढल्यास उत्पादन वाढविले जाईल किंवा कमी झाल्यास उत्पादन कमी केले जाईल, परंतु समतोल अवस्थेत उद्योगातील उत्पादनात असे फेरफार होत कामा नयेत. मागणी व पुरवठा यांचा अचूक मेळ बसून उत्पादन स्थिर झाले पाहिजे, असे झाले म्हणजे वस्तूची किंमत ठरेल. ही किंमत उद्योगातील एकूण मागणी व

एकूण पुरवठा यांच्या समतोलावरून ठरते. कोणत्याही एका उद्योगसंस्थेच्या कृतीवरून ती ठरत नाही, हे लक्षात घेतले पाहिजे.

उद्योगाच्या समतोलात उत्पादन हे ठरावीक ठिकाणी स्थिर झाले पाहिजे. त्यात वाढ वा घट होता कामा नये. हे उत्पादन सर्व उद्योगसंस्था करत असून त्या सर्व समतोलात असल्याने नवीन उद्योगसंस्थांना उद्योगात पदार्पण करण्याची संधी नसते किंवा विद्यमान उद्योगसंस्थांना उद्योगाबाहेर पडण्याचे कारण नसते, त्यामुळे प्रत्येक उद्योगसंस्थेचे उत्पादन स्थिर होऊन तिचा सीमांत खर्च व सीमांत प्राप्ती समसमान होईल. त्यामुळे उद्योगसंस्थेस फक्त साधारण नफा मिळेल. पूर्ण स्पर्धेत दीर्घकाळात उद्योगाच्या समतोलात सर्वच उद्योगसंस्था साधारण नफा मिळवीत असतात. त्यांनी अवाजवी नफा मिळविल्यास नवीन उद्योगसंस्थांचे आगमन होऊन समतोल ढळेल. किंवा तोटा झाल्यास काही उद्योगसंस्था उद्योगातून बाहेर पडतील, त्यामुळे समतोल ढळेल, म्हणून उद्योगाच्या समतोलात प्रत्येक उद्योगसंस्था फक्त साधारण नफाच मिळवू शकेल हे स्पष्ट होते व अशा अवस्थेत उद्योगाचा समतोल साधला जातो.

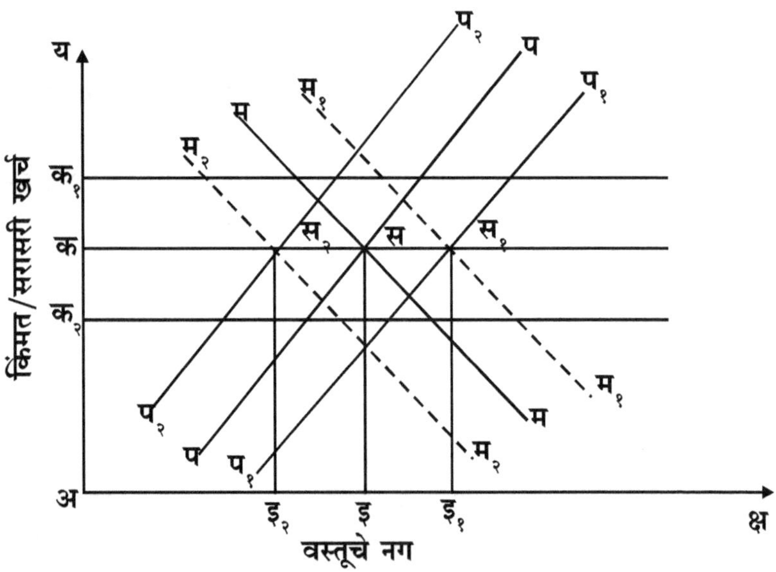

आकृती ३.४ : पूर्ण स्पर्धेत उद्योगाचा दीर्घकालीन समतोल

आकृती ३.४ मध्ये **'अक्ष'** अक्षावर वस्तूचे नग आणि **'अय'** अक्षावर किंमत व सरासरी खर्च दर्शविला आहे. पूर्ण स्पर्धेत दीर्घकालीन किंमत ही सरासरी खर्चाबरोबर असते; म्हणजे किंमत ही किमान सरासरी खर्चाइतकी असते.

मम व **पप** हे अनुक्रमे सर्व उद्योगसंस्थांचे मिळून मागणी व पुरवठावक्र आहेत. **कक** रेषा ही प्रत्येक उद्योगसंस्थेच्या किमान सरासरी खर्चाची पातळी दर्शविते. या स्थितीत उद्योगाचा समतोल **'स'** या ठिकाणी प्रस्थापित झालेला आहे. या समतोल अवस्थेत **'अइ'** इतके उत्पादन होत आहे, कारण **'पप'** हा पुरवठावक्र व **'मम'** हा मागणीवक्र किमान सरासरी खर्चाच्या रेषेला **'स'** बिंदूत संतुलित होतात.

दीर्घकालीन वस्तूची मागणी वाढली, तर नवीन मागणीवक्र **म**$_{१}$ **म**$_{१}$ वर सरकेल. त्यामुळे किंमत **क**$_{१}$ पर्यंत वाढेल. ही वाढलेली **क**$_{१}$ किंमत **क** या सरासरी खर्चापेक्षा अधिक आहे. त्यामुळे प्रत्येक उद्योगसंस्थेला अतिरिक्त नफा मिळेल. त्यामुळे उद्योगात नवीन उद्योगसंस्था आकर्षित होतील. नवीन उद्योगसंस्थांची संख्या वाढल्याने वस्तूंचा पुरवठा वाढून किंमत **क**$_{१}$ पेक्षा कमी होऊ लागेल. किंमत **'क'** या स्थिर पातळीला येईपर्यंत नवीन उद्योगसंस्थांचा प्रवेश चालू राहील व शेवटी किमतीच्या स्थिर प्रवृत्तीमुळे किंमत किमान सरासरी खर्चाइतकी स्थिर होईल. त्यामुळे **प**$_{१}$ **प**$_{१}$ हा नवीन पुरवठा वक्र **म**$_{१}$ **म**$_{१}$ या नवीन मागणीवक्रास **स**$_{१}$ या बिंदूत छेदून तेथे नवीन समतोल प्रस्थापित होईल. यावेळी वस्तूचा पुरवठा **'अइ'** वरून **'अइ**$_{१}$**'** पर्यंत वाढेल. मात्र, किंमतही सरासरी खर्चाइतकीच असल्याने अतिरिक्त नफा मिळणार नाही. समजा, मागणी कमी झाली तर **म**$_{२}$ **म**$_{२}$ मागणीवक्र डावीकडे सरकेल. त्यामुळे किंमत **क**$_{२}$ पर्यंत कमी होईल. ही **क**$_{२}$ किंमत सरासरी खर्चापेक्षा कमी असल्याने उद्योगसंस्थांना तोटा सहन करावा लागेल. त्यामुळे काही उद्योगसंस्था उद्योगाबाहेर पडतील. त्यामुळे पुरवठा कमी होईल व किंमत वाढण्यास सुरुवात होईल. त्यामुळे **म**$_{२}$ **म**$_{२}$ हा मागणीवक्र **प**$_{२}$ **प**$_{२}$ या पुरवठा वक्रास मूळच्या किंमत रेषेस **स**$_{२}$ येथे छेदून नवीन समतोल प्रस्थापित होईल. त्यावेळी **अइ**$_{२}$ एवढे उत्पादन केले जाईल. त्यामुळे किंमत **'क'** इतकीच राहिल्यामुळे कोणत्याही उद्योगाला तोटा येणार नाही, कारण ही किंमत सर्व उद्योगाच्या किमान सरासरी खर्चाइतकी आहे. अशा प्रकारे पूर्ण स्पर्धेत दीर्घकाळात उद्योगाचा समतोल प्रस्थापित होत असताना सर्वच उद्योगसंस्था समतोल अवस्थेत असतात. तेव्हा उद्योगाचाही समतोल प्रस्थापित होतो. दीर्घकाळात उद्योगाच्या समतोलात उत्पादन स्थिर झालेले असते. उद्योगात नवीन उद्योगसंस्थांच्या प्रवेशाची व निर्गमनाची शक्यता नसते, कारण प्रत्येक उद्योगसंस्थेला सर्वसाधारण नफा मिळत असतो.

३.४ मक्तेदारी (Monopoly)

बाजाराचा हा एक महत्त्वाचा प्रकार आहे. पूर्ण स्पर्धा आणि मक्तेदारी हे दोन बाजूंचे दोन टोकांचे प्रकार आहेत. इंग्रजीत Mono म्हणजे 'एक' आणि Poly म्हणजे 'विक्रेता' होय, म्हणून मक्तेदारी म्हणजे एकच विक्रेता असलेली बाजारपेठ होय.

मक्तेदारीत उत्पादक म्हणजे विक्रेता असे मानले जाते. म्हणून मक्तेदारी म्हणजे एकच उत्पादक अथवा विक्रेता आणि अनेक ग्राहक अशी स्थिती असते.

३.४.१ संकल्पना आणि वैशिष्ट्ये (Concepts & Characteristics) :

ज्या वस्तूला जवळचे पर्याय नाहीत अशा वस्तूचे उत्पादन किंवा त्या वस्तूची विक्री एकाच उत्पादनसंस्थेकडे असते त्यावेळी मक्तेदारी निर्माण होते.

१) प्रा. चेंबरलीन यांच्या मते, 'एक उत्पादक ज्याचे पुरवठ्यावर पूर्ण नियंत्रण असून बाजारात वस्तूला जवळचे पर्याय उपलब्ध नसतात.'

२) प्रा. मेहता यांच्या मते, 'मक्तेदार त्यालाच म्हटले जाते की, त्याचे किमतीवर पूर्ण नियंत्रण असते.'

३) मक्तेदारी चौकशी आयोग यांच्या मते, 'थोड्या उद्योगांनी स्पर्धकांच्या तुलनेत बाजारपेठ नियंत्रित करण्यासाठी वापरलेल्या शक्तीला मक्तेदारी असे म्हणतात.'

यावरून असे स्पष्ट होते की, वस्तूला जवळचा पर्याय नाही अशा वस्तूंचे उत्पादन किंवा विक्री एकाच विक्रेत्याच्या हाती एकवटलेली असते त्यास मक्तेदारी असे म्हटले जाते. मक्तेदारीत एकच विक्रेता असतो. त्यामुळे वस्तूंच्या किमतीवर त्याचे नियंत्रण असते. बाजारात स्पर्धक नसल्यामुळे तो मनमानी पद्धतीने वस्तूला किंमत आकारू शकतो. तसेच त्याचे वस्तूच्या पुरवठ्यावरही नियंत्रण असते, त्यामुळे मक्तेदाराने पुरवठा कमी केल्यास वस्तूची किंमत वाढते आणि पुरवठा वाढवला तर तो वस्तू कमी किमतीला विकतो. त्यामुळे मक्तेदाराचा वस्तूच्या पुरवठ्यावर ताबा असल्याने तो वस्तूचा पुरवठा कमी-जास्त करून वस्तूच्या किमतीत बदल घडवून आणू शकतो. मक्तेदारीच्या वैशिष्ट्यांमधून मक्तेदारीचे स्वरूप कळते.

मक्तेदारीची वैशिष्ट्ये (Characteristics of Monopoly) :

मक्तेदारीची वैशिष्ट्ये पुढीलप्रमाणे आहेत.

१) एकच विक्रेता व पुरवठ्यावर नियंत्रण :- बाजारात एकच उत्पादक अथवा विक्रेता असतो. त्या वस्तूच्या उत्पादनाची त्या उत्पादकाची मक्तेदारी असते. इतर उत्पादक त्या वस्तूचे उत्पादन करीत नाहीत, त्यामुळे उद्योग आणि उत्पादन-संस्था यातील फरक मक्तेदारी बाजारात नष्ट होतो. वस्तूच्या पुरवठ्यावर उत्पादकाचे संपूर्ण नियंत्रण असते. एकच उत्पादनसंस्था असलेला उद्योग मक्तेदारी बाजारात अस्तित्वात येतो. उदा. एखाद्या गावात एक किराणा दुकान, एक बँक एकाधिकार गाजवू शकते.

२) वस्तूला पर्याय नाही : उत्पादक ज्या वस्तूचे उत्पादन करतो त्या वस्तूला नजीकचा, जवळचा पर्याय नसतो. मक्तेदारही अशा प्रकारच्या इतर पर्याय नसलेल्या वैशिष्ट्यपूर्ण वस्तूचे उत्पादन करतो, त्यामुळे ग्राहकाला ती वस्तू घ्यावीच लागते. उदा. पुणे, नाशिक, मुंबई, नागपूर यांसारख्या शहरात पाणीपुरवठ्याची मक्तेदारी त्या शहरातील महापालिकेला लाभली आहे.

३) स्पर्धकांच्या प्रवेशावर बंधने : मक्तेदारीत एकच उद्योगसंस्था विशिष्ट वस्तूचे उत्पादन करते; याचा अर्थ इतर उत्पादकांना त्या उत्पादनक्षेत्रात प्रवेश करता येत नाही. मक्तेदारीत स्पर्धकांच्या प्रवेशावर निर्बंध असतात. इतर उद्योगसंस्थांना त्या उत्पादन-क्षेत्रात प्रवेश मिळविण्यात अनेकविध अडथळे निर्माण केलेले असतात. आर्थिक कारणाने, कायद्यांच्या बंधनाने अथवा कारवाईमुळे असे अडथळे हेतुपुरस्सर निर्माण केले जातात.

४) किमतीवर नियंत्रण : मक्तेदारीत वस्तूची किंमत उत्पादक ठरवतो. किमतीवर मक्तेदाराचे पूर्ण नियंत्रण असते. मक्तेदारीत वस्तूच्या उत्पादनक्षेत्रात स्पर्धक नसल्यामुळे वस्तूच्या पुरवठ्यावर पूर्ण नियंत्रण असल्याने तो वस्तूचा पुरवठा कमी-जास्त करून वस्तूच्या किमतीत बदल करू शकतो, त्यामुळे मक्तेदाराला किंमतकर्ता असे म्हणतात.

५) महत्तम नफा : मार्शल यांच्या मते, ज्या किमतीस वस्तू बाजारात विकली जाते त्या किमतीत उत्पादन- खर्च भरून निघेल असा मक्तेदाराचा हेतू नसतो, तर जास्तीतजास्त प्राप्ती व्हावी अशा पद्धतीने मागणी आणि पुरवठ्यात मेळ घालण्याचा हेतू असतो, त्यामुळे मक्तेदाराला दीर्घकाळातसुद्धा नफा मिळू शकतो.

६) डावीकडून उजवीकडे खाली उतरणारा वक्र : वस्तूची किंमत ठरविण्याचा अधिकार मक्तेदाराला असतो. तसेच वस्तूचे नग किती खरेदी करावयाचे याचा अधिकार ग्राहकाला असतो. वस्तूची विक्री वाढविण्यासाठी वस्तूची किंमत मक्तेदार कमी करतो, त्यामुळे मक्तेदारीतील मागणीवक्र, सरासरी प्राप्तीवक्र आणि सीमांत प्राप्तीवक्र डावीकडून उजवीकडे खाली उतरणारा असतो.

७) सरासरी प्राप्तीपेक्षा सीमांत प्राप्तीत घट : सरासरी प्राप्तीवक्रापेक्षा सीमांत प्राप्तिवक्र अधिक वेगाने खाली येतो, कारण वस्तूची किंमत कमी केली जाते. त्यामुळे सीमांत प्राप्तीसुद्धा कमी होत जाते. बाजारातील किमतीपेक्षा सीमांत प्राप्ती कमी असते, म्हणून सीमांत प्राप्तिवक्र हा नेहमी सरासरी प्राप्तीवक्रापेक्षा खालच्या पातळीवर असतो.

८) **उद्योगसंस्था आणि उद्योग एकच :** मक्तेदारीत एकच उत्पादनसंस्था उत्पादनाचे कार्य करीत असल्याने उद्योगसंस्था आणि उद्योग हा फरक राहात नाही. मक्तेदारीत उद्योगसंस्था हीच उद्योग असते.

९) **मूल्यभेद :** एकाच वस्तूसाठी आणि सेवेसाठी मक्तेदार वेगवेगळ्या ग्राहकांना वेगवेगळी किंमत आकारून जास्तीतजास्त नफा मिळविण्याचा प्रयत्न करतो.

वरील वैशिष्ट्यांतून असे दिसून येते की, मक्तेदारीत पुरवठ्यावर मक्तेदाराचे पूर्ण नियंत्रण असते, मात्र प्रत्यक्षात ही वास्तवता येणे कठीण आहे. प्रत्यक्ष बाजारात ही सर्व वैशिष्ट्ये सहसा आढळत नाहीत. सैद्धान्तिकदृष्ट्या बाजाराच्या 'मक्तेदारी' या प्रकाराचा अभ्यास केला जातो.

३.४.२ मक्तेदारीतील अल्पकालीन आणि दीर्घकालीन समतोल (Short-run & Long-run Equilibrium) :

उत्पादनसंस्था एकच असल्यामुळे मक्तेदारीत उद्योगसंस्था आणि उद्योग यांत फरक केला जात नाही, त्यामुळे उद्योगाचा मागणीवक्र हाच उद्योगसंस्थेचा मागणीवक्र असतो. उद्योगाचा मागणीवक्र हा डावीकडून उजवीकडे उतरणारा असतो. जास्तीतजास्त नफा मिळविणे हा मक्तेदाराचा हेतू असतो. मागणीची लवचीकता विचारात घेऊन, कृत्रिमरित्या वस्तूच्या पुरवठ्यात बदल करून, वस्तूची किंमत कमी-जास्त करून नफ्याचे उद्दिष्ट तो साध्य करतो.

मक्तेदारीतील अल्पकालीन समतोल :

अल्प कालावधी म्हणजे असा कालावधी की, ज्या कालावधीत फक्त बदलणाऱ्या घटकात बदल करता येतो. स्थिर उत्पादनघटकात - यंत्रे सयंत्रे इ. - बदल करता येत नाही. अल्पकालीन समतोल होण्यासाठी सीमांत खर्च आणि सीमांत प्राप्ती समान होणे आवश्यक असते. परंतु अल्पकाळात पुरवठ्यामध्ये फेरफार करण्यावर पडणाऱ्या मर्यादेमुळे अल्पकाळात सरासरी प्राप्ती सरासरी खर्चाहून जास्त, सरासरी खर्चाएवढी अथवा सरासरी खर्चाहून कमी असणे शक्य असते. त्यामुळे अल्पकाळात असाधारण नफा, सर्वसाधारण नफा अगर तोटा होणे शक्य असते.

आकृती ३.५ (अ) मध्ये **'अत'** या उत्पादनाला समतोल निर्माण होतो, म्हणजेच **'य'** बिंदूत मक्तेदारीचा अल्पकालीन समतोल होतो. कारण येथे सीख व सीप्रा समान आहेत. येथे **अक** ही किंमत ठरेल. **अख** हा सरासरी खर्च वक्र किमतीपेक्षा अथवा सरासरी प्राप्तीपेक्षा कमी आहे. **क र न ख** हा असाधारण नफा मिळतो.

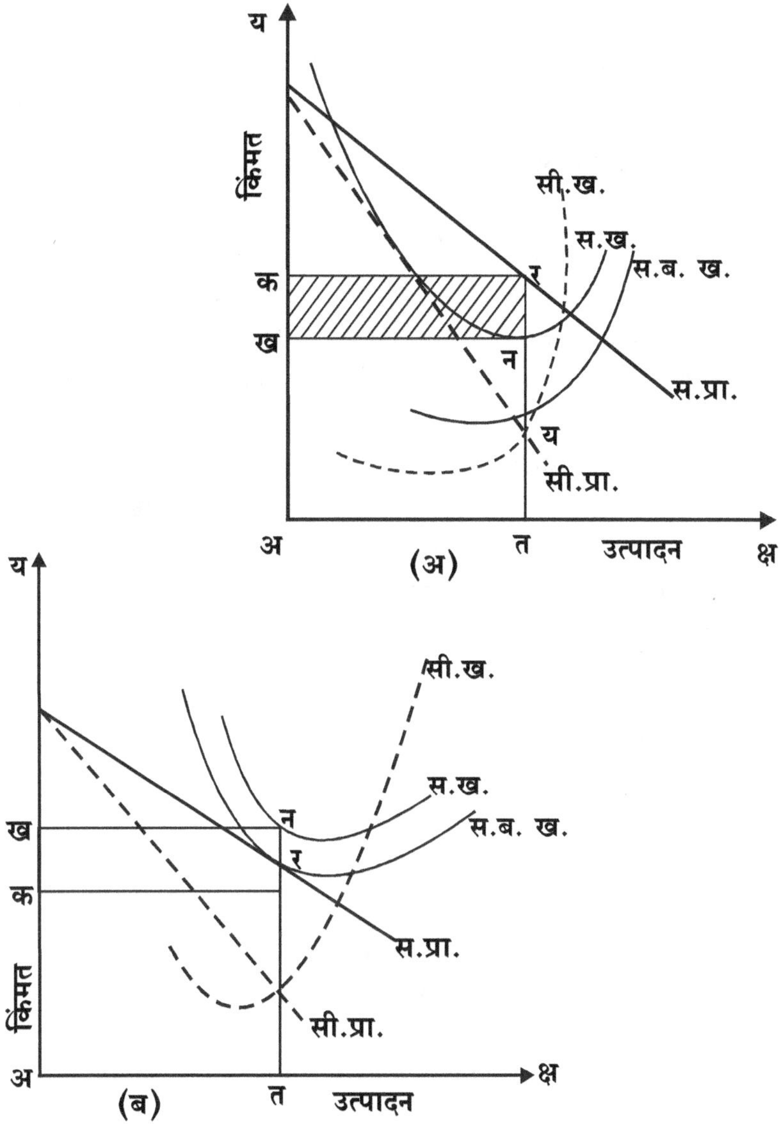

आकृती ३.५

आकृती **ब** मध्ये सरासरी खर्चवक्र सरासरी प्राप्तिवक्राच्या वर आहे. **'र'** बिंदूत सरासरी बदलत्या खर्चाचा वक्र सरासरी प्राप्तिवक्राला स्पर्श करतो म्हणजे येथे सरासरी बदलता खर्च भरून निघतो. येथे **अक** ही किंमत **'अख'** या सरासरी खर्चाहून कमी असल्याने **क र न ख** एवढा तोटा होतो. येथे सी. प्रा. = सी. ख. असल्याने **क र**

न ख हा किमान तोटा आहे. ज्या वेळेस नफा होत नाही त्या वेळेस तोटा कमी करण्याचा प्रयत्न केला जातो आणि सीमांत प्राप्ती व सीमांत खर्च समान असतात तेव्हा तोटा किमान असतो.

मक्तेदारीतील दीर्घकालीन समतोल (Long period Equilibrium under Monopoly) :

दीर्घकालीन समतोल : पूर्ण स्पर्धेत उद्योगसंस्थेला दीर्घकालावधीत केवळ सामान्य नफा मिळतो; परंतु मक्तेदारी उद्योगसंस्थेला दीर्घकालावधीत नेहमीच असाधारण नफा (Super normal profit) मिळतो. मक्तेदारीचा दीर्घकालीन समतोल होण्यासाठी सीमांत खर्च आणि सीमांत प्राप्ती यांतील समानता ही अट पूर्ण व्हावी लागते. त्यासाठी दीर्घकालीन सीमांत खर्चाच्या वक्राने सीमांतप्राप्तीच्या वक्राला छेदून जाणे आवश्यक असते. दीर्घकाळात मागणी अधिक लवचीक असल्याने प्राप्तीचे वक्रसुद्धा अधिक उथळ असतात. दीर्घकाळात मक्तेदाराला सर्वसाधारण नफा मिळण्याची शक्यता असली, तरी साधारण नफा मिळविण्यात मक्तेदाराला स्वारस्य नसते. त्यामुळे मक्तेदार दीर्घकालावधीत असाधारण नफा मिळविण्याचा प्रयत्न करतो, म्हणजेच तो सरासरी खर्चापेक्षा अधिक किंमत आकारतो.

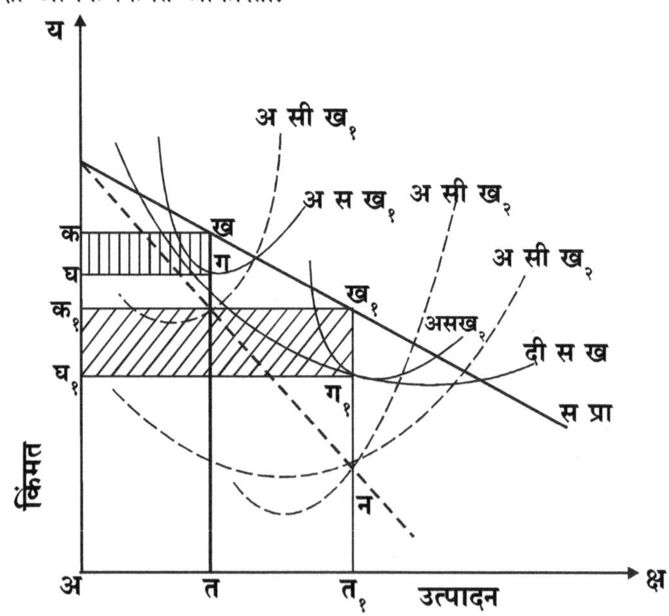

आकृती ३.६ दीर्घकालीन समतोल

आकृती ३.६ मध्ये दीर्घकालीन समतोल स्पष्ट होतो. अल्पकालीन व दीर्घकालीन समतोल यांच्यामधील फरक दिसून येतो. **'दी स ख'** ही दीर्घकालीन सरासरी खर्च वक्र व **'दी सी ख'** ही दीर्घकालीन सीमांत खर्च वक्र आहे. **त** बिंदूत दीर्घकालीन सीमांत खर्च सीमांत प्राप्तीएवढा होतो म्हणून **अ त**$_१$ एवढे उत्पादन करताना दीर्घकालीन समतोल निर्माण होईल व **अक** ही किंमत ठरेल. अल्प व दीर्घकालीन मागणीचे स्वरूप कायम मानल्यास अल्पकालीन व दीर्घकालीन समतोल बदलतो. मक्तेदारीत अल्पकालीन समतेचा विचार करता **अ सी ख**$_१$ हे अनुक्रमे सीमांत व सरासरी खर्चवक्र काढले आहेत. सीप्रा = **अ सी ख**$_१$ समान होतात तेथे म्हणजेच, **अ त** उत्पादनात समतोल होतो व **अ क** ही किंमत ठरते. दीर्घकाळात **सी स ख** या दीर्घकालीन वक्रावर येणे मक्तेदाराला शक्य असते, म्हणून उत्पादन वाढवून तो खर्च कमी करतो. अल्पकालीन किमतीपेक्षा दीर्घकालीन किंमत **अ क** पेक्षा **अ क**$_१$ कमी आहे. तसेच पुरवठा **अ त** पेक्षा **अ त**$_१$ जास्त आहे. कमीत कमी होऊनही अल्पकालीन नफ्यापेक्षा **क ख द घ** पेक्षा दीर्घकालीन नफा **क**$_१$ **ख**$_१$ **ग**$_१$ **घ**$_१$ जास्त आहे, कारण उत्पादनवाढ आणि सरासरी खर्चातील घट होय.

३.४.३. मूल्यभेदाची संकल्पना आणि प्रकार (Concept & Types of Price Discrimination) :

एकच वस्तू वेगवेगळ्या ग्राहकांना वेगवेगळ्या किमतींना विकणे. जेव्हा मक्तेदार एक वस्तू अथवा सेवा वेगवेगळी किंमत आकारून निरनिराळ्या ग्राहकांना विकतो तेव्हा त्याला मूल्यभेद असे म्हणतात. मक्तेदारीत उत्पादकाचे उत्पादनावर पूर्ण नियंत्रण असल्यामुळे मूल्यभेद करणे शक्य होते. मक्तेदारीत एकच विक्रेता असल्यामुळे तो बाजारात पाहिजे तशी किंमत आकारू शकतो. मक्तेदार वस्तूच्या पुरवठ्यावरील नियंत्रणाच्या आधारावर किंमत बदलू शकतो या वस्तुस्थतीवर मूल्यभेदाची प्रक्रिया अवलंबून असते मूल्यभेद हा मक्तेदारीचाच एक प्रकार आहे. श्रीमती जोन रॉबिन्सन यांच्या मते, 'निरनिराळ्या ग्राहकांना एकाच प्रकारच्या नियंत्रणाखाली निर्माण झालेल्या वस्तूस वेगवेगळ्या किमतींना विकण्याच्या क्रियेला मूल्यभेद असे म्हणतात.

(The art of selling the same article produced under single control, at different prices to different buyers is price discrimination.)

स्टीगलर यांच्या मते, 'एकच प्रकारची वस्तू दोन अथवा अधिक किमतींना विक्री करणे म्हणजे मूल्यभेद होय.'

म्हणजेच एकच वस्तू निरनिराळ्या ग्राहकांना निरनिराळ्या किमतींना विकणे म्हणजे मूल्यभेद होय. मक्तेदारी बाजारात मूल्यभेद करणे शक्य असते, कारण एकच

विक्रेता असल्याने व त्याच्या वस्तूला जवळचा पर्याय नसल्याने तो मूल्यभेद करू शकतो व अधिक नफा मिळविण्याचा प्रयत्न करतो.

मूल्यभेदाचे प्रकार (Types of Price Discrimination) :

मूल्यभेद निरनिराळ्या घटकांवर आधारलेले असल्याने मूल्यभेदाचे प्रकार पुढील प्रमाणे दिसून येतात.

१) व्यक्तीनुसार मूल्यभेद : या प्रकारात मक्तेदार ग्राहकांना आर्थिक स्थितीनुसार वस्तू अथवा सेवेला किमती आकारत असतो. अशा प्रकारची उदाहरणे प्रत्यक्षात बरीच आढळून येतात. उदा. वकील खटल्याची फी श्रीमंत अशिलाकडून अधिक घेतात, तर गरीब अशिलांकडून कमी घेतात. तसेच डॉक्टरांचेसुद्धा उदाहरण घेता येते.

२) स्थानानुसार मूल्यभेद : मक्तेदारीत निरनिराळ्या भागांत अथवा प्रदेशांत वस्तूची किंमत निरनिराळी आकारली जाते. उदा. तयार कपडे मुंबईला कमी किमतीला मिळतात. साड्या सुरत येथे स्वस्त आहेत. राज्यातील इतर ठिकाणी किंमत जास्त आहे. तसेच श्रीमंत लोक ज्या भागात अथवा बाजारपेठेत वस्तू व सेवा खरेदी करतात तेथे जास्त किंमत आकारून वस्तूची विक्री केली जाते व त्यापेक्षा कमी किमतीने गरीब लोकवस्ती असलेल्या भागात तशाच प्रकारच्या वस्तू विकल्या जातात.

३) उपभोगानुसार मूल्यभेद : मक्तेदार ज्यावेळी एखाद्या वस्तूचे अथवा सेवेचे वेगवेगळ्या व्यवसायांनुसार वेगवेगळे दर आकारतात तेव्हा त्यास व्यवसायानुसार मूल्यभेद असे म्हणतात. उदा. विजेचा वापर हा घरगुती, औद्योगिक आणि कृषीसाठी केला जातो. या तिन्ही वापरांसाठी विजेचे दर वेगवेगळे असतात.

४) सेवेच्या वेळेनुसार मूल्यभेद : मक्तेदारी सेवेच्या वेळेनुसार वेगवेगळी किंमत आकारली जाते. तसेच विशेष प्रकारची सुविधा दिली जाते तेव्हासुद्धा जास्त किंमत ग्राहकांना आकारली जाते. उदा. रेल्वेने प्रवास करताना वातानुकूलित डब्याचे प्रवासभाडे सर्वसामान्य रेल्वे प्रवास भाड्याच्यापेक्षा जास्त असते.

५) काळानुसार मूल्यभेद : एकच वस्तू अथवा सेवेसाठी काळानुसार वेगवेगळी किंमत आकारली जाते तेव्हा त्यास काळानुसार केलेला मूल्यभेद म्हणतात. जसे की दिवसा फोन केल्यास जास्त किंमत आकारली जाते रात्री फोन केल्यास कमी किंमत आकारली जाते.

मूल्यभेद वर्गीकरण :

प्रा. ए. सी. पिगू यांनी मूल्यभेदाचे वर्गीकरण पुढीलप्रमाणे केले.

मूल्यभेदाच्या श्रेणी (Degrees of Price Discrimination) :

प्रा. पिगू यांनी मूल्यभेदाच्या श्रेणी Economics of Welfare या पुस्तकात दिल्या आहेत. त्या पुढील प्रमाणे –

१) प्रथम श्रेणी मूल्यभेद (Discrimination of Fist Degree) : ग्राहक जास्तीतजास्त किती किंमत वस्तूसाठी देऊ शकतो त्या माहितीच्या आधारे ती किंमत ग्राहकासाठी आकारतो अशा मूल्यभेदाचे स्पष्टीकरण अधिक चांगले स्पष्ट करता येईल. उदा. ग्राहक एक नगासाठी १० रुपये देण्यास तयार आहे. ७ रुपये किंमत असल्यास दोन नग खरेदी करण्यास तयार आहे. ५ रुपये किंमत असल्यास ३ नग खरेदी करेल. अशा तऱ्हेने प्रथम श्रेणीचा मूल्यभेद केला जाईल.

२) द्वितीय श्रेणीचा मूल्यभेद Discrimination of Second Degree) : मक्तेदार वस्तूच्या वेगवेगळ्या नगांसाठी वेगवेगळी किंमत आकारतो आणि वेगवेगळ्या नगांसाठी वेगवेगळी किंमत आकारल्यामुळे ग्राहकास जास्तीतजास्त समाधान मिळते. अशा मूल्यभेदास द्वितीय श्रेणी मूल्यभेद असे म्हणतात. वीज मंडळ सुरुवातीच्या काही युनिट्ससाठी जास्त दर घेते, तर नंतरच्या निरनिराळ्या युनिट संख्येनंतर तो कमी कमी केलेला असतो.

३) तृतीय श्रेणी मूल्यभेद (Discrimination of Third Degree) : ग्राहकांचे वेगवेगळे गट पाडून त्यांना वस्तू अथवा सेवा निरनिराळ्या किमतींना पुरविल्या जातात. प्रत्येक गटात ग्राहकांनी वस्तू कितीही परिमाणापर्यंत खरेदी केली तरीही त्यांना सारखीच किंमत द्यावी लागते. सिनेमागृहात वेगवेगळे गट पाडून त्यांना निरनिराळे तिकीट दर आकरले जातात. अशा मूल्यभेदास तृतीय श्रेणी मूल्यभेद असे म्हणतात.

मूल्यभेद केव्हा शक्य असतो :

मक्तेदाराला मूल्यभेद करण्यासाठी काही अटींची, काही गोष्टींची अथवा आवश्यक स्थितीची पूर्तता होणे आवश्यक असते. ती माहिती पुढीलप्रमाणे :

१) ग्राहकांचे अज्ञान : ग्राहकांना बाजारपेठेत अथवा बाजरातील वस्तूंच्या किमतीचे ज्ञान नसेल तर मूल्यभेद करणे शक्य होते. ग्राहकांना बाजारपेठेचे पूर्ण ज्ञान असल्यास मूल्यभेद टिकून राहणार नाही.

२) बाजारपेठेतील भौगोलिक अंतर : दोन बाजारपेठांतील भौगोलिक अंतर जास्त असेल तर मूल्यभेद शक्य आहे. तसेच दोन बाजारपेठा फार मोठ्या जकातदरांमुळे वेगळ्या नसल्या पाहिजेत.

३) मागणीची लवचीकता : वेगवेगळ्या बाजारांत मागणीची लवचीकता वेगवेगळी असेल तर मूल्यभेद शक्य होतो. वस्तूची मागणी अलवचीक असेल तर जास्त किंमत आकारली जाते. मागणीची लवचीकता जास्त असेल तर वस्तूची किंमत कमी आकारली जाते.

४) मागणीचे स्थलांतर नसावे : मक्तेदाराने वेगवेगळ्या बाजारपेठांत वस्तूची किंमत वेगवेगळी आकारली असल्यास, एका बाजारातील मागणीचे दुसऱ्या बाजारात स्थलांतर होता कामा नये. असे स्थलांतर झाल्यास मक्तेदारीत मूल्यभेद टिकून राहणार नाही.

५) वस्तूचा दुहेरी विनिमय नसावा : मक्तेदारीने एक वस्तू विकल्यानंतर त्या वस्तूची खरेदीदाराद्वारे दुहेरी विक्री नसावी. असे झाले तर मूल्यभेद यशस्वी होणार नाही. म्हणजेच मक्तेदाराने काही ग्राहकांना जास्त किमतीने वस्तू विकल्या आणि काहींना कमी किमतीला विकल्या, परंतु कमी किंमत ज्यांच्याकडून आकारली आहे त्यांनी ती वस्तू खरेदी करून ज्या ग्राहकांना जास्त किंमत आकारण्यात आली आहे तेथे जाऊन आपल्या वस्तूची विक्री करू नये.

६) कायदेशीर मान्यता : मक्तेदार व्यक्ती / संस्थेकडून आकारले जाणारे वेगवेगळे दर हे कायदेशीर दृष्ट्या मान्य झालेले असावेत. उदा. रेल्वेच्या प्रवासाबाबत पॅसेंजर गाडी, एक्सप्रेस गाडी आणि सुपर एक्सप्रेस गाडीची तिकिटे सारखी नाहीत. परंतु त्यास कायदेशीर मान्यता आहे.

७) वस्तू अथवा सेवेचे स्वरूप : वस्तूची खरेदी करून इतरांना हस्तांतरण करता येत नसल्यास मूल्यभेदातील किंमत जास्त असते. मक्तेदाराने ग्राहकाला पुरविणारी सेवा वैयक्तिक स्वरूपाची असल्यास त्या सेवेची पुनर्विक्री ग्राहकाला करता येत नाही. अशा सेवेत मूल्यभेद करता येतो. उदा. एखादा डॉक्टर गरीब व श्रीमंत अशा दोन रुग्णांना एकाच प्रकारच्या ऑपरेशनसाठी कमी अधिक फी आकारू शकतो. डॉक्टर अथवा वकील त्यांची सेवा ते स्वतःच विकत असल्यामुळे ही सेवा ग्राहकांद्वारे हस्तांतरित होऊ शकत नाही. त्यामुळे मूल्यभेद शक्य होतो.

मूल्यभेद केव्हा फायदेशीर ठरतो ?

मूल्यभेद करीत असताना दोन बाजारपेठांतील मागणीची लवचीकता असमान असेल, तरच मूल्यभेद फायदेशीर होतो. अन्यथा मागणीची लवचीकता जर समान असेल तर मूल्यभेद विशेष फायदेशीर होत नाही.

स्थूल मानाने पुढील स्थितीत मक्तेदाराला मूल्यभेद फायदेशीर ठरतो.

अ) कमी किंमत असलेल्या बाजारातून वस्तू विकत घेऊन त्या वस्तू जास्त किंमत असलेल्या बाजारात विकता येणे शक्य नसते.

ब) मक्तेदार विकत असलेल्या वस्तू निरनिराळ्या बाजारपेठांतील मागणीच्या लवचीकतेत फरक असतो.

क) दोन्ही बाजारपेठांत असंख्य ग्राहक आहेत, परंतु त्यांचा आपापसात खरेदी विषयी काहीही संपर्क नाही अशा स्थितीत मूल्यभेद करणे फायदेशीर ठरते.

ड) विक्रेता अथवा उत्पादकाची बाजारात त्या वस्तूची पूर्णपणे मक्तेदारी असवी.

३.५ मक्तेदारीयुक्त स्पर्धा (Monopolistic Competition)

पूर्ण स्पर्धा आणि मक्तेदारी हे दोन्हीही टोकाचेच बाजारप्रकार आहेत. १९३२ पर्यंत बाजारात पूर्ण स्पर्धा वा पूर्ण मक्तेदारी असते, असेच मानले जात असे आणि तशा परिस्थितीत वस्तूचे मूल्य, उत्पादनाची निश्चिती आणि उद्योगसंस्थेचा समतोल इ. कसे ठरते याचे अर्थशास्त्रीय विश्लेषण मूल्य सिद्धान्तान्तर्गत केले जात असे. परंतु या विचाराला वेगळी दिशा देण्याचे कार्य १९३३ मध्ये अमेरिकेतील हार्वर्ड विद्यापीठातील प्रा. एडवर्ड चेंबरलीन आणि इंग्लंडमधील श्रीमती जोन रॉबिन्सन या प्रमुख अर्थशास्त्रज्ञांनी केले. या दोघांनी वास्तविक जीवनात पूर्ण स्पर्धा आणि पूर्ण मक्तेदारी या दोन बाजारपेठांची मिश्रित अशी अवस्था असते, असे दाखवून दिले. प्रा. चेंबरलीन यांच्या मते, प्रत्यक्ष बाजारात ज्या वस्तू उपलब्ध असतात, त्या एकजिनसी असू शकत नाहीत. त्या वस्तूंमध्ये वेगळेपणा असतो. बाजारात पूर्ण स्पर्धा व पूर्ण मक्तेदारी नसते, तर मक्तेदारीयुक्त स्पर्धा असते. प्रत्यक्ष बाजारात आढळून येणारा बाजाराचा प्रकार म्हणजे मक्तेदारीयुक्त बाजार होय.

३.५.१ संकल्पना, अर्थ आणि वैशिष्ट्ये (Concept & Characteristies)

संकल्पना : अमेरिकन अर्थशास्त्रज्ञ प्रा. इ. एच. चेंबरलीन यांनी 'दि थिअरी ऑफ मोनोपोलिस्टिक कॉम्पिटिशन' म्हणजे मक्तेदारीयुक्त स्पर्धेचा सिद्धान्त या १९३३ मध्ये प्रसिद्ध केलेल्या आपल्या पुस्तकात 'मक्तेदारीयुक्त स्पर्धे'ची संकल्पना मांडली आहे, तर ब्रिटिश अर्थशास्त्रज्ञ श्रीमती जोन रॉबिन्सन यांनी १९३३ साली 'दि थिअरी ऑफ इम्परफेक्ट कॉम्पिटिशन' म्हणजे अपूर्ण स्पर्धेचा सिद्धान्त या प्रसिद्ध केलेल्या पुस्तकात अपूर्ण स्पर्धेची संकल्पना मांडली.

प्रा. चेंबरलीन यांच्या मते, 'मक्तेदारी आणि स्पर्धा या दोन्हींचे मिश्रण असणारी जी बाजारपेठ प्रत्यक्षात उपलब्ध असते, त्या बाजारपेठेला मक्तेदारीयुक्त स्पर्धा असे म्हणतात.'

मिसेस जोन रॉबिन्सन यांच्या मते, 'प्रत्यक्ष बाजारपेठेत संपूर्ण स्पर्धा किंवा संपूर्ण मक्तेदारी अशी असूच शकत नाही; जर संपूर्ण स्पर्धा हे एक टोक व संपूर्ण मक्तेदारी हे दुसरे टोक मानले, तर या दोन टोकांच्या मधील जी परिस्थिती असते त्यास 'अपूर्ण स्पर्धा' असे म्हणतात.'

प्रा. रॉबर्ट हेलरी हॅवमन यांच्या मते, 'ज्यावेळी अनेक उद्योगसंस्था एकमेकांना पर्यायी ठरणाऱ्या वस्तूंची निर्मिती करीत असतात आणि इतर उद्योगसंस्थांनाही त्यासारख्या; परंतु निराळ्या वस्तू तयार करून त्या बाजारात प्रवेश करण्याचे मुक्त स्वातंत्र्य असते, अशी स्थिती म्हणजे मक्तेदारीयुक्त स्पर्धा होय.'

प्रत्येक विक्रेता हा थोड्याफार प्रमाणात मक्तेदार असतो. सर्व वस्तू मूलत: एकाच प्रकारच्या असल्या तरी काल्पनिक गुणभेद निर्माण करून एकाच प्रकारच्या वस्तू एकमेकांना पर्यायी बनविल्या जातात. विक्री वाढविण्यासाठी मोठ्या प्रमाणात जाहिरात केली जाते. ग्राहकांच्या मनात काल्पनिक वस्तुभेद निर्माण केला जातो. अशा वेळी प्रत्येक बाजारात मक्तेदारी व पूर्ण स्पर्धा या दोहोंची वैशिष्ट्ये काही प्रमाणात आढळतात. मक्तेदारीयुक्त स्पर्धा ही पूर्ण स्पर्धा आणि मक्तेदारी यांची एक संमिश्र अवस्था होय. ज्या बाजारात निकटचे पर्याय असलेल्या पण भिन्नतादर्शक वस्तूंचे अनेक विक्रेते एकमेकांशी स्पर्धा करीत असतात, त्या बाजारपेठेस मक्तेदारीयुक्त बाजारपेठ असे म्हणतात. अपूर्ण स्पर्धेपेक्षा मक्तेदारीयुक्त स्पर्धा ही संकल्पना अधिक वास्तववादी व प्रत्यक्ष बाजारात आढळणारी अशी आहे. उदा. भारतीय बाजारपेठेतील वॉशिंग मशिन्स, दूरचित्रवाणी संच, स्कूटर्स, मोटारसायकली, सिगारेट्स, टूथपेस्ट, ब्लेड्स, शर्टिंग-सूटिंग, कपडे, चहा, बिस्किटे, चारचाकी वाहने इ. विविध उत्पादने पाहिली तर त्या प्रत्येक उत्पादनाच्या बाबतीत उत्पादक विक्रेता मक्तेदार ठरतो, परंतु प्रत्यक्ष बाजारात त्याच्या उत्पादनाला इतर उत्पादकांच्या उत्पादनाच्या स्पर्धा व ग्राहकांसाठी जवळचा पर्याय उपलब्ध असतो, म्हणजेच उत्पादक-विक्रेत्यांमध्ये प्रत्यक्ष बाजारात पूर्ण स्पर्धाही नसते व पूर्ण मक्तेदारीदेखील नसते, तर या दोहोंची संमिश्र अशी मक्तेदारीयुक्त स्पर्धा असते.

मक्तेदारीयुक्त स्पर्धेची वैशिष्ट्ये अथवा लक्षणे :
(Characteristics of Monopolistic Competition)

१) अनेक उद्योगसंस्था : मक्तेदारीयुक्त स्पर्धेचे महत्त्वाचे वैशिष्ट्य म्हणजे बाजारात अनेक उद्योगसंस्था असतात. पूर्ण स्पर्धेप्रमाणे असंख्य नसतात, तसेच मक्तेदारीपण नसते. विक्रेत्यांची संख्या जास्तही नसते आणि कमीही नसते, त्यामुळे प्रत्येक उत्पादकाचा एकूण पुरवठ्यात अत्यल्प वाटा असतो. त्यामुळे पुरवठ्यात

कमी-जास्तपणा केला तरी एकूण पुरवठ्यावर परिणाम होत नाही. प्रत्येक उत्पादक आपले किंमतधोरण ठरवतो, त्यामुळे इतर उत्पादकांवर त्याचा परिणाम होत नाही. अशा रीतीने मक्तेदारीयुक्त स्पर्धेत अनेक उत्पादक असल्यामुळे एखादा विक्रेता वस्तूच्या पुरवठ्यावर आणि किमतीवर प्रभाव पाडू शकत नाही.

२) वस्तुभेद : वस्तुभेद म्हणजे प्रत्येक उत्पादनसंस्था आपली वस्तू इतर उत्पादन- संस्थेपेक्षा वेगळी दाखविण्याचा प्रयत्न करते. वस्तू एक असली तरी स्वत:चे वेगळेपण दाखविण्यासाठी वस्तूचा रंग, आकार, दर्जा, टिकाऊपणा, चव इत्यादीमध्ये फरक केला जातो. उदा. टूथपेस्ट, तेल, साबण इत्यादींमध्ये वस्तुभेद करण्यासाठी आकर्षक आवरण, जाहिरात, ट्रेडमार्क, सोयी व सवलती, भेटवस्तू इत्यादींचा अवलंब केला जातो. वस्तुभेदामुळे विशिष्ट ट्रेडमार्कची विशिष्ट विक्रेत्याकडून विशिष्ट वस्तू घेण्याची ग्राहकांची सवय असते. अशा रीतीने मक्तेदारीयुक्त स्पर्धा अस्तित्वात येते.

३) आगमन आणि निर्गमनाचे स्वातंत्र्य : कोणतीही उद्योगसंस्था नव्याने उत्पादनक्षेत्रात येऊ शकते, तसेच कोणत्याही उद्योगसंस्थेला आपला उद्योग बंद करण्याचे अथवा उत्पादनक्षेत्रातून बाहेर पडण्याचेही स्वातंत्र्य असते. मक्तेदारीयुक्त स्पर्धेत वस्तूंत विविधता दिसून येते. एखादी उत्पादनसंस्था बंद पडल्यास त्याचा व्यवसायावर कोणताही परिणाम होत नाही.

४) मागणीची लवचीकता : मक्तेदारीयुक्त स्पर्धेत वस्तूची मागणी अधिक लवचीक असते. उद्योगसंस्थेने वस्तूची किंमत कमी केल्यास वस्तूची मागणी वाढते. त्याला स्वयंलवचीक मागणी असे म्हणतात आणि उद्योगसंस्थेने किंमत बदलल्यास त्याचा परिणाम होऊन इतर उद्योगसंस्थांच्या वस्तूंच्या मागणीवर परिणाम होतो, त्याला छेदक अथवा तिरकस लवचीकता म्हणतात. म्हणजेच बाजारात स्वयंलवचीकता आणि तिरकस लवचीकता दिसून येते. म्हणून मागणीवक्र डावीकडून उजवीकडे, वरून खाली उतरत जातो.

५) बिगर किंमत स्पर्धा : मक्तेदारीयुक्त स्पर्धेत उद्योगसंस्था बिगर किंमत स्पर्धेवर भर देतात. म्हणजे वस्तूची किंमत ठरविताना त्या वस्तूच्या उत्पादनात काही खर्चाचा समावेश केला जात नाही. जाहिरातीचा अवलंब केल्यास त्यामुळे वस्तूचा उत्पादनखर्च वाढेल, नफ्यावर परिणाम होईल इत्यादीवर विचार केला जात नाही. उदा. शिलाईमशिन खरेदी केल्यास टेप, कात्री, स्क्रूड्रायव्हर इत्यादी तर फर्निचर खरेदी करताना टीपॉय मोफत देणे. अशा वस्तू मोफत देऊन विक्रेते बिगर किंमत स्पर्धा करतात.

६) किंमतभिन्नता : प्रत्येक उत्पादनसंस्थेला आपल्या वस्तूची किंमत ठरविण्याचे

स्वातंत्र्य असते. त्यामुळे प्रत्येक उत्पादक स्वत: किंमतविषयक धोरण राबवितो. उत्पादकसंस्थेला वाहतूकखर्च, जाहिरात, उत्पादनघटकांची गतिहीनता यांमुळे बाजारात एकच किंमत प्रस्थापित करता येत नाही, त्यामुळे वस्तूच्या किमती वेगवेगळ्या असतात.

७) विक्रीखर्च : मक्तेदारीयुक्त स्पर्धेत उत्पादक आपली विक्री वाढवण्यासाठी वस्तुभेदाबरोबरच मोठ्या प्रमाणावर जो खर्च करतो त्याला विक्रीखर्च म्हणतात. ग्राहकांना आकर्षित करण्यासाठी उत्पादक विक्रीखर्च करतो. या खर्चामध्ये जाहिरात, विक्रीप्रतिनिधींचा पगार, प्रदर्शने इ. खर्चाचा समावेश होतो.

८) जाहिरात : उत्पादक आपली वस्तू इतरांपेक्षा कशी वेगळी आहे हे दाखविण्यासाठी जाहिरातीचा आधार घेतात. त्यासाठी दूरदर्शन, रेडिओ, इंटरनेट, चित्रपटगृहे, वर्तमानपत्रे, मासिके, बोर्ड, कार्यक्रमांचे प्रायोजकत्व इत्यादी साधने व मार्गांचा अवलंब केला जातो. त्याचा मुख्य उद्देश म्हणजे उत्पादनाची विक्री वाढविणे हा होय. थोडक्यात, जाहिरातबाजी हे मक्तेदारीयुक्त स्पर्धेचे वैशिष्ट्य आहे.

९) विक्रेत्याचे स्वतंत्र धोरण : विक्रेता आपले स्वत:चे विक्रीचे धोरण ठरवितो. उत्पादन किती करावयाचे, वस्तूचा आकार, रचना, वेष्टन, किंमत, विक्रीव्यवस्था इत्यादींबाबत उत्पादक स्वत:चे स्वतंत्र असे धोरण आखत असतो.

१०) ग्राहकांची संख्या : मक्तेदारीयुक्त बाजारात ग्राहकांची संख्या फारच मोठी असते, त्यामुळे ग्राहक स्वतंत्रपणे मागणी कमी अथवा जास्त करून किमतीत बदल घडवून आणू शकत नाही. मात्र विशिष्ट ब्रँडची वस्तू हवी असणाऱ्या ग्राहकांचा एक गट निर्माण होतो.

११) बाजारपेठेविषयीचे ग्राहकांचे अज्ञान : मक्तेदारीयुक्त स्पर्धेत ग्राहकांना बाजारपेठेच्या परिस्थितीचे पूर्ण ज्ञान नसते. कोणता विक्रेता किती किमतीला वस्तू विकतो याची माहिती ग्राहकाला नसते, अज्ञानामुळे ग्राहक खरेदी करू शकत नाही. जाहिरातीमुळे ग्राहक विशिष्ट वस्तूकडे आकर्षित होण्याची शक्यता असते. थोडक्यात, ग्राहकाला बाजारपेठेचे पूर्ण ज्ञान असत नाही.

१२) नावलौकिक :- जाहिरातीमुळे अथवा विक्री वाढविण्याच्या प्रयत्नामुळे वस्तूची मागणी टिकून राहते. व्यवसायात टिकून राहण्यासाठी नावलौकिक महत्त्वाचा असतो. विशिष्ट ट्रेडमार्कच्या नावाखाली देशभर किंवा जगभर विकल्या जाणाऱ्या वस्तूंच्या बाबतीत नावलौकिकाची किंमत मोठ्या प्रमाणात वाढते.

१३) गट संकल्पना : चेंबरलीन यांनी मक्तेदारीयुक्त स्पर्धेत उद्योग या संकल्पनेऐवजी गटाची संकल्पना वापरली. एकजिनशी वस्तूंचे उत्पादन करणाऱ्या

संस्थांचा समुदाय म्हणजे उद्योग होय, तर एकमेकांच्या जवळचा पर्याय असणाऱ्या व वस्तुभेद निर्माण करणाऱ्या संस्थांचा समुदाय म्हणजे गट होय. जसे औषध निर्माण करणाऱ्या संस्थांचा समूह इत्यादी.

१४) खऱ्या अर्थाने स्पर्धा : मक्तेदारीयुक्त स्पर्धेत उत्पादन संस्थामध्ये बाजारपेठ काबीज करण्याची स्पर्धा, बिगर किंमत स्पर्धा, ग्राहकांच्या अज्ञानाचा फायदा, विक्री खर्च, वस्तूभेद निर्माण या बाबी दिसून येत असल्याने याला खऱ्या अर्थाने स्पर्धा म्हणतात.

३.५.२ मक्तेदारीयुक्त स्पर्धेतील अल्पकालीन आणि दीर्घकालीन समतोल (Short-run & Long-run Equilibrium)

मक्तेदारीयुक्त स्पर्धेत उद्योगसंस्थेचा अल्पकालीन व दीर्घकालीन समतोल पुढीलप्रमाणे असतो.

अ) उद्योगसंस्थेचा अल्पकालीन समतोल :

बाजारात वस्तूची किंमत व उद्योगसंस्थेचा उत्पादनखर्च यांचा मेळ घालून प्राप्त परिस्थितीत जास्तीतजास्त नफा मिळवून देणारी उत्पादनाची जी स्थिती असते तिला उद्योगसंस्थेचा समतोल असे म्हणतात. म्हणजेच ज्या प्रमाणात सीमांत प्राप्ती व सीमांत खर्च समान होतात, तेवढे उत्पादन केल्यास उद्योगसंस्थेचा समतोल प्रस्थापित होतो.

गृहीते

अ) उद्योगसंस्थेचा अल्पकालीन मागणी वक्र लवचीक असतो.

ब) अल्पकाळात उत्पादनक्षेत्रात नवीन उद्योगसंस्था प्रवेश करीत नाहीत.

क) प्रत्येक उद्योगसंस्थेचे अल्पकालीन उत्पादनखर्चाचे वक्र इतर उद्योगसंस्थांपेक्षा वेगळे असतात.

ड) प्रत्येक उद्योगसंस्था वेगळ्या स्वरूपाच्या वस्तूचे उत्पादन करीत असते.

इ) विक्रेत्यांची संख्या अधिक असते. प्रत्येक उत्पादक आपल्या क्षेत्रात मक्तेदार असतो.

अल्पकाळात उद्योगसंस्थेला फक्त बदलणाऱ्या घटकांतच बदल करता येतो. स्थिर उत्पादनघटकांत उदा. यंत्रे, संयंत्रे इ. बदल करणे शक्य नसते. त्यामुळे आहे त्या संयंत्रांच्या साहाय्याने उत्पादन करावे लागते. अल्पकालावधीत मक्तेदारीयुक्त स्पर्धेत उद्योगसंस्थांना असाधारण फायदा, साधारण फायदा किंवा तोटा होण्याची शक्यता

असते. मक्तेदारीयुक्त स्पर्धेतील उद्योगसंस्थेचे सरासरी आणि सीमांत प्राप्तिवक्र डावीकडून उजवीकडे उतरत जाणारे असतात. हे दोन्ही वक्र एकाच बिंदूत सुरू होत असले तरी त्यांच्यातील अंतर उत्तरोत्तर वाढत जाते.

अल्प कालखंड – असाधारण नफा :

मक्तेदारीयुक्त स्पर्धेत उद्योगसंस्थेला अल्प कालावधीत असाधारण नफा मिळतो. अनेक उद्योगसंस्था उत्पादन करत असतात. प्रत्येकाची किंमत वेगवेगळी असते, तसेच खर्चही वेगवेगळे असतात. त्यामुळे एका संस्थेला असाधारण नफा मिळतो, म्हणून सर्वच संस्थांना मिळेल असे नाही. जुन्या संस्थांना अल्पकाळात असाधारण नफा मिळतो, तर काही नव्या संस्थांना तोटा होण्याची शक्यता असते.

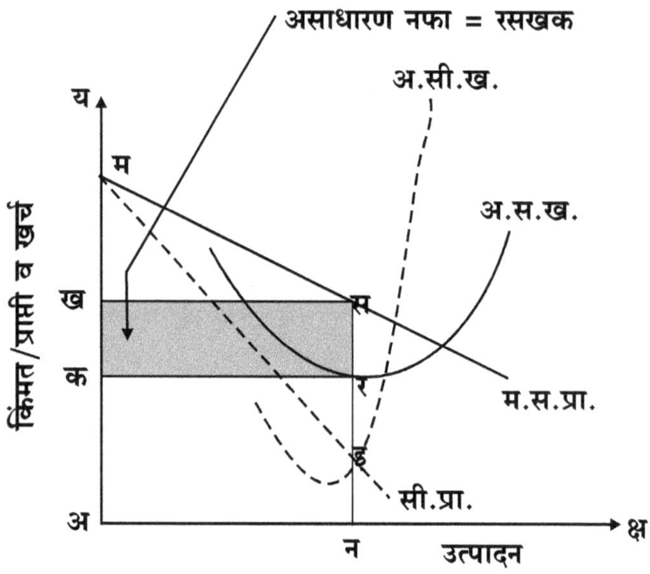

आकृती ३.७

आकृतीत अल्पावधीत उद्योगसंस्थेचा नफा दर्शविलेला आहे.

अल्पकाळात उद्योगसंस्थेने समतोल प्राप्त करण्यासाठी सीप्रा = सीख आणि सीख वक्र सीप्रा वक्राला खालून छेदून गेला पाहिजे. या दोन्ही अटी पूर्ण केल्या पाहिजेत.

आकृती ३.७ मध्ये **'अक्ष'** अक्षावर उत्पादन व **अय** अक्षावर किंमत प्राप्ती व खर्च दर्शविला आहे. **'मम'** हा अल्पकालीन मागणीवक्र आहे आणि सरासरी प्राप्तिवक्रही

आहे. हा अल्पकालीन सरासरी खर्चवक्र आहे. **असीख** हा अल्पकालीन सीमांत खर्च वक्र आहे. **सीप्रा** हा सीमांत प्राप्तिवक्र आहे.

वरील आकृतीत **सीप्रा** हा सीमांत वक्र **इ** बिंदूत छेदत आहे. **इ** हा बिंदू संतुलनबिंदू आहे. **'अन'** ही उत्पादनपातळी आहे. **'अन'** हे उत्पादन **'नस'** या किमतीला विकले जाते. उत्पादनाचा सरासरी खर्च **'नर'** इतका आहे. त्यामुळे उत्पादनसंस्थेला **'अन'** इतके उत्पादन केल्यास **'रस'** इतका नफा प्राप्त होतो, तर उद्योगसंस्थेला **र स ख क** इतका असाधारण नफा प्राप्त होतो. अल्पकाळात इतर कोणतीही नवीन उद्योगसंस्था उत्पादनक्षेत्रात प्रवेश करीत नाही, त्यामुळे उद्योगसंस्थेला नफा मिळू शकतो. ज्यावेळी उद्योगसंस्थेच्या वस्तूला चांगली मागणी असते, अशावेळी त्या उद्योगसंस्थेला अल्पकाळात असाधारण नफा मिळतो.

अल्पकालखंड – सर्वसाधारण नफा

साधारण नफा मिळविण्यासाठी सरासरी प्राप्ती आणि सरासरी खर्च यांच्यात समानता निर्माण व्हावी लागते. त्यासाठी सरासरी खर्चाच्या वक्राने सरासरी प्राप्तीच्या वक्राला स्पर्श करून जाणे आवश्यक असते. अल्पकाळात मक्तेदारीयुक्त स्पर्धेतील उद्योगसंस्थेचा सर्वसाधारण नफा आकृती ३.८ च्या साहाय्याने स्पष्ट केला आहे.

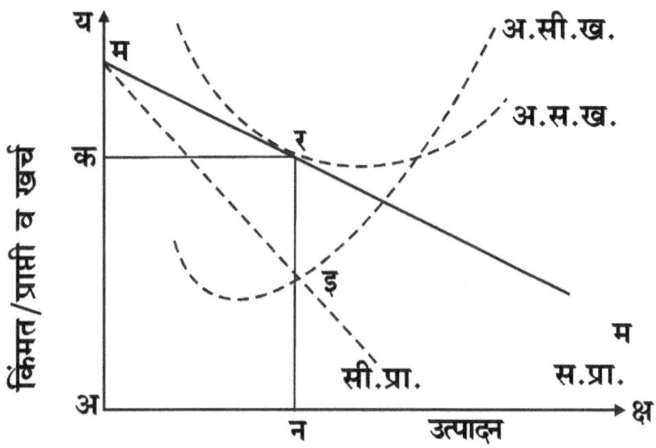

आकृती ३.८

आकृती ३.८ मध्ये **'अक्ष'** अक्षावर उत्पादन, तर **'अय'** अक्षावर प्राप्तिखर्च दर्शविला आहे. **सीप्रा** हा सीमांत प्राप्तिवक्र आहे. **मम** हा मागणीवक्र व सरासरीवक्र आहे. **'असख'** हा अल्पकालीन सरासरी खर्चाचा वक्र आहे, तर **असीख** हा अल्पकालीन सीमांत खर्चवक्र आहे. **'इ'** हा उद्योगसंस्थेच्या **'अन'** या उत्पादनाचा

संतुलन- बिंदू आहे, कारण येथे **'सीप्रा'** व **'सीख'** हे समान आहेत. सरासरी प्राप्तिवक्रास अल्पकालीन सरासरी खर्चवक्र **'र'** या बिंदूत स्पर्श करतो. **'अन'** उत्पादनाला **'नर'** हा उत्पादनखर्च आहे. म्हणजेच खर्चाइतकीच किंमत आहे. त्यामुळे उद्योगसंस्थेचा उत्पादनखर्च हा किमतीबरोबर राहून तिला सरासरी खर्चात समाविष्ट असणारा सर्वसाधारण नफाच मिळतो. थोडक्यात, वरील आकृतीमध्ये दर्शविल्याप्रमाणे **'अन'** उत्पादनाला उद्योगसंस्थेचा सर्वसाधारण नफ्यासह अल्पकालीन समतोल स्पष्ट होतो, कारण या उत्पादनाला **'नर'** इतकी किंमत व **'अक'** इतका उत्पादन- खर्च हे समान होतात, त्यामुळे प्रत्येक उत्पादनाच्या सरासरी खर्चात समाविष्ट करणारा नफा फक्त मिळतो. अशा नफ्याला सर्वसाधारण नफा असे म्हणतात.

ब) मक्तेदारीयुक्त स्पर्धेत उद्योगसंस्थेचा दीर्घकालीन समतोल :

दीर्घकाळात उद्योगसंस्थेस उपलब्ध असलेला वेळ पुरेसा असल्यामुळे उत्पादनाच्या तंत्रात आवश्यक ते फेरबदल घडवून आणता येतात, उत्पादनसामग्री बदलता येते, तसेच स्पर्धेत प्रवेश करणे अथवा स्पर्धेतून बाहेर पडणे याविषयीचे पूर्ण स्वातंत्र्य उद्योगसंस्थेस असते. मक्तेदारीयुक्त स्पर्धेत अल्पकाळात उद्योगसंस्थेचा समतोल होत असला तरी समूहाचा (Group) समतोल होत नाही, कारण समूहातील उद्योगसंस्थेच्या संख्येत वारंवार बदल होतो. समूहाचा समतोल होण्यासाठी व समूहातील उद्योगसंस्थांची संख्या कायम राहण्यासाठी दीर्घकाळात प्रत्येक उद्योगसंस्थेला साधारण नफा मिळणे आवश्यक असते, त्यामुळे उद्योगसंस्थेचा दीर्घकालीन समतोल होण्यासाठी मक्तेदारीयुक्त स्पर्धेत दोन अटी पूर्ण व्हाव्या लागतात.

समतोलाच्या अटी – १. सीमांत खर्च आणि सीमांत प्राप्ती यांच्यातील समानता २. उद्योगसंस्थेला साधारण नफा मिळण्यासाठी सरासरी खर्च व सरासरी प्राप्ती समान व्हाव्यात.

आकृती ३.९ मध्ये दीर्घकालीन सरासरी खर्चवक्र आणि दीर्घकालीन सीमांत खर्चवक्र तसेच दीर्घकालीन सरासरी प्राप्ती व दीर्घकालीन सीमांत प्राप्तिवक्र आहेत. **'अन'** हे दीर्घकालीन समतोल उत्पादन असून **'नर'** किंवा **'अक'** ही उद्योगसंस्थेची दीर्घकालीन किंमत आहे. **'नर'** ही उद्योगसंस्थेची किंमत किंवा सरासरी प्राप्ती आणि सरासरी खर्चसुद्धा आहे. त्यामुळे उद्योगसंस्थेला सर्वसाधारण नफा मिळत आहे हे स्पष्ट होते.

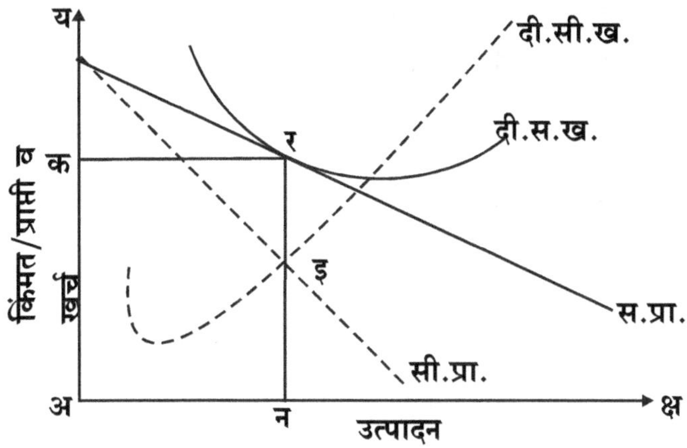

मक्तेदारीयुक्त स्पर्धेतील उद्योगसंस्थेचा दीर्घकालीन समतोल

आकृती ३.९

यावरून असे स्पष्ट होते की, (१) सीमांत प्राप्ती = सीमांत खर्च आणि सरासरी प्राप्ती = सरासरी खर्च या दोन अटी एकाच वेळी ज्या उत्पादनाने साधल्या जातात (आकृतीत '**अन**' उत्पादन) त्या उत्पादनास समतोल साधला जातो. (२) दीर्घकाळात प्रत्येक उद्योगसंस्थेला सर्वसाधारण नफा मिळतो. (३) समतोलावस्थेत मागणीवक्र (म्हणजे सरासरी प्राप्तीचा वक्र) सरासरी खर्चाच्या वक्राला स्पर्श करून जातो.

अशा प्रकारे मक्तेदारीयुक्त स्पर्धेत उद्योगसंस्थेचा दीर्घकालीन समतोल साधला जाऊन उत्पादन व किंमतनिश्चिती होते.

मक्तेदारीयुक्त स्पर्धेतील समूहाचा समतोल (Group Equilibrium under Monopolistic Competition)

प्रा. चेंबरलीन यांच्या मते, जवळचा पर्याय असलेल्या वस्तूंचे उत्पादन करणाऱ्या अनेक उद्योगसंस्थांचा समूह होतो. अनेक समूह मिळून उद्योग होतो. समूह ही संकल्पना मक्तेदारीयुक्त स्पर्धेचे प्रमुख वैशिष्ट्य आहे. समूहातील उद्योगसंस्था एकमेकींशी तीव्र स्पर्धा करत असतात. उदा. सिमेंट उत्पादन करणाऱ्या उद्योगसंस्थांचा समूह, टी.व्ही. उत्पादन करणाऱ्या उद्योगसंस्थांचा समूह. अशा समूहातील प्रत्येक उत्पादनसंस्था ही मक्तेदार असते. तिला स्पर्धेला तोंड द्यावे लागते. प्रत्येक उद्योगसंस्था जवळच्या पर्यायी वस्तूचे उत्पादन करते. प्रत्येक उद्योगसंस्थेचे स्वतंत्र असे किंमतविषयक धोरण असते. त्यांचा मागणीवक्र लवचीक स्वरूपाचा असतो. प्रत्येक उद्योगसंस्थेचा विक्रीखर्च,

जाहिरातखर्च भिन्न असतो. असे असताना संपूर्ण उद्योगसंस्थेच्या समूहाचा समतोल कसा साध्य करावयाचा हा गहन प्रश्न आहे. तो सोडविण्यात अनेक अडचणी असतात.

उद्योगसमूहाचा समतोल अल्प व दीर्घ कालावधीच्या संदर्भात स्पष्ट करता येतो.

अ) समूहाचा अल्पकालीन समतोल : समूहाच्या अल्पकालीन समतोलाचे वर्णन 'अल्पकालीन अस्थिर असमतोल' असे केले जाते, कारण उद्योगसंस्थांना असाधारण नफा होतो किंवा तोटा होतो, त्यामुळे उद्योगसंस्थांची संख्या वारंवार बदलते.

मक्तेदारीयुक्त स्पर्धेत अल्पकाळात उद्योगसंस्था सीमांत खर्च व सीमांत प्राप्ती समान करण्याचा प्रयत्न करते. समूहातील प्रत्येक उद्योगसंस्थेच्या सीमांत खर्च व सीमांत प्राप्ती समान करणाऱ्या समतोल उत्पादनाची बेरीज केली की, समूहाचा एकूण पुरवठा होतो. हा एकूण पुरवठा व समूहाच्या उत्पादनासाठीची एकूण मागणी समान झाली की, समूहाचा अल्पकालीन तात्पुरता समतोल निर्माण होतो.

समूहाचा दीर्घकालीन समतोल : समूहाच्या दीर्घकालीन समतोलाचे वर्णन 'समूहाचा दीर्घकालीन स्थिर समतोल' असाही केला जातो. मक्तेदारीयुक्त स्पर्धेत उद्योगसंस्थांच्या उत्पादनाची वैशिष्ट्ये, उत्पादनखर्च, किमती यांत भिन्नता असते. त्यामुळे समूहाचा समतोल करण्यात अडचणी येतात. म्हणून प्रा. चेंबरलीन पुढील गृहीतकांचा विचार करून समतोल स्पष्ट करतात.

गृहीते

१. एकरूपतेचे गृहीतक : समूहातील सर्व उद्योगसंस्थांचे मागणीवक्र आणि खर्चवक्र यांबाबतीतील परिस्थिती संपूर्ण सारखी वा समान आहे. म्हणजेच या गृहीतकाप्रमाणे मक्तेदारीयुक्त स्पर्धेतील सर्व उद्योगसंस्थांचे मागणी व खर्चवक्र सर्व समूहांसाठी सारखेच असतात. ग्राहकांच्या आवडी-निवडी आणि पसंतीनुसार असलेली मागणीची भिन्नता एकसारखी विभागली जावी, त्यामुळे त्यांच्या पसंतीतील फरकामुळे उत्पादनखर्चात फार मोठा फरक पडू नये. एकरूप म्हणजेच सारखेपणा होय. हे गृहीतक धाडसाचे आहे, हे स्वत: चेंबरलीनने मान्य केले आहे.

२. गौण परिमाण एकरूपतेचे गृहीतक : मक्तेदारीयुक्त स्पर्धेत उद्योगसंस्थांची संख्या फार मोठी असते. मात्र, एखाद्या उद्योगसंस्थेने किंमत व उत्पादन यांत फेरबदल केला, तर त्याचा इतर स्पर्धक उद्योगसंस्थांवर होणारा परिणाम फारसा असणार नाही. तो दुर्लक्ष करण्याइतपत राहील. एखाद्या उद्योगसंस्थेने किंमत व उत्पादन यात फेरबदल केल्यास त्याचा परिणाम दुर्लक्षिण्यासारखा असल्याने अन्य स्पर्धक उद्योगसंस्था त्या

फेरबदलाची दखल घेणार नाहीत वा त्यानुसार स्वत:च्या धोरणात बदल करणार नाहीत.

३. मक्तेदारीयुक्त स्पर्धेत उद्योगसंस्थेला नवीन समूहात प्रवेश करण्याचे किंवा पूर्वीच्या समूहातून बाहेर पडण्याचे पूर्ण स्वातंत्र्य असते.

समतोलाची अट : समूहाला फक्त सर्वसाधारण नफा मिळणे आवश्यक असते. तसेच सरासरी प्राप्ती व सरासरी खर्च यांच्यात समानता व्हावी लागते. साधारण नफ्यामुळे कोणत्याही उद्योगसंस्थेला समूह सोडून जाण्याची व समूहात प्रवेश करण्याची इच्छा नसते. परिणामी, समूहात उद्योगसंस्थांची संख्या स्थिर राहते.

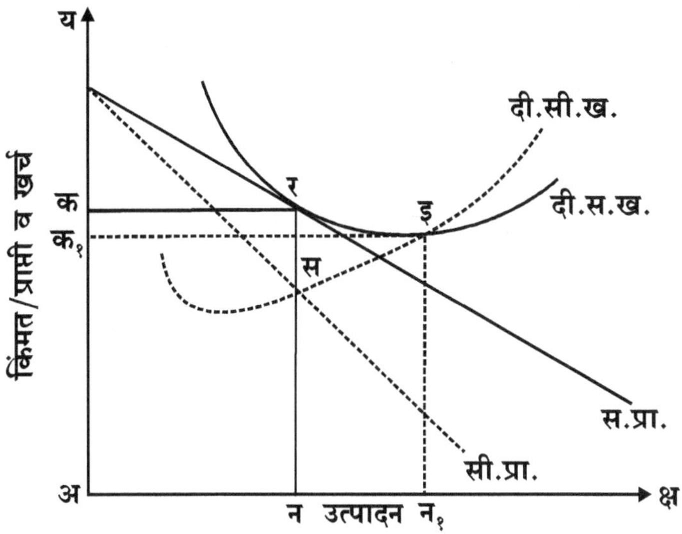

आकृती ३.१०

आकृती ३.१० मध्ये **'अन'** या उत्पादनाला **सीप्रा** वक्रास **दीसीख** वक्र **स** बिंदूत छेदून जातो. **सप्रा** वक्राला **र** या बिंदूत **दीसख** वक्र स्पर्शून जातो. यावरून असे स्पष्ट होते की, **नर** किंवा **अक** ही दीर्घकालीन किंमत राहील आणि या किमतीला **'अन'** इतके उत्पादन केले जाईल. या परिस्थितीत सरासरी प्राप्ती आणि सरासरी खर्च समान झाल्यामुळे त्या उद्योगसमूहाला सर्वसाधारण नफा मिळेल.

एकरूप व समरूपता गृहीतकाप्रमाणे सर्व उद्योगसंस्था मागणीवक्राच्या बाबतीत आणि उत्पादनखर्चाच्या बाबतीत सारख्याच असल्यामुळे त्याचे सरासरी प्राप्तिवक्र त्यांच्या सरासरी खर्चवक्राला स्पर्श करणारे असतील, याचाच अर्थ सर्व उद्योगसंस्थांना केवळ सर्वसाधारण नफा प्राप्त होईल. प्रत्येक उद्योगसंस्थेला असा सर्वसाधारण नफा

मिळत असल्यामुळे या समूहात नवीन उद्योगसंस्थांना प्रवेश करण्याची इच्छा असणार नाही. अशा रीतीने सबंध समूहाच्या दृष्टीने समतोल प्रस्थापित होईल.

आकृती ३.१० मध्ये दाखविल्याप्रमाणे पूर्ण स्पर्धेच्या परिस्थितीत दीर्घकाळात '**अन**$_१$' इतके उत्पादन केले जाईल. परंतु मक्तेदारीयुक्त स्पर्धेत उद्योगसंस्थांचे दीर्घकालीन उत्पादन '**अन**' इतके म्हणजे '**अन**$_१$' पेक्षा कमी राहील. म्हणजेच मक्तेदारीयुक्त स्पर्धेत उद्योगसंस्थेला '**अन**' ऐवजी '**अन**$_१$' इतके उत्पादन करता येणे शक्य असूनही तेवढे जादा उत्पादन ती उद्योगसंस्था करीत नाही; कारण तेवढे उत्पादन केल्यास वस्तूची किंमत कमी होईल.

आकृतीत दर्शविल्याप्रमाणे मक्तेदारीयुक्त स्पर्धेत **अन**$_१$ इतके उत्पादन करण्याऐवजी **अन** इतकेच उत्पादन केले जात असल्याने त्या उद्योगसंस्थेच्या प्रस्थापित उत्पादनक्षमतेचा पुरेपूर वापर न होता काही क्षमता न वापरलेल्या स्थितीत राहते. न वापरलेली उत्पादनक्षमता व अतिरिक्त क्षमता आकृतीत दर्शविल्याप्रमाणे **नन**$_१$ इतकी पडून राहते. यालाच जादा क्षमता असे म्हणतात. अशी अतिरिक्त वा जादा क्षमता हे मक्तेदारीयुक्त स्पर्धेच्या दीर्घकाळात समूह समतोलाचे एक खास वैशिष्ट्यच आहे.

३.५.३ विक्री खर्च (Selling Cost) :

मक्तेदारीयुक्त स्पर्धेत वस्तू भिन्न असते व असंख्य विक्रेते असल्याने जास्तीतजास्त ग्राहक आकर्षित करून घेण्यासाठी उत्पादकाला विक्रीखर्च करावा लागतो. मक्तेदारीयुक्त स्पर्धेत वस्तू भिन्न असल्यामुळे वस्तूची माहिती नसते. ग्राहकास या भिन्नरूप वस्तूची माहिती करून घेणे आवश्यक होते. ग्राहकाला वस्तूची माहिती देण्यासाठी तसेच आपल्या वस्तूची मागणी करण्यास उद्युक्त करण्यासाठी उत्पादक विक्रीखर्च करीत असतात. ही माहिती करून देण्यासाठी उत्पादकांना जाहिरातीवर खर्च करणे आवश्यक असते. आपली वस्तू ग्राहकांना अधिक परिचयाची होऊन आपल्या वस्तूची मागणी वाढविण्यासाठी उत्पादक विक्री खर्च करतात.

प्रा. चेंबरलीन यांच्या मते, 'वस्तूला असलेल्या मागणीवक्राचे स्थान अथवा आकार यामध्ये बदल घडवून आणण्यासाठी केलेला खर्च म्हणजे विक्री खर्च होय. (Cost incurred in order to alter the position or shape of demand curve of the demand for a product'

प्रा. मेयर्स यांच्या मते, 'विक्री खर्च म्हणजे ग्राहकाने एका वस्तूऐवजी दुसरी वस्तू घ्यावी अथवा एका विक्रेत्याऐवजी दुसऱ्या विक्रेत्याकडून खरेदी करावी यासाठी ग्राहकाचे मन वळविण्यासाठी केलेला खर्च होय.'

ग्राहकांना आपल्याकडे आकर्षित करण्यासाठी त्यांनी इतरांकडून वस्तू खरेदी

करण्याऐवजी आपल्याकडूनच वस्तू खरेदी करावी यासाठी उत्पादक विक्रेत्याकडून जो खर्च केला जातो त्यास विक्रीखर्च असे म्हणतात. या खर्चात वस्तुभेद, जाहिरात, विक्री प्रतिनिधीचा पगार, विक्री विभाग, विक्री वाढीच्या योजना, प्रदर्शने, प्रायोजकत्व इ. साठी केलेल्या खर्चाचा समावेश होतो. आपली वस्तू इतर वस्तूंपेक्षा वेगळी आहे हे दाखविण्यासाठी विक्रीखर्च आवश्यक असतो, त्यामुळे जास्तीतजास्त नफा मिळविण्याचे उत्पादकाचे उद्दिष्ट साध्य होते.

विक्रीखर्चाच्या जाहिरातील वरील खर्च हा महत्त्वाचा मानला जातो. सतत जाहिरातीचा मारा करून एखाद्या वस्तूबद्दल ग्राहकांच्या मनात आवड निर्माण केली जाते. त्यासाठी बक्षिसे, कूपन, वस्तू घरपोच, विविध पुस्तिका, मासिके, वृत्तपत्रे, रेडिओ, दूरदर्शन इत्यादीचा उपयोग केला जातो. या सर्वांसाठी करण्यात येणाऱ्या खर्चाला विक्री खर्च असे म्हणतात. अशा प्रकारच्या विक्री खर्चामुळे वस्तूंची पसंती बदलणे उत्पादक अथवा विक्रेत्यांना शक्य होते.

चेंबरलीन यांनी जाहिरातीचे दोन प्रकार केले आहेत.

१) माहिती देणारी जाहिरात : उत्पादनाची माहिती दिली जाते, कारण ग्राहकांना सर्व उत्पादकांची माहिती नसते. ग्राहकांना आकर्षित करण्यासाठी व वस्तूची निवड करण्यासाठी अशी जाहिरात महत्त्वाची ठरते.

२) आकर्षक जाहिरात : जास्तीतजास्त ग्राहकांना आकर्षित करण्यासाठी लोकप्रिय खेळाडू, अभिनेते, अभिनेत्या, विशिष्ट प्रसंग इ. चा वापर केला जातो.

अशा जाहिराती वर्तमानपत्रे, नियतकालिके, आकाशवाणी, दूरदर्शन, चित्रपटगृह इ. मधून प्रकाशित आणि प्रसारित केल्या जातात.

जाहिरात खर्च हा विक्री खर्च नव्हे तर जाहिरात खर्च ही संकल्पना त्यापेक्षा व्यापक स्वरूपाची आहे.

विक्रीखर्च आणि उत्पादनखर्चातील फरक :

उत्पादनखर्च हा वस्तूच्या निर्मितीसाठी येणारा खर्च असतो. कच्चा माल, उत्पादन घटकांवर येणारा खर्च, वीज वस्तूच्या वाहतुकीसाठी येणारा खर्च, वस्तू निर्मितीवरील उत्पादनकर, विमा सेवा इत्यादी खर्चाचा यात समावेश होतो, तर वस्तूची मागणी वाढविण्यासाठी केलेल्या खर्चाचा समावेश विक्रीखर्चात केला जातो. सैद्धान्तिक दृष्टिकोनातूनसुद्धा विक्रीखर्च आणि उत्पादन खर्चात फरक आहे. उत्पादनखर्च वस्तूचा पुरवठा ठरवितात तर विक्रीखर्च वस्तूच्या मागणीत बदल घडवून आणत असतात.

विक्रीखर्चाच्या वक्राचा आकार व्यवसायसंस्थेच्या सरासरी उत्पादनखर्चाच्या आकारासारखाच अर्धचंद्राकृती अथवी इंग्रजी यू या आकारासारखा असतो.

३.६ अल्पविक्रेताधिकार : अर्थ आणि वैशिष्ट्ये (Oligopoly : Meaning & Characteristics)

अपूर्ण स्पर्धा असलेल्या बाजारात अल्पविक्रेताधिकार हा एक महत्त्वाचा प्रकार आहे. अल्पविक्रेताधिकाराला 'अल्पाधिकार' असाही पर्यायी शब्द वापरला जातो किंवा मर्यादित स्पर्धेचा बाजार असेही म्हटले जाते.

अर्थ (Meaning)

अल्पविक्रेताधिकार (Oligopoly) या शब्दाची उत्पत्ती ग्रीक शब्द 'Oligo' म्हणजे अल्पसंख्य आणि 'Poly' म्हणजे विक्रेते या शब्दापासून झाली. अल्पविक्रेताधिकार म्हणजे असा बाजार की, ज्यात काही विक्रेते एकजिनसी वस्तूंचे अथवा विभेदित वस्तूंचे उत्पादन करतात. जसे सिमेंट कंपनी, मोबाईल सेवा पुरविणारे इत्यादी विक्रेते.

१. प्रा. स्टोनियर व प्रा. हेग यांच्या मते, 'जेथे काही थोडेच विक्रेते अस्तित्वात असतात, तेथे अल्पविक्रेताधिकार बाजार निर्माण होतो.'

प्रा. हॅवमन व प्रा. नॉक यांच्या मते, 'थोडे विक्रेते म्हणजे अल्पविक्रेताधिकाराची बाजारपेठ होय.'

'ज्या बाजारपेठेत एकजिनसी वस्तूंचे किंवा जवळचे पर्याय ठरणाऱ्या वस्तूंचे उत्पादन करणाऱ्या उत्पादन- संस्था अल्पसंख्येने असतात त्या बाजारपेठेला अल्पविक्रेताधिकार बाजारपेठ असे म्हणतात.'

वरील व्याख्यांवरून असे दिसून येते की, ज्या बाजारात काही मोजकेच उत्पादक किंवा विक्रेते असतात, त्या बाजारपेठेस अल्पविक्रेताधिकार बाजारपेठ म्हणता येईल. किंवा ज्या बाजारपेठेत काही मोजकेच उत्पादक वा विक्रेते स्पर्धा करतात, ती बाजारपेठ म्हणजे अल्पविक्रेताधिकार बाजारपेठ होय. अशी बाजारपेठ प्रत्यक्षात दिसून येते. उदा. भारतात पोलाद, रासायनिक खते, मोटारी, ट्रॅक्टर्स, दुचाकी वाहने, तीनचाकी वाहने इ.ची बाजारपेठ ही अल्पविक्रेताधिकाराची बाजारपेठ आहे.

या बाजारपेठेत मक्तेदारीप्रमाणे एकच व्यवसायसंस्थाही नसते, तसेच मक्तेदारीयुक्त स्पर्धेप्रमाणे अनेक व्यवसाय- संस्थाही नसतात, तर काही थोड्या व्यवसायसंस्था अथवा विक्रेते मिळून हा बाजार होतो.

अल्पविक्रेताधिकाराची वैशिष्ट्ये (Characterstics of Oligopoly)

१) अल्प विक्रेते : उत्पादनसंस्थांची अल्प संख्या हे एक अल्पविक्रेताधिकाराचे मुख्य वैशिष्ट्य आहे. या बाजारात काही ठरावीक उत्पादनसंस्था असतात. बाजारात

चार उत्पादनसंस्था, सात उत्पादनसंस्था असे आपण म्हणतो तेव्हा बाजार हा काही उत्पादनसंस्थांच्याच नियंत्रणात असतो. काही लहान उत्पादनसंस्था उत्पादन करीत असल्या तरी तो बाजार 'अल्पविक्रेताधिकार' यामध्ये धरला जातो.

२) परस्परावलंबित्व : अल्पविक्रेताधिकार बाजारपेठेत काही थोड्या उत्पादनसंस्था एकजिनसी वस्तूंचे उत्पादन करतात. त्यांचे उत्पादनाचे स्वरूप मोठे असते. त्याचा आकारही मोठा असतो, त्यामुळे त्यांचे बाजारावर नियंत्रण असते. एक उत्पादनसंस्था उत्पादनावर किंवा किमतीवर अथवा दोहोवर परिणाम करते, त्यामुळे प्रत्येक व्यवसायसंस्थेला प्रतिस्पर्ध्याच्या धोरणाकडे लक्ष द्यावे लागते. वस्तूची गुणवत्ता, किंमत, जाहिरातीवरील खर्च इत्यादींविषयी प्रतिस्पर्धी उत्पादनसंस्थांच्या संदर्भातील ध्येयधोरणांचा विचार करावा लागतो, त्यामुळे अल्पविक्रेताधिकार बाजारपेठेत उत्पादनसंस्था परस्परांच्या ध्येयधोरणावर अवलंबून असतात.

३) किंमतविषयक ताठरपणा : अल्पविक्रेताधिकार बाजारपेठेत किमतीचे धोरण एकच ठरविले जाते. उत्पादनसंस्था किमतीवर नियंत्रण ठेवू शकतात. त्यामुळे या बाजारपेठेत किमती ताठर असतात. त्या इतर स्पर्धेतील किमतीप्रमाणे सहजपणे बदलत नाहीत. बाजारात उत्पादनसंस्थांची संख्या अल्प असल्याने ते बाजारावर नियंत्रण ठेवू शकतात.

४) मागणीवक्राची अनिश्चितता : अल्पविक्रेताधिकार बाजारातील उद्योग-संस्थांच्या परस्परावलंबित्वामुळे अनिश्चिततेचे वातावरण असते. किंमतविषयक धोरणाचे परिणाम कोणत्याही उत्पादनसंस्थेला माहीत नसतात. तसेच वस्तूची किंमत कमी केल्यास मागणी किती राहील याचा अंदाज येत नाही, त्यामुळे मागणीवक्रात अनिश्चितता असते, त्यामुळे उद्योगसंस्थेचा मागणीवक्र कसा असेल हे निश्चित सांगता येत नाही.

५) परस्परविरोधी वृत्ती : प्रत्येक उत्पादनसंस्था अधिक मोठे होण्याचा प्रयत्न करते. तसेच मोठी बाजारपेठ मिळविण्याचा प्रयत्न करते. त्यातून गळेकापू स्पर्धा निर्माण होते, त्यामुळे ग्राहकांना आकर्षित करण्यासाठी किंमत- कपातीचे धोरण ठरविले तर नफ्याची पातळी घटते. त्यामुळे उद्योगसंस्था एकमेकांशी संगनमत करतात आणि नफा वाढविण्याचा प्रयत्न करतात. मात्र नफा मिळविणे, अथवा बाजारपेठ काबीज करण्यासाठी त्यांच्यात संघर्ष होतात. म्हणजेच बाजारात परस्परविरोधी प्रवृत्ती दिसून येते.

६) जाहिरात : आपली वस्तू इतरांपेक्षा कशी चांगली आहे हे पटवून देण्याचा प्रयत्न जाहिरातीद्वारे केला जातो. उदा. टूथपेस्ट, साबण, सिमेंट कंपन्या, खत कंपन्यांच्या

जाहिराती पाहिल्यास हे लक्षात येते. मुख्यत: वस्तुभेद केला जातो. अल्पाधिकाराच्या स्थितीत विक्रीला प्रोत्साहन देण्यासाठी जाहिरात केली जाते.

७) मक्तेदारीचा अंश : प्रत्येक उत्पादनसंस्थेची वस्तू वेगळी असल्याने प्रत्येक उत्पादक मागणीच्या काही भागावर अधिकार प्राप्त करतो. अल्पविक्रेताधिकाराच्या परिस्थितीत प्रत्येक उत्पादनसंस्था वस्तुभेदाद्वारे उत्पादन करते, त्यामुळे प्रत्येक उत्पादनसंस्था आपल्या उत्पादनापुरती मक्तेदार ठरते. अशा वेळी उत्पादनसंस्था आपल्या इच्छेप्रमाणे उत्पादनसंस्था आणि किंमत ठरविते, म्हणजेच बाजारपेठेत मक्तेदारीचा अंश असतो.

८) समानतेचा अभाव : उद्योग संस्थेच्या आकाराच्या बाबतीत असमानता असते. काही संस्था आकाराने लहान तर काही मोठ्या असतात.

९) प्रवेश निर्बंध : उद्योगसंस्था जेव्हा पाहिजे तेव्हा सहजपणे उद्योगातून बाहेर पडू शकतात. परंतु त्यात प्रवेश करण्यासाठी संस्थाना विशिष्ट अडथळ्यांना तोंड द्यावे लागते जसे – पेंटट, सरकारी परवाना इत्यादी.

१०) गळेकापू स्पर्धा : अल्पविक्रेताधिकारात गळेकापू स्पर्धेचे अस्तित्व असते. अल्पविक्रेताधिकारात एखाद्या प्रतिस्पर्धीने केलेल्या जाहिरातीचा इतरांवर तत्काळ परिणाम होतो. अल्पविक्रेताधिकारात प्रत्येक विक्रेता नेहमी सतर्क असतो. प्रतिस्पर्ध्यांच्या हालचालीवर बारीक लक्ष ठेवून असतो.

अल्पविक्रेताधिकार बाजारपेठेत विक्रेते अल्प असतात, त्यांच्यात स्पर्धा असते. नवीन उद्योगांच्या प्रवेशावर बंधने असतात. अशी विविध वैशिष्ट्ये दिसून येतात.

३.६.१ द्वि–विक्रेताधिकार : अर्थ आणि वैशिष्ट्ये (Duopoly : Meaning & Characteristics) :

ग्रीक शब्दापासून Duopoly हा इंग्रजी शब्द तयार झाला. Duo म्हणजे Two आणि Polein म्हणजे Seller होय. याचा अर्थ द्वि–विक्रेताधिकार म्हणजे दोन विक्रेत्यांचा बाजार होय.

द्वि – विक्रेताधिकार बाजाराचे विश्लेषण फ्रेंच अर्थशास्त्रज्ञ कूर्नो यांनी १९३८ मध्ये केले. द्वि – विक्रेताधिकारास दयाधिकार असेही म्हणतात. द्वि–विक्रेताधिकार म्हणजे संबंधित वस्तूंचे उत्पादन करणाऱ्या फक्त दोनच उत्पादनसंस्था असलेला बाजार होय.

अर्थ (Meaning)

प्रा. चेंबरलीन यांच्या मते, द्वि–विक्रेताधिकार बाजारात दोनच अथवा अगदी

थोडे विक्रेते असतात. त्यांच्यात करार झालेला नसतो. परिस्थितीनुसार प्रतिस्पर्धी उत्पादकाची धोरणे लक्षात घेऊन निर्णय घ्यावे लागतात.

लिप्से यांच्या मते, 'ज्या बाजारात फक्त दोनच उत्पादक असतात, त्या बाजाराला द्वि-विक्रेताधिकार बाजार म्हणतात.

द्वि-विक्रेताधिकार म्हणजे बाजाराची अशी स्थिती की, जेथे केवळ दोनच विक्रेते अथवा मक्तेदारी संस्था असतात.

द्वि-विक्रेताधिकार बाजाराची वैशिष्ट्ये (Characteristics of Duopoly)

द्वि-विक्रेताधिकार बाजाराची वैशिष्ट्ये पुढीलप्रमाणे आहेत.

१) दोन उत्पादनसंस्था अथवा विक्रेते : द्वि-विक्रेताधिकार बाजार पद्धतीत वस्तूच्या दोनच उत्पादनसंस्था अथवा विक्रेते असतात. ते स्वतंत्र असतात.

२) वस्तू सारख्या अथवा भिन्न असतात : द्वि-विक्रेताधिकारात दोनच उत्पादन संस्था अथवा विक्रेते असतात. त्यांच्या काही वस्तू सारख्या असतात, तर काही वेळा भिन्न-भिन्न स्वरूपाच्या असतात.

३) किंमत - उत्पादन धोरणाचा एकमेकांवर परिणाम : द्वि-विक्रेताधिकारात उत्पादनसंस्था अथवा विक्रेते जे उत्पादन अथवा किंमत धोरण अवलंबितात त्याचा दुसऱ्याच्या मागणी आणि किंमतीवर परिणाम होतो. त्यामुळे दुसऱ्यालासुद्धा पहिल्या प्रमाणेच वस्तूची किंमत आणि उत्पादनाबाबतचे धोरण आखावे लागते.

४) उत्पादक अथवा विक्रेत्यामध्ये संगनमत असते : काही वेळी उत्पादक व विक्रेत्यामध्ये परस्पर विरोधाऐवजी वस्तूच्या किंमती, उत्पादन आणि विक्री बाबात परस्पर सामंजस्य अथवा संगनमतसुद्धा दिसून येते. दोघांचेही नुकसान होत आहे असे दिसून आल्यास ते परस्पर संगनमत करून एकमेकांना पूरक धोरणाचा अवलंब करून नुकसान टाळतात.

५) वस्तुभेद केला जातोच असे नाही : द्वि-विक्रेताधिकार बाजारात दोनच उत्पादक अथवा विक्रेते असल्याने निम्मी-निम्मी बाजारपेठ दोघांनी काबीज केलेली असते, त्यामुळे वस्तुभेद करून बाजारपेठेवर वर्चस्व प्रस्थापित करण्याची आवश्यकता नसते, मात्र काही वेळा ग्राहकाचे मन वळविण्यासाठी वस्तुभेदाचा वापर केला जातो.

६) उत्पादनखर्चात समानता किंवा विभिन्नता : द्वि-विक्रेताधिकार बाजार पद्धतीत उत्पादनसंस्थांना येणारा उत्पादनखर्च समान असतो. अथवा तो भिन्नसुद्धा असू शकतो.

७) प्रवेश अडथळे : बाजाराच्या नैसर्गिक वैशिष्ट्यामध्ये काही रचनात्मक

अडथळे निर्माण होतात जसे - प्रमाणाच्या बचती, दोन्ही उत्पादन संस्था, कमी किंमती, रणनिती, ब्रॅड, निष्ठा इत्यादीसारखे जाणीवपूर्वक अडथळे तयार केले जातात.

८) मक्तेदारीचा अंश : द्वि-विक्रेताधिकारात दोन विक्रेते असले तरी त्या पैकी एका उत्पादकाचा बाजारातील हिस्सा मोठा असतो. त्यामुळे मोठ्या उत्पादन संस्थेचे वर्चस्व असते. मक्तेदारीसारखे वर्तन असते. उत्पादनात भेद केल्यामुळे काही निष्ठावंत ग्राहक असतात.

प्रश्न

प्र. १ खालील प्रश्नांची प्रत्येकी एक किंवा दोन वाक्यात उत्तरे लिहा.

१) बाजाराचा अर्थ सांगा.
२) पूर्ण स्पर्धा म्हणजे काय?
३) मक्तेदारीची संकल्पना सांगा.
४) मूल्यभेद म्हणजे काय?
५) मक्तेदारीयुक्त स्पर्धा म्हणजे काय?
६) विक्री खर्च म्हणजे काय?
७) अल्पविक्रेताधिकार म्हणजे काय?
८) द्वि-विक्रेताधिकार म्हणजे काय?

प्र. २ खालील प्रश्नांची प्रत्येकी १०० शब्दांत उत्तरे लिहा.

१) बाजाराचे वर्गीकरण विशद करा.
२) पूर्ण स्पर्धेची वैशिष्ट्ये सांगा.
३) मक्तेदारीची वैशिष्ट्ये स्पष्ट करा.
४) मूल्यभेदाचे प्रकाराचे विवेचन करा.
५) मक्तेदारीयुक्त स्पर्धेची वैशिष्ट्ये सांगा.
६) अल्पविक्रेताधिकाराची वैशिष्ट्ये सांगा.
७) द्वि-विक्रेताधिकाराची वैशिष्ट्ये सांगा.

प्र. ३ खालील प्रश्नांची प्रत्येकी २०० शब्दांत उत्तरे लिहा.

१) पूर्ण स्पर्धेत उद्योगसंस्था आणि उद्योग यांचा अल्पकालीन आणि दीर्घकालीन समतोल स्पष्ट करा.

२) मक्तेदारीतील अल्पकालीन आणि दीर्घकालीन समतोल स्पष्ट करा.

३) मूल्यभेद म्हणजे काय? मूल्यभेदाचे प्रकार सांगा.

४) मक्तेदारीयुक्त स्पर्धेतील अल्पकालीन आणि दीर्घकालीन समतोल सांगा.

५) अल्प विक्रेताधिकार म्हणजे काय? त्याची वैशिष्ट्ये विशद करा.

प्र. ४ टीपा लिहा.

१) बाजाराचे वर्गीकरण

२) मूल्यभेद

३) मक्तेदारीयुक्त स्पर्धा

४) विक्री खर्च

५) अल्पविक्रेताधिकार आणि द्वि विक्रेताधिकार

प्रकरण ४

उत्पादन घटकांची मूल्यनिश्चिती
(Factor Pricing)

४.१ प्रास्ताविक (Introduction)

उत्पादनघटकांना त्यांच्या कामाबद्दल खंड, वेतन व्याज व नफा या स्वरूपात जे मोबदले दिले जातात, त्यांना उत्पादनघटकांच्या किमती असे म्हणतात. उत्पादनघटकांच्या किमती समाजात उत्पन्नाचे वाटप घडवून आणण्यामध्ये महत्त्वपूर्ण भूमिका बजावतात. हे उत्पादनघटक अर्थव्यवस्थेतील वेगवेगळ्या विभागांत वाटले जातात. उत्पादनघटकांचे मोबदले म्हणजे उद्योगसंस्थांचा उत्पादनखर्च असतो, तर उत्पादनघटकांची प्राप्ती असते. म्हणून उत्पादनघटक सिद्धान्तालाच विभाजनाचा सिद्धान्त म्हणून ओळखले जाते. विभाजन म्हणजे देशात निर्माण झालेल्या संपत्तीचे समाजातील प्रत्येक घटकात होणारे वाटप किंवा उत्पादनघटक ज्याच्या मालकीचे असतात त्यांना राष्ट्रीय संपत्तीत मिळणारा वाटा होय.

विभाजन म्हणजे कार्यात्मक विभाजन होय, व्यक्तिगत विभाजन नव्हे. राष्ट्रीय संपत्तीचे वाटप हे व्यक्ती-व्यक्तींमध्ये नव्हे, तर उत्पादनघटकांमध्ये घडून येणारे संपत्तीचे वाटप होय. उत्पादनात उत्पादनघटकांचा वापर केला जात असल्यामुळे त्यांना राष्ट्रीय संपत्तीत वाटा मिळत असतो.

अर्थव्यवस्थेमध्ये संपत्तीचे विभाजन विविध उत्पादनघटकांमध्ये कसे होते, हे स्पष्ट करण्यासाठी विभाजनविषयक सर्वसाधारण सिद्धान्त मांडला गेला. त्याला विभाजनाचा सीमांत उत्पादकता सिद्धान्त असे म्हणतात.

४.२ विभाजनाचा सीमांत उत्पादकता सिद्धांन्त (Marginal Productivity Theory of Distribution)

विभाजनाच्या सीमांत उत्पादकता सिद्धान्तामध्ये उत्पादनघटकांचे मोबदले कसे ठरतात हे सांगण्याचा प्रयत्न केला आहे. या सिद्धान्ताची मूलभूत संकल्पना सर एडवर्ड वेस्ट (West) यांनी मांडली. डॉ. जेव्हान्स यांनी सीमांत उत्पादकतेची कल्पना श्रम व भांडवलाचा मोबदला ठरविण्याच्या दृष्टिकोनातून मांडली. १९ व्या शतकाच्या शेवटी (१८८०-१८९०) विकस्टीड, मार्शल, क्लार्क या विचारवंतांनी या सिद्धान्ताचे आपल्या लिखाणातून सविस्तर विश्लेषण केले. जे. बी. क्लार्क यांनी १८९९ मध्ये आपल्या Distribution of Wealth 'संपत्तीचे विभाजन' या ग्रंथात सविस्तर विश्लेषण केले आहे. उत्पादनात सहभागी होणाऱ्या चार उत्पादन घटकांचा एकाच तत्त्वानुसार मोबदला दिला जातो. त्यामुळे या सिद्धान्ताला विभाजनाचा सर्वसाधारण सिद्धान्त म्हणतात.

संयोजक उत्पादनघटकांच्या सेवा विकत घेतो. उत्पादनघटकांनी केलेल्या कामाबद्दल किमतीच्या रूपाने मोबदले देतो. हे मोबदले त्यांच्या सीमांत उत्पादकतेनुसार

दिले जातात. बाजारात खुली स्पर्धा असते. संयोजक उत्पादनघटकांना त्यांच्या सीमांत उत्पादकतेपेक्षा अधिक मोबदले देत नाही. उत्पादनघटकांचे मोबदले त्यांच्या सीमांत उत्पादकतेवरून कसे ठरतात, ते हा सिद्धान्त स्पष्ट करतो.

सीमांत उत्पादकता म्हणजे सीमांत भौतिक उत्पादन होय. सीमांत भौतिक उत्पादन म्हणजे वस्तुरूपी उत्पादन होय. उत्पादनघटकाने ज्या वस्तूंचे उत्पादन केलेले असते, त्याला त्यांच्या किमतीने गुणल्यास सीमांतमूल्य- उत्पादन मिळते, त्यालाच सीमांत प्राप्ती उत्पादन असेसुद्धा म्हणतात किंवा एका उत्पादनघटकाची वाढ केल्यामुळे एकूण प्राप्तीत जी वाढ होते, ती वाढ म्हणजे सीमांत प्राप्ती उत्पादन होय, त्यालाच दुसऱ्या भाषेत सीमांत उत्पादकता असे म्हणतात.

'उत्पादन घटकाचा एखादा नग वाढविल्याने एकूण उत्पादनात जेवढ्याने भर पडते. त्या 'भरीला' सीमांत उत्पादन असे म्हणतात.'

सीमांत उत्पादकता म्हणजे संयोजकाने एक उत्पादनघटक (मजूर/कामगार) कामावर घेतल्यामुळे एकूण उत्पादनात होणारी वाढ होय.

तक्ता ४.१

मजूर	एकूण वस्तुरूप	नगाची किंमत (रुपये)	सीमांत उत्पादकता (नगात)	सीमांत उत्पादकता (रुपयांत)
१.	३२	५	–	–
२.	७२	५	४०	२००
३.	१२२	५	५०	२५०
४.	१७६	५	५४	२७०
५.	२३६	५	६०	३००
६.	२८६	५	५०	२५०
७.	३३२	५	४६	२३०
८.	३७०	५	३८	१९०
९.	३९८	५	२८	१४०
१०.	४१८	५	२०	१००

तक्ता ४.१ मध्ये पाचव्या रकान्यावरून बदलत जाणारी सीमांत उत्पादकता स्पष्ट होते. वरील तक्त्यात प्रत्येक घटकाच्या परिमाणाने एकूण उत्पादनात घातलेली भर कशी बदलत जाते, ते लक्षात घेणे महत्त्वाचे आहे. उत्पादनघटकाच्या (मजुराच्या) पाचव्या परिमाणापर्यंत प्रत्येक मजुराची उत्पादनक्षमता वाढत असलेली दिसून येते,

परंतु त्यानंतर मात्र उत्पादनक्षमता घटलेली दिसते. वरील तक्त्यात दाखविलेल्या उत्पादनप्रक्रियेत केवळ मजूर हाच घटक बदलता ठेवून इतर घटक स्थिर आहेत असे मानले आहे. सहाव्या मजुरामुळे पूर्वीच्या २३६ नगांच्या उत्पादनात ५० नगांची भर पडली. आठव्या मजुराच्या मात्रेमुळे मात्र ३८ नगांचीच भर पडली. ५० नग, ३८ नग ही त्या त्या उत्पादनघटकाची (मजुराची) सीमांत उत्पादकता झाली. उदाहरणात फक्त मजुराचाच विचार केलेला आहे, परंतु प्रत्यक्षात उत्पादनप्रक्रियेत 'मजूर' या घटकाबरोबर अन्यही उत्पादनघटकांचा वापर केला जातो.

सीमांत उत्पादकता सिद्धान्ताप्रमाणे असे मानण्यात येते की, उत्पादनघटकाला मिळणारा मोबदला हा त्याच्या सीमांत उत्पादकतेइतका असतो. वरील उदाहरणातील मजुराला मिळणारे वेतन त्याच्या सीमांत उत्पादकतेइतके असते. ही उत्पादकता पैशामध्ये व्यक्त केली जाते; त्याकरिता त्या त्या परिमाणांच्या सीमांत उत्पादनफलाला त्या वस्तूंच्या किमतीने गुणले की, सीमांत उत्पादकता मिळू शकते. वरील तक्त्यामधील ५ व्या मजुराची सीमांत उत्पादकता = ६० × ५ = ३०० रुपये आहे, तर ९ व्या मजुराची सीमांत उत्पादकता २८ × ५ = १४० आहे. सीमांत उत्पादकतेमध्येही सीमांत उत्पादकफलाप्रमाणे प्रवृत्ती दिसते – ती म्हणजे सीमांत उत्पादकता प्रथम वाढताना दिसते आणि नंतर घटत जाताना दिसते.

सीमांत उत्पादकता ही संकल्पना ४.१ या तक्त्यावरून स्पष्ट होते. **आता सीमांत उत्पादकता सिद्धान्त पुढीलप्रमाणे स्पष्ट करता येतो.**

उत्पादक किंवा उत्पादनसंस्था उत्पादनघटकांचा वापर करीत असताना उत्पादनघटकांचे प्रमाण किती वापरेल व त्यांना किती मोबदला देईल हे सीमांत उत्पादकता सिद्धान्त सांगतो. हा सिद्धान्त काही गृहीतकांवर आधारित आहे. ती गृहीते पुढीलप्रमाणे –

गृहीते :

१) प्रत्येक उत्पादनघटकाचे निरनिराळे नग एकसारखे म्हणजे सर्व बाबतींत सारखे आहेत.

२) एका घटकाऐवजी दुसरा घटक वापरता येण्यासारखी परिस्थिती आहे.

३) उत्पादनघटकांची उत्पादकता मोजता येते.

४) एखाद्या उत्पादनघटकाचे प्रमाण वाढवत गेल्यास त्याची सीमांत उत्पादकता कमी होत जाते.

५) बाजारात पूर्ण स्पर्धा आहे.

६) अर्थव्यवस्थेत पूर्ण रोजगार आहे.

७) उत्पादनघटक पूर्णपणे अविभाज्य असतात.
८) संयोजकाचा उद्देश नफा मिळविणे हा असतो.
९) उत्पादनघटक गतिशील असतात.
१०) हा सिद्धान्त दीर्घ काळ गृहीत धरतो.

आकृतीत ४.१ मध्ये **'अक्ष'** अक्षावर कामगारसंख्या आणि **'अय'** अक्षावर सीमांत उत्पादकता दर्शविली आहे.

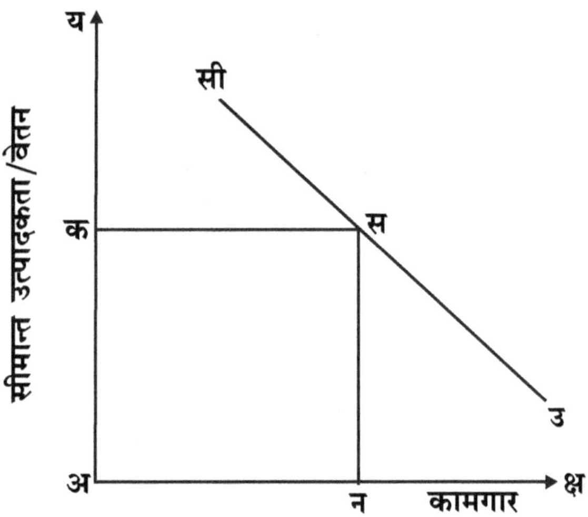

आकृती ४.१

'अन' आणि **'अक'** या सीमांत उत्पादकता (**अक=अन**) समान होत असल्याने उत्पादकाचा समतोल होऊन **'अन'** एवढ्या श्रमिकांना रोजगार मिळतो. उत्पादक **'अन'**पेक्षा अधिक कामगारांना रोजगार देणार नाही, कारण वेतनदारापेक्षा (**अक**) सीमांत उत्पादकता कमी होऊन उत्पादकाला तोटा होईल. अशा प्रकारे जेव्हा सीमांत उत्पादकता व वेतन दोन्ही समान होतात, त्या ठिकाणी तो कामगारांना कामावर घेणे थांबवतो. अशा रीतीने कामगारांचे वेतन सीमांत उत्पादकतेवरून ठरते. या आकृतीत **'सीउ'** हा सीमांत उत्पादकतावक्र आहे.

किंवा

वरील गृहीतकांची परिस्थिती असताना एखादा उत्पादकघटक जेव्हा उत्पादन-घटकांची मागणी करतो, तेव्हा त्या घटकाला किंवा घटकाच्या एका नगाला द्यावा लागणारा मोबदला आणि त्या नगापासून उत्पादनात होणारी वाढ म्हणजेच त्या

नगाची उत्पादकता याची तुलना करीत असतो. ज्यावेळी मोबदला कमी आणि उत्पादकता जास्त असेल, त्यावेळी जास्त उत्पादनघटकांची मागणी करणे फायदेशीर असते, म्हणून उत्पादनघटकांची मागणी वाढते. ज्या ठिकाणी उत्पादनघटकांची उत्पादकता व उत्पादनघटकांना द्यावा लागणारा मोबदला समान होतात, त्या ठिकाणी मागणी थांबते, तर ज्या वेळी सीमांत उत्पादन कमी व द्यावा लागणारा मोबदला जास्त असतो त्यावेळी उत्पादकाचा तोटा होतो. अशा वेळी जास्त उत्पादनघटक कामावर घेणे बंद केले जाते. उत्पादनघटकांच्या नगात जसजशी वाढ केली जाते, तसतशी त्यांची सीमांत उत्पादकता घटत जाते.

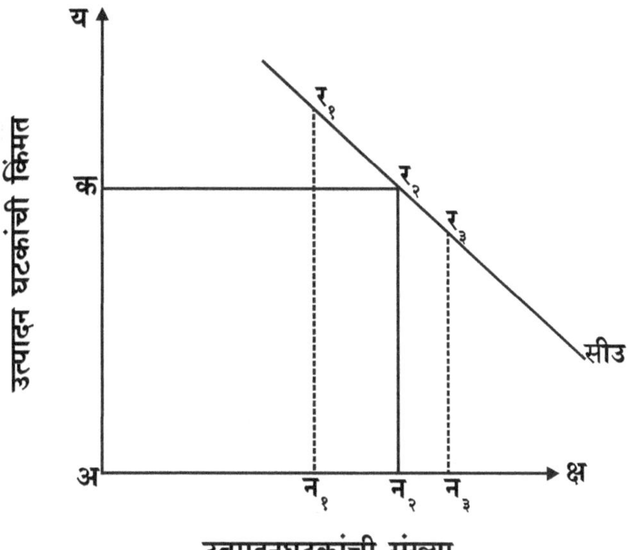

आकृती ४.२

आकृती ४.२ मध्ये **'सीउ'** हा सीमांत उत्पादकता वक्र आहे. **'अक'** इतकी किंमत असताना त्या विशिष्ट उत्पादनघटकाचे **'$अन_२$'** इतके नग वापरले जातात, कारण इतके नग वापरले, तरच बाजारातील उत्पादनघटकाला मिळणारा मोबदला आणि उत्पादनघटकाची सीमांत उत्पादकता या दोन्ही गोष्टी समान राहतात, पण संयोजकाने उत्पादनघटकाची संख्या **$अन_३$** पर्यंत वाढविली, तर त्या घटकाचे सीमांत उत्पादन **$र_३$**, **$न_३$** पर्यंत घटेल. पण त्या घटकाला द्यावा लागणारा मोबदला म्हणजे किंमत त्या बदललेल्या परिस्थितीत, उत्पादनघटकाच्या कमी झालेल्या सीमांत

उत्पादनापेक्षा जास्त राहील. त्यामुळे उत्पादकाला किंवा उत्पादनसंस्थेला पूर्वीच्या मानाने कमी नफा मिळेल. म्हणून उत्पादक **अन**$_{३}$ या नगसंख्येपेक्षा उत्पादनघटकाची कमी नगसंख्या वापरेल, त्यामुळे उत्पादनघटकांचे उत्पादन वाढेल. अशा रीतीने विशिष्ट उत्पादनघटकाला मिळणारा मोबदला आणि उत्पादनघटकाचे सीमांत उत्पादन यात समानता राहील. याउलट समजा, उत्पादकाने उत्पादनघटकांची संख्या **अन**$_{२}$ पेक्षा कमी केली, म्हणजेच आकृतीत दाखविल्याप्रमाणे **अन**$_{१}$ पर्यंत केली, तर या बदललेल्या परिस्थितीत उत्पादनघटकाचे सीमांत उत्पादन **र**$_{१}$, **न**$_{१}$ इतके म्हणजेच बाजारातील वेतनदरापेक्षा म्हणजेच '**अक**' पेक्षा अधिक राहील. अशा परिस्थितीत **अन**$_{१}$ पेक्षा अधिक नग किंवा संख्या वापरून उत्पादकाला आपला नफा वाढविता येणे शक्य आहे, म्हणून उत्पादक उत्पादनघटकांची '**अन**$_{१}$' पेक्षा अधिक नग किंवा संख्या वापरण्याचा प्रयत्न करेल. त्यामुळे या उत्पादनघटकाचे **अन**$_{१}$ इतके नग किंवा संख्या वापरेल, त्यावेळी उत्पादनघटकाचे सीमांत उत्पादन आणि त्या उत्पादनघटकाला बाजारात मिळणारा मोबदला या गोष्टी समान राहतील.

उत्पादनप्रक्रियेमध्ये उत्पादक निरनिराळे उत्पादनघटक अशा प्रमाणात वापरतो की, त्यामुळे प्रत्येक घटकाची किंमत आणि सीमांत उत्पादकता समान होईल. जर त्याने असे केले नाही, तर एखाद्या घटकाची उत्पादनात मदत कमी, परंतु त्या घटकाला द्यावा लागणारा मोबदला जास्त अशी परिस्थिती निर्माण होऊन उत्पादकाचा तोटा होईल. उदा. मानवी श्रमाला द्यावा लागणारा मोबदला जास्त, परंतु त्याची उत्पादनाला मदत कमी आणि यंत्र वापरण्याचा खर्च कमी; परंतु यंत्राची मदत जास्त; अशी स्थिती असेल तर उत्पादक, कामगारांना नोकरीवरून कमी करेल आणि त्याऐवजी भांडवल हा घटक वाढवून यंत्राचा वापर करेल. म्हणजेच एका घटकाऐवजी दुसऱ्या घटकाचा वापर करण्यास सुरुवात करेल. या क्रियेला पर्यायता नियम असे म्हणतात. या नियमानुसार उत्पादक उत्पादनात निरनिराळे घटक अशा तऱ्हेने वापरतो किंवा त्यांच्या प्रमाणात असे बदल करतो की, प्रत्येक उत्पादनघटकाची सीमांत उत्पादकता व त्यांना द्यावा लागणारा मोबदला यांचे गुणोत्तर समान राहील.

परीक्षण किंवा विभाजनाच्या सीमांत उत्पादकता सिद्धान्ताचे टीकात्मक मूल्यमापन

१. अवास्तव गृहीते : या सिद्धान्तातील स्थिर अर्थव्यवस्था, पूर्ण स्पर्धा, उत्पादनघटकांची पूर्ण गतिशीलता, उत्पादनघटक एकसारखे इ. गृहीते प्रत्यक्षात दिसत नसल्याने ती अवास्तव व काल्पनिक आहेत.

२. पुरवठा दुर्लक्षित : हा सिद्धान्त फक्त उत्पादनघटकांच्या मागणीचे विश्लेषण

करतो; परंतु उत्पादनघटकांच्या पुरवठ्याचे विश्लेषण करीत नाही, म्हणून हा सिद्धान्त एकांगी आहे.

३. उत्पादनाचे मोजमाप अशक्य : उत्पादन हे अनेक उत्पादनघटकांच्या मदतीने होत असल्याने प्रत्येक घटकाचे निरनिराळे उत्पादन किती हे ठरविता येणे अवघड आहे.

४. सीमांत उत्पादकता मोजणे अवघड : इतर घटक स्थिर ठेवून एक घटक बदलायचा म्हटले तरी सीमांत उत्पादकता मोजणे अवघड असते. उदा. एका कारखान्यात १०,००० कामगार काम करत आहेत, त्यात एका कामगाराची वाढ झाली म्हणजे १०,००१ कामगार झाले. अशा वेळी त्या एका मजुरामुळे उत्पादनात होणारा बदल मोजणे अवघड असते.

५. हा सिद्धान्त गतिशील नाही : या सिद्धान्तात उत्पादनतंत्रातील बदलांचा विचार केलेला नाही, म्हणून सिद्धान्त स्थितिशील आहे, गतिशील नाही, असे म्हटले जाते.

६. एकजिनसीपणाचे स्पष्टीकरण नाही : उत्पादनघटकांची सर्व परिमाणे एकजिनसी असतात, असे या सिद्धान्तात गृहीत मानले, परंतु हे वस्तुस्थितीला धरून नाही. उदा. श्रम या घटकाची सर्व परिमाणे म्हणजेच सर्व श्रमिक सारख्याच कार्यक्षमतेचे व गुणवत्तेचे नसतात.

७. घटकाच्या किमतीचे स्पष्टीकरण नाही : प्रत्यक्षात उत्पादनघटकाची किंमत कशी ठरते, याचे उत्तर या सिद्धान्तातून मिळत नाही. उत्पादनघटकाची किंमत डोळ्यांपुढे ठेवून संयोजक त्या उत्पादनघटकांची सीमांत उत्पादकता आणि प्रत्यक्षातील किंमत यांमध्ये समानता कशी राखता येईल हे पाहतो, एवढेच या सिद्धान्तात सांगितले आहे.

८. अल्पकाळाचा विचार नाही : हा सिद्धान्त फक्त दीर्घकाळाचाच विचार करतो. अल्पकाळात उत्पादक घटकांची किंमत कशी ठरते, याचे स्पष्टीकरण हा सिद्धान्त देऊ शकत नाही.

९. कामगार संघटनांची भूमिका दुर्लक्षित : कामगार संघटना वेतन वाढविण्यात यशस्वी होतात, त्यामुळे श्रमिकांचे शोषण कमी होते. कामगार संघटनांच्या या भूमिकेकडे हा सिद्धान्त दुर्लक्ष करतो.

१०. वेतन–उत्पादकता संबंध दुर्लक्षित : सीमांत उत्पादकतेवरून वेतन ठरते, असे या सिद्धान्तात स्पष्ट केले, परंतु वेतनवाढीचा श्रमिकाच्या सीमांत उत्पादकतेवर

अनुकूल परिणाम होतो, याकडे दुर्लक्ष केले. वेतन वाढल्यामुळे आरोग्य, राहणीमान सुधारून उत्पादकता वाढते.

११. नफ्याचे स्पष्टीकरण मिळत नाही : संयोजक किंवा उद्योजकाला नफा हा मोबदला मिळतो. उद्योजक हा एकमेव घटक स्थिर घटक असतो. इतर घटक स्थिर ठेवून उद्योग कमी केला, तर उत्पादनाची प्रक्रिया विस्कळीत होईल. नफा हा मोबदला, सीमांत उत्पादकतेपेक्षा धोका पत्करण्याच्या प्रवृत्तीमुळे मिळतो. त्यामुळे विभाजनाच्या सीमांत सिद्धान्तामुळे नफा ठरविता येत नाही.

वरीलप्रमाणे जरी सिद्धान्तावर टीका केली गेली तरी या सिद्धान्ताचे महत्त्व कमी होत नाही. उत्पादनघटकाचा मोबदला ठरविताना घटकांची मागणी आणि घटकांचा पुरवठा या दोन्ही गोष्टी जरी महत्त्वाच्या असल्या, तरी उत्पादनघटकांची किंमत ठरविण्यात त्या घटकांची सीमांत उत्पादकता हा घटक महत्त्वाचा आहे, हे या सिद्धान्ताने दाखवून दिले आहे.

४.३ खंड (Rent)

सर्वसाधारणपणे जमिनीच्या अथवा इमारतीच्या भाड्याला खंड असे म्हणतात. जमिनीच्या मालकाला अथवा इमारतीच्या मालकाला खंडरूपाने उत्पन्न मिळते. जमिनीच्या उत्पादनशक्तीचा विचार केल्यास जमिनीच्या मूलभूत व अविनाशी गुणांबद्दल जमीन-मालकाला मिळणारा मोबदला म्हणजे खंड होय. अर्थशास्त्रीय विश्लेषणात खंड म्हणजे फक्त भाडे असा अर्थ अभिप्रेत नाही. खंड हा शब्द विशिष्ट अर्थाने वापरला जातो. फ्रान्समधील निसर्गवादी अर्थशास्त्रज्ञांना खंडाची कल्पना १८ व्या शतकात होती, मात्र १९ व्या शतकाच्या सुरुवातीस खंडविषयक सिद्धान्ताला विशेष महत्त्व प्राप्त झाले.

सुरुवातीच्या काळात खंडाचे विश्लेषण जमिनीच्या संदर्भात केले जात असे, परंतु आधुनिक आर्थिक विश्लेषणात खंड ही संकल्पना केवळ जमिनीच्या संदर्भात वापरली न जाता इतर घटकांच्या बाबतीतही वापरली जाते. पूर्वीच्या काळी खंड ही संकल्पना व संज्ञा 'जमिनीच्या वापराकरिता दिली जाणारी किंमत' या अर्थाने वापरली जात असे, तर सद्य:काळात खंड ही संज्ञा 'आर्थिक वाढावा' या अर्थाने वापरली जाते.

खंड: संकल्पना (Rent : Concept) :

विविध अर्थशास्त्रज्ञांनी खंड ही संकल्पना वेगवेगळ्या व्याख्या देऊन स्पष्ट केली आहे. काही व्याख्या पुढीलप्रमाणे :

१. डेव्हिड रिकार्डो यांनी सर्वप्रथम खंडाची व्याख्या केली. त्यांच्या मते, 'जमिनीच्या उपजत आणि अविनाशी स्वरूपाच्या शक्तीचा वापर केल्याबद्दल जमिनीमधून निघणाऱ्या उत्पन्नापैकी जो भाग जमिनीच्या मालकाला मोबदला म्हणून दिला जातो, त्या भागास खंड असे म्हणतात.'

रिकार्डोच्या मते, खंड हा फक्त जमिनीलाच मिळतो, इतर घटकांना मिळत नाही, त्यामुळे खंडाची व्याख्या संकुचित वाटते.

२. डॉ. मार्शल यांच्या मते, 'खंड म्हणजे नैसर्गिक साधनांच्या वापरापासून मिळालेले उत्पन्न होय.'

३. निसर्गवादी अर्थशास्त्रज्ञांच्या मते, 'निसर्गाच्या उदारतेमुळे शेती उत्पादनात जे आधिक्य निर्माण होते त्यास खंड असे म्हणतात.'

आधुनिक अर्थशास्त्रज्ञांनी खंडाचा व्यापक अर्थ विचारात घेतला. त्यांच्या मते, उत्पादनाच्या सर्वच घटकांना खंड मिळतो.

४. प्रा. मिसेस जोन रॉबिन्स यांच्या मते, 'कोणत्याही उत्पादक घटकाला सध्या मिळत असलेले उत्पन्न व तो घटक पर्यायी उद्योगधंद्यात गेला, तर त्याला तेथे मिळू शकणारे उत्पन्न यांमधील फरक म्हणजे खंड होय.'

अशा प्रकारे खंड या संकल्पनेच्या विविध अर्थशास्त्रज्ञांनी व्याख्या केल्या आहेत.

४.३.१ रिकार्डोचा खंड सिद्धान्त (Ricardian Theory of Rent)

डेव्हिड रिकार्डो या इंग्लंडमधील सनातनवादी अर्थशास्त्रज्ञाने १९ व्या शतकाच्या सुरुवातीस (१८१५-१८१७) आपल्या **'प्रिन्सिपल ऑफ पोलिटिकल इकॉनॉमी'** या ग्रंथात खंडविषयक सिद्धान्ताची सविस्तर मांडणी केली.

रिकार्डोच्या खंडविषयक सिद्धान्ताची मांडणी इंग्लंडमधील त्यावेळच्या विशिष्ट परिस्थितीतून झाली. इंग्लंडमध्ये अन्नधान्याच्या किमती त्या काळात सातत्याने वाढत होत्या. त्याची अनेकांनी अनेक कारणे सांगितली. काहींच्या मते, अन्नधान्याच्या किमती वाढण्याचे कारण म्हणजे जमीनदार जास्त खंड घेतात, हे होय, परंतु ही विचारसरणी रिकार्डोला मान्य नव्हती. खंड वाढल्याने अन्नधान्याच्या किमती वाढत नाहीत हे त्याला पटवून द्यावयाचे होते. म्हणून खंडाची निर्मिती कशी होते, खंडाची रक्कम कशी ठरते, खंड व किंमत यांचा संबंध काय आहे हे स्पष्ट करण्यासाठी रिकार्डोने खंडविषयक सिद्धान्त मांडला. रिकार्डोपूर्वीच्या अर्थशास्त्रज्ञांनी केलेले खंडाविषयीचे विश्लेषण अमान्य केले. रिकार्डोच्या मते, निसर्ग हा उदार नसून कंजूष आहे, कारण खंड हा निसर्गाने चांगली जमीन मर्यादित प्रमाणात दिली असल्यामुळे निर्माण होतो.

गृहीते

डेव्हिड रिकार्डोने खंडविषयक सिद्धान्त मांडताना पुढील विशिष्ट परिस्थिती गृहीत धरली आहे.

१. खंडविषयक सिद्धान्ताची चर्चा दीर्घकाळाच्या संदर्भात केली आहे.
२. बाजारात पूर्ण स्पर्धेची परिस्थिती अस्तित्वात आहे.
३. सर्व सीमांत जमीन ही खंड न देणारी जमीन असून, सीमांतार्गत जमिनीवर खंड प्राप्त होतो.
४. जमिनीच्या मागणीच्या मानाने तिचा पुरवठा हा मर्यादित आहे व जमीन दुर्मीळ आहे.
५. जमिनीच्या अंगी काही मूलभूत आणि अविनाशी शक्ती असून, त्यांच्या वापराबद्दल जमिनीला खंडाच्या स्वरूपात मोबदला दिला जातो.
६. जमिनीचे तुकडे हे भिन्न-भिन्न सुपीकतेचे असतात.
७. प्रथम सुपीक जमीन लागवडीखाली आणली जाते व त्यानंतर सुपीकतेच्या दृष्टीने उतरत्या क्रमाने जमिनी लागवडीखाली आणल्या जातात आणि शेतीक्षेत्रातील उत्पादनात घटत्या फलाचा नियम प्रत्ययास येतो.
८. लोकसंख्या वाढत जाण्याची प्रवृत्ती असते.

रिकार्डोच्या खंडविषयक सिद्धान्ताचे विश्लेषण

व्याख्या : जमिनीच्या एकूण उत्पन्नापैकी जो भाग जमिनीच्या उपजत व अविनाशी गुणाबद्दल जमिनीच्या मालकाला दिला जातो, त्यास खंड असे म्हणतात.

रिकार्डोच्या मते, लोकसंख्येच्या अन्नधान्यविषयक गरजा भागविण्यासाठी भिन्न भिन्न प्रतींच्या अथवा सुपीकता असलेल्या जमिनीची लागवडीसाठी निवड केली जाते. जमिनीमध्ये सुपीकतेच्या दृष्टीने गुण-भिन्नता असल्याने खंड निर्माण होत असतो, म्हणजेच खंडाचे स्वरूप गुणभेदजन्य वाढावा अशा प्रकारचे असते. लोकसंख्येच्या अन्नधान्यविषयक गरजा पूर्ण करण्यासाठी प्रकर्षित अथवा 'सखोल शेती' आणि 'विस्तीर्ण शेती' या दोन्ही प्रकारांचा स्वीकार करता येतो. शेतजमिनीचे क्षेत्र कायम ठेवून त्या जमिनीच्या तुकड्यावर वापरल्या जाणाऱ्या भांडवलाचे व श्रमाचे प्रमाण वाढवून उत्पादन वाढविण्याचा प्रयत्न म्हणजे प्रकर्षित अथवा सखोल शेती होय. तर सुपीक, मध्यम सुपीक आणि कमी सुपीक अशा क्रमवारीने जमिनी लागवडीखाली आणल्या जात असतील, तर त्यास 'विस्तीर्ण शेती' असे म्हणतात. यांपैकी कोणत्याही पद्धतीने शेती केली, तरी खंड निर्माण होत असतोच.

रिकार्डोच्या मते, जमिनीची लागवड प्रकर्षित पद्धत व विस्तृत पद्धत अशा दोन्ही पद्धतींनी करता येते. कोणत्याही पद्धतीने जमीन लागवडीखाली आणली तरी खंडाची निर्मिती होते.

१. प्रकर्षित लागवडपद्धतीत खंडाची निर्मिती :

प्रकर्षित पद्धतीने शेती करणे म्हणजे जमिनीचे क्षेत्र कायम ठेवून फक्त श्रम व भांडवलाचे प्रमाण वाढवीत जाणे होय. जर एकाच प्रकारच्या जमिनीवर अधिकाधिक श्रम व भांडवलाचे प्रमाण वाढविले तर नंतरच्या मात्रेपासून मिळणारे सीमांत उत्पादन घटत जाते. लोकसंख्या वाढल्यामुळे अन्नधान्याचा पुरवठा वाढविण्यासाठी प्रकर्षित पद्धतीने शेती केली जाते. श्रम व भांडवलाच्या शेवटच्या मात्रेपासून खंड मिळत नाही, कारण या मात्रेपासून मिळणारे उत्पादन आणि मात्रेचा उत्पादनखर्च समान असतो. सीमांतपूर्व मात्रेपासून खंड मिळतो. जमिनीचे क्षेत्र कायम ठेवून श्रम व भांडवलाच्या मात्रा जसजशा वाढत जातील, तसतसे नंतरच्या मात्रेपासून मिळणारे सीमांत उत्पादन घटत जाते. श्रम व भांडवलाच्या शेवटच्या मात्रेपासून खंड मिळत नाही, कारण या मात्रेचा उत्पादनखर्च व उत्पादन समान राहते. उदाहरणाच्या साहाय्याने ते स्पष्ट होते.

तक्ता ४.२ गहू उत्पादन

श्रम व भांडवलाची मात्रा	उत्पादन क्विंटल	उत्पादनखर्च (रु.)	प्रतिक्विंटल किंमत (रु.)	एकूण उत्पन्न (रु.)	खंड (रु.)
१	९	४५००	१५००	१३५००	९०००
२	७	४५००	१५००	१०५००	६०००
३	३	४५००	१५००	४५००	०

तक्ता ४.२ मध्ये दर्शविल्याप्रमाणे विशिष्ट क्षेत्राच्या जमिनीत गव्हाचे उत्पादन केले जाते. उत्पादनखर्च ४५०० रुपये येतो. श्रम व भांडवलाची पहिली मात्रा वापरल्यास १० क्विंटल गहू उत्पादन होते, म्हणजेच रुपये १३५०० उत्पन्न मिळते. उत्पादनखर्च वजा जाता ९००० रुपये एवढे जादा उत्पन्न खंड रूपात मिळते. श्रम व भांडवलाची दुसरी मात्रा वापरली असता ७ क्विंटल गहू उत्पादन होते. त्यातून उत्पादनखर्च वजा केला जाता ६००० रुपये जादा उत्पन्न, खंड रूपात मिळते. तिसरी श्रम भांडवलाची मात्रा वापरल्यास ३ क्विंटल गव्हाचे उत्पादन होते. म्हणजेच ४५०० उत्पन्न मिळते. तेथे उत्पन्न खर्च ४५०० रुपये येतो. उत्पन्न खर्च आणि उत्पन्न समान असल्याने श्रम भांडवलाच्या सीमांत मात्रेला खंड मिळत नाही.

२. विस्तृत लागवड पद्धतीत खंडाची निर्मिती

रिकार्डोच्या मते, खंड उद्‌भवण्याचे महत्त्वाचे कारण म्हणजे जमिनीमध्ये असणारी गुणभिन्नता हे होय. निसर्गाने मानवाला जी जमीन देणगी म्हणून दिलेली आहे, त्या जमिनीबाबत सारखेपणा कधीच असू शकत नाही. ज्याप्रमाणे हाताची बोटे सारखी असू शकत नाहीत, त्याचप्रमाणे सर्व जमीन सारखी असू शकत नाही. काही जमीन जास्त सुपीक तर काही जमीन मध्यम सुपीक, तर काही जमीन अगदी कमी सुपीक असते. जमिनीत सुपीकतेच्या दृष्टीने अशी गुणभिन्नता असते, म्हणजेच जमिनीच्या बाबतीत असलेल्या गुणभिन्नतेमुळे खंड उद्‌भवतो.

लोकांच्या अन्नधान्यविषयक गरजा भागविण्यासाठी भरपूर प्रमाणात उपलब्ध जमिनीपैकी प्रथम सुपीक जमीन लागवडीखाली आणली जाते. अशा वेळी लोकांना उपलब्ध असलेल्या भांडवलाच्या साहाय्याने एकूण उपलब्ध जमिनीपैकी काही थोड्या भागाचीच मशागत करणे त्यांना शक्य असते. अशा स्थितीत खंडाचा उद्‌भव होणे शक्य नसते, कारण बरीचशी जमीन लागवडीशिवाय पडून राहिलेली असते, त्यामुळे जमिनीच्या वापराबद्दल कोणी मोबदला देण्यास तयार नसते. थोडक्यात, जमिनीच्या वैपुल्यामुळे जमिनीच्या वापरासाठी कोणी खंड देत नाही, परंतु जमिनीचा एकूण पुरवठा मर्यादित असतो आणि सर्व जमिनी उत्पादनक्षमतेच्या दृष्टीने सारख्या प्रतीच्या नसतात. लोकसंख्यावाढीबरोबर जमिनीची मागणी वाढत जाते, त्यामुळे उत्कृष्ट सुपीक जमिनीचा पुरवठा संपुष्टात येऊन कमी प्रतीच्या जमिनी लागवडीखाली आणणे भाग पडते. असे सतत घडत राहते. असे जेव्हा घडते, तेव्हा खंडाची निर्मिती होते. उत्कृष्ट वा सुपीक जमिनीपासून मालकाला खंडाची प्राप्ती होते. त्याला मिळणाऱ्या खंडाची रक्कम ही पहिल्या व दुसऱ्या प्रतीच्या जमिनींमधील गुणभिन्नतेवर अवलंबून असते. त्यानंतर तिसऱ्या दर्जाची जमीन जेव्हा लागवडीखाली आणली जाते, तेव्हा दुसऱ्या दर्जाच्या जमिनीपासूनही खंड मिळू लागतो आणि त्याचबरोबर पहिल्या दर्जाच्या जमिनीस मिळणाऱ्या खंडाच्या रकमेत वाढ घडून येते.

उदाहरणाद्वारे स्पष्टीकरण

‘अ’ प्रतीची जमीन अधिक सुपीक अथवा उच्च प्रतीची, ‘ब’ प्रतीची जमीन मध्यम सुपीक आणि ‘क’ प्रतीची जमीन कमी सुपीक अथवा कनिष्ठ प्रतीची आहे.

तक्ता ४.३

जमिनीचा प्रकार	उत्पादनखर्च (रु.)	उत्पादन (क्विंटल)	एकूण उत्पादन (रु.)	खंड (रु.)
'अ' उच्च प्रत	४५००	९	१३५००	९०००
'ब' मध्यम प्रत	४५००	७	१०५००	६०००
'क' कनिष्ठ प्रत	४५००	३	४५००	0

रिकार्डोच्या मते, सुरुवातीला 'अ' प्रतीची जमीन लागवडीखाली आणली जाते. कालांतराने लोकसंख्या वाढून अन्नधान्याची मागणी वाढल्याने 'ब' आणि 'क' प्रतीची जमीन लागवडीखाली आणली जाते.

त्यामुळे 'अ' या उच्च प्रतीच्या जमिनीला रु. ९००० आणि 'ब' या मध्यम जमिनीला रु. ६००० इतका खंड मिळतो. 'क' या कनिष्ठ प्रतीच्या जमिनीला उत्पादन आणि खर्च समान होत असल्याने या सीमांत जमिनीला खंड मिळत नाही. हे आकृती ६.३ च्या साहाय्याने दाखविता येते.

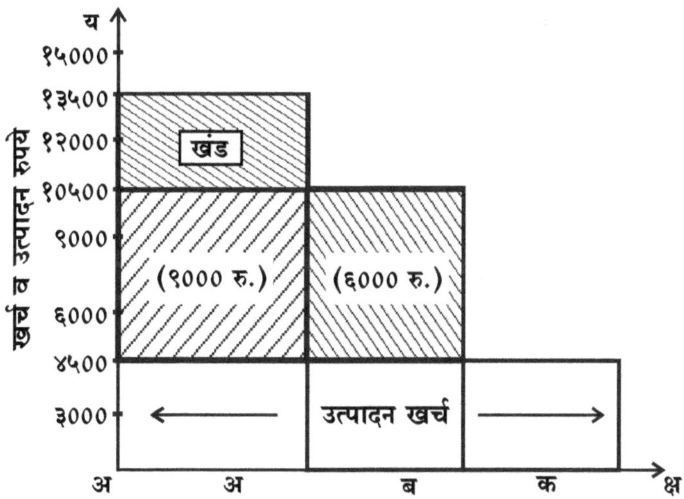

जमिनीचा प्रकार
आकृती ४.३

आकृती ४.३ मध्ये **'अक्ष'** अक्षावर जमिनीचा प्रकार आणि **'अय'** अक्षावर उत्पादन व खर्च दर्शविला आहे. **अबक** हे जमिनीचे तीन तुकडे आहेत. **अ** ही जमीन

ब आणि **क** या जमिनीपेक्षा अधिक सुपीक आहे, तर **'क'** ही सीमांत जमीन किंवा कनिष्ठ जमीन आहे. **अ, ब** आणि **क** या तीनही प्रकारच्या जमिनींवरील उत्पादनखर्च समान म्हणजे **'अख'** (रु. ४५००) इतका आहे, परंतु त्यांच्यातील गुणभिन्नतेमुळे उत्पादनाचे प्रमाण मात्र भिन्न आहे, त्यामुळे उत्पादनखर्च समान असला तरी **'अ'** या सर्वांत सुपीक जमिनीतील ब आणि क जमिनींपेक्षा जास्त उत्पादन होते व **'ब'** या जमिनीत **'क'** या जमिनीपेक्षा जास्त उत्पादन होते. **'अ'** आणि **'ब'** जमिनींना मिळणारा वाढावा म्हणजे खंड (रु. ९००० व रु. ६०००) आकृतीत रेखांकित केला आहे. रिकार्डोच्या मते, **'क'** जमिनीला खंड मिळत नाही, कारण उत्पन्न व खर्च समान आहे.

किंमत आणि खंड यातील संबंध

लोकसंख्येच्या वाढीमुळे पूर्वीपेक्षा निकृष्ट, कमी प्रतीच्या आणखी जमिनी लागवडीखाली आणणे आवश्यक ठरते. त्या प्रत्येक वेळी पूर्वी लागवडीखाली आलेल्या प्रत्येक प्रतीच्या जमिनीवरील खंडाची रक्कम वाढत जाते.

थोडक्यात, रिकार्डोच्या मते, खंड हा जमिनीच्या गुणभिन्नतेतून निर्माण होणारा वाढावा आहे. खर्चात निकृष्ट जमीन म्हणजेच सीमांत जमीन होय. या सीमांत जमिनीला खंड मिळत नाही. खंड हा वाढावा आहे. म्हणजेच ते एक अनर्जित उत्पन्न आहे. रिकार्डोच्या मते, खंडाचा उत्पादनखर्चात समावेश होत नाही, तसेच खंडाचा किमतीत समावेश होत नाही. तसेच किमतीवरून खंड ठरत नाही. धान्याची किंमत वाढल्यामुळे खंड उद्‌भवतो. खंड वाढल्यामुळे किंमत वाढत नाही. खंड हा किंमत ठरल्यावर उद्‌भवणारा वाढावा आहे. देशाची लोकसंख्या जसजशी वाढत जाते, तसतशी अन्नधान्याची मागणी वाढत जाते व त्यामुळे कमी प्रतीची जमीन लागवडीखाली आणली जाते. अशा कमी प्रतीच्या जमिनीवर अन्नधान्याचा उत्पादनखर्च जास्त येतो, त्यामुळे देशातील अन्नधान्याच्या किमती वाढतात. दुसऱ्या शब्दात, लोकसंख्या वाढल्यावर सीमांतार्गत जमिनीला वा जमिनीच्या मालकाला खंडाची रक्कम वाढवून मिळते.

रिकार्डोच्या खंड सिद्धान्तावरील टीका अथवा आक्षेप

डेव्हिड रिकार्डो याच्या खंडविषयक सिद्धान्तावर विविध अर्थशास्त्रज्ञांनी टीका करून त्याचा हा सिद्धान्त चुकीचा असल्याचे दाखवून देण्याचा प्रयत्न केलेला आहे. रिकार्डोच्या खंडविषयक सिद्धान्तावरील काही महत्त्वाची टीका पुढीलप्रमाणे :-

१) भूमीमध्ये उपजत व अविनाशी गुण नसतात : जमिनीमध्ये असलेल्या

मूलभूत व अविनाशी शक्तीबद्दल जमीनमालकास मिळणारा मोबदला म्हणजे खंड होय, अशी रिकार्डोने खंडाची व्याख्या केलेली आहे. या व्याख्येवरच अनेकांनी टीका केली. टीकाकारांच्या मते, जमिनीच्या सर्व शक्ती या उपजत आणि अविनाशी नसतात. शिवाय जमिनीत खत, पाणी, तंत्रविषयक सुधारणांचा अवलंब करून तिची सुपीकता वाढविता येते. तसेच जमिनीकडे दुर्लक्ष केल्यास, त्याचबरोबर वारा, पाऊस, पूर इ. मुळे जमिनीची सुपीकता कमी होते. जमिनीत पाण्याचा वापर योग्य प्रमाणात केला नाही, तर ती नापीक होते इ. गोष्टींची दखल रिकार्डोने घेतली नाही.

२) बाजारात पूर्ण स्पर्धा नसते : खंडविषयक सिद्धान्त मांडताना रिकार्डोने विशिष्ट परिस्थिती गृहीत धरलेली आहे. बाजारात पूर्ण स्पर्धा असते हे गृहीत त्याच्या सिद्धान्ताचा प्रमुख आधार आहे, परंतु प्रत्यक्षात बाजारात पूर्ण स्पर्धा अस्तित्वात नसते हे चेंबरलीन, मिसेस रॉबिन्सन यांनी सिद्ध केले आहे. म्हणजेच त्याचा सिद्धान्त चुकीच्या वा सदोष गृहीतांवर आधारित आहे. तसेच त्याने दीर्घ कालावधी गृहीत धरून खंड सिद्धान्ताचे विश्लेषण केले आहे, परंतु प्रत्यक्षात मात्र अल्पकालीन परिस्थितीत खंड कसा ठरतो हे जास्त महत्त्वाचे असते. त्यामुळे रिकार्डोचा सिद्धान्त वस्तुस्थितीला धरून नाही, अशी टीका केली जाते.

३) प्रथम सुपीक जमिनीवर लागवड केली जात नाही : रिकार्डोच्या मते, शेतीच्या बाबतीत लागवडीचा क्रम जास्त सुपीकतेकडून कमी सुपीकतेकडे असा असतो, परंतु ऐतिहासिकदृष्ट्या तो चुकीचा आहे. टीकाकारांच्या मते, तसा आधार आर्थिक इतिहासात नाही. लोकवस्ती झाल्यावर जी जमीन सोयीची आहे, वसाहतीजवळची आहे तीच जमीन लागवडीखाली आणतात असा इतिहास आहे, मग ती जमीन खूप सुपीक असो वा कमी सुपीक असो. म्हणजेच लागवडीसंदर्भात सुपीकतेपेक्षा इतर बाबीही महत्त्वाच्या ठरतात, त्याकडे रिकार्डोने दुर्लक्ष केले, अशी टीका करण्यात येते.

४) सीमांत जमिनीलाही खंड मिळतो : रिकार्डोच्या मते, सीमांत जमिनीस खंड मिळत नाही, कारण तिच्यावर होणारे उत्पादन हे उत्पादनखर्चाइतके असते. मात्र, टीकाकारांच्या मते, सीमांत जमिनीलाही खंड मिळतो, कारण आधुनिक तंत्राने शेती केल्यास उत्पादनात मोठ्या प्रमाणात वाढ होते. शिवाय रिकार्डोची खंडाची व्याख्या पाहिली तर असे स्पष्ट होते की, सीमांत जमीन ही कमी सुपीक असली तरी तिच्यात थोडेतरी उपजत, मूलभूत व अविनाशी गुण असतातच. मग या जमिनीला थोडा तरी खंड का मिळू नये? रिकार्डोच्या व्याख्येप्रमाणे सीमांत जमिनीला खंड मिळाला पाहिजे, असे टीकाकारांचे मत आहे.

५) इतर उत्पादनघटकांकडे दुर्लक्ष : खंड हा फक्त जमिनीलाच मिळतो असे रिकार्डोने म्हटले. त्यामुळे त्याने उत्पादनाच्या इतर घटकांकडे दुर्लक्ष केले, अशी टीका करण्यात येते. आधुनिक अर्थशास्त्रज्ञांच्या मते, उत्पादनघटकांचा पुरवठा मागणीच्या मानाने कमी असतो आणि म्हणून त्यामुळे खंड उद्‌भवतो. मिसेस जोन रॉबिन्सन यांच्या मते, केवळ जमिनीलाच खंड स्वरूपाचे उत्पन्न मिळते असे नाही, तर अन्यही उत्पादनघटकांना, मागणीच्या मानाने त्यांचा पुरवठा अलवचीक वा कमी लवचीक असेल तर खंड मिळतो. श्रम, भांडवल इ. घटकांना अल्पकाळात खंड मिळू शकतो.

६) खंडाचा किमतीवर होणारा परिणाम : रिकार्डोच्या मते, खंडाचा समावेश किमतीमध्ये होत नाही. म्हणजे आधी किंमत ठरते व त्यानंतर खंड ठरतो, त्यामुळे खंड किमतीवर अवलंबून असतो, परंतु किंमत खंडावर अवलंबून नसते. मात्र, खंडामुळे किंमत ठरत नाही हे त्याचे म्हणणे मान्य केले जात नाही. आधुनिक अर्थशास्त्रज्ञांच्या मते खंड हा उत्पादनखर्चाचा एक भाग असल्यामुळे खंडाचा किमतीवर निश्चितपणे परिणाम होतो, म्हणजेच खंडाचा समावेश किमतीत होतो.

७) दुर्मीळतेमुळे खंडाचा उद्‌भव होतो : डेव्हिड रिकार्डोच्या मते, जमिनीच्या भिन्न भिन्न सुपीकतेमुळे खंड निर्माण होतो. टीकाकारांच्या मते, जमिनीच्या दुर्मीळतेतून खंड निर्माण होतो. खंड हा जमिनीच्या सुपीकतेवर अवलंबून असत नाही, तर तो जमिनीच्या दुर्मीळतेवर अवलंबून असतो. आधुनिक आर्थिक विश्लेषणात खंडाचा उद्‌भव जमिनीच्या या गुणामुळे होतो, असे मत मांडले जाते.

८) भूमीच्या व्यापक वापराकडे दुर्लक्ष : रिकार्डोच्या मते, जमिनीचा वापर फक्त शेतीसाठीच होतो, परंतु रिकार्डोचे हे म्हणणे योग्य आहे असे म्हणता येत नाही, कारण जमिनीचा वापर शेती व्यवसायाबरोबरच कारखानदारी, घरबांधणी यांसारख्या विविध व्यवसायांसाठी होतो.

९) घटत्या उत्पादन फलाचा सिद्धान्त अनुभवास येतोच असे नाही : रिकार्डोचा सिद्धान्त घटत्या उत्पादन फलाच्या सिद्धान्तावर आधारित आहे. टीकाकारांच्या मते, हा सिद्धान्त नेहमीच अनुभवास येतो असे नाही. कारण तांत्रिक व संघटनात्मक सुधारणांमुळे घटत्या उत्पादनाऐवजी वाढत्या उत्पादनफलाचा अनुभवाऐवजी व्यवसायात येऊ लागला आहे. त्यामुळे रिकार्डोने या सुधारणाकडे दुर्लक्ष केले आहे.

थोडक्यात, रिकार्डोच्या खंडविषयक सिद्धान्तावर वरीलप्रमाणे टीका करण्यात आली असली, तरी त्याच्या सिद्धान्ताचे महत्त्व कमी होत नाही. अर्थशास्त्रीय विचारात व विवेचनात अजूनही रिकार्डोचा खंडविषयक सिद्धान्त महत्त्वाचा मानला जातो. वाढत्या लोकसंख्येमुळे अन्नधान्याची गरज भागविण्यासाठी कमी सुपीक जमीन

लागवडीखाली आणली जाते किंवा जाईल हे रिकार्डोचे मत आजही खरे ठरत आहे. शिवाय जमीनदारी पद्धती कायद्याने नष्ट करण्यात आली आहे, त्याच्या मुळाशी खंडसिद्धान्ताची विचारसरणी आहे. रिकार्डोच्या खंडविषयक सिद्धान्तामुळे नंतरच्या अर्थशास्त्रज्ञांच्या विचाराला तसेच उत्पादनघटकांच्या मूल्यनिश्चितीच्या आर्थिक सैद्धान्तिक विवेचनाला चालना मिळाली हे आपणास नाकारता येणार नाही.

४.३.२. खंडाचा आधुनिक सिद्धान्त (Modern Theory of Rent) :

प्रा. मार्शल, प्रा. एफ.ए.वॉकर, प्रा. बेनहॅम, मिसेस जोन रॉबिन्सन इ. अर्थशास्त्रज्ञांनी रिकार्डोच्या खंडविषयक सिद्धान्तातील दोष, उणिवा टाळून अधिक वस्तुनिष्ठ, व्यापक आणि तर्कसंगत पद्धतीने आधुनिक खंडविषयक सिद्धान्त मांडला. त्यामुळे हा सिद्धान्त जास्त शास्त्रीय आहे. आधुनिक अर्थशास्त्रज्ञांच्या मते, जमीन या उत्पादनघटकालाच खंड मिळतो असे नाही, तर उत्पादनाच्या सर्वच घटकांना खंडस्वरूपाचे उत्पन्न मिळते (भांडवल, श्रम, संयोजन या घटकांनासुद्धा खंड मिळतो.).

प्रा. वॉकर यांच्या मते, जमिनीत जशी गुणभिन्नता असते, तशीच ती मजूर, संयोजक या उत्पादकघटकांतही असते. मजूर हे कमी-अधिक कार्यक्षम असतात. तसेच संयोजकसुद्धा कमी-अधिक चतुर, कौशल्यवान असतात. म्हणजेच त्यांच्यात गुण-भिन्नता असते. म्हणून गुण-भिन्नतेमुळे खंड फक्त जमिनीलाच मिळतो असे नाही, तर खंड हा श्रम, संयोजन या इतर उत्पादनघटकांनाही मिळतो.

प्रा. डॉ. मार्शल यांच्या मते, दुर्मीळतेमुळे उत्पादनघटकांना खंड मिळतो. उत्पादनघटकास मागणी जास्त असेल व त्यांचा पुरवठा कमी असेल, पुरवठा मानवी प्रयत्नाने सहजतेने वाढविता येत नसेल, तर खंड उद्‌भवतो. मिसेस जोन रॉबिन्सन यांच्या मतेही उत्पादनाच्या कोणत्याही घटकाची, मागणीच्या मानाने असणारी दुर्मीळता हे खंड उद्‌भवण्याचे महत्त्वाचे कारण असते.

अशा प्रकारे रिकार्डोच्या खंडविषयक सिद्धान्तातील गुण-भिन्नता व दुर्मीळता या तत्त्वांचा आधार घेऊन डॉ. मार्शल, प्रा. वॉकर, रॉबिन्सन यांनी खंड हा इतर घटकांनाही मिळतो असे म्हटले आहे. खंड हा केवळ भूमी या घटकाचीच मक्तेदारी नसून उत्पादनाच्या इतर घटकांनाही खंड मिळतो, असे खंडविषयक आधुनिक सिद्धान्तात दिसून येते.

जमिनीला असलेली मागणी अप्रत्यक्ष किंवा अपरोक्ष व व्युत्पन्न मागणी असते. म्हणजे जमिनीतून निर्माण होणाऱ्या अन्नधान्याची मागणी वाढली म्हणजे जमिनीला असलेली मागणीसुद्धा वाढते व त्यामुळे खंडसुद्धा वाढतो. याउलट अन्नधान्याची

मागणी कमी झाली, तर जमिनीची मागणी कमी होईल व खंडसुद्धा कमी होईल. समाजाच्या दृष्टीने जमिनीचा पुरवठा हा मर्यादित असतो, न बदलणारा असतो, मात्र व्यक्तिगत दृष्टीने आपली जमीन इतरांना विकून वा इतरांची जमीन विकत घेऊन जमिनीचा मागणी-पुरवठा कमी-जास्त करता येतो. मात्र, एकूण जमिनीचा पुरवठा हा स्थिर, न बदलणारा असतो. तो पूर्णपणे अलवचीक असतो. म्हणजेच जमिनीचा पुरवठा स्थिर राहिला व जमिनीची मागणी वाढली, तर खंडाची रक्कम वाढेल, याउलट जमिनीच्या मागणीत घट झाली, तर खंड कमी होईल. अशा प्रकारे मागणी-पुरवठ्याच्या संदर्भात इतर उत्पादनघटकांचे मोबदले जसे ठरतात, त्याप्रमाणे खंडसुद्धा जमिनीच्या मागणी पुरवठ्याच्या संदर्भात ठरतो, असा विचार खंडविषयक आधुनिक सिद्धान्तात मांडला आहे. मात्र, जमिनीचा पुरवठा हा स्थिर असल्याने जमिनीला असलेली मागणी खंड ठरविण्याच्या दृष्टीने जास्त प्रभावी ठरते. थोडक्यात, खंडविषयक आधुनिक सिद्धान्तानुसार खंडाचा उद्भव होण्यासाठी उत्पादनघटकांचा पुरवठा अलवचीक असला पाहिजे आणि उत्पादनघटकांत कार्यक्षमतेच्या दृष्टीने भिन्नता असली पाहिजे.

मिसेस जोन रॉबिन्सन यांनी आपल्या **'दी इकॉनॉमिक्स ऑफ इम्परफेक्ट कॉंपिटिशन'** या पुस्तकात खंडविषयक आधुनिक सिद्धान्ताची मांडणी बदली उत्पन्नाच्या संदर्भात केली आहे.

मिसेस जोन रॉबिन्सन यांच्या मते, एखादा उत्पादनघटक विशिष्ट उद्योगधंद्यात रहावा म्हणून त्याला जी कमीतकमी किंमत देणे आवश्यक असते, त्या किमतीला बदली उत्पन्न किंवा बदली किंमत असे म्हणतात. बदली उत्पन्न या संकल्पनेच्या आधारे एखाद्या उत्पादनघटकाला मिळणाऱ्या खंडाचे मोजमाप करता येते. खंडविषयक आधुनिक सिद्धान्ताप्रमाणे प्रत्यक्ष मिळणारा मोबदला आणि बदली किंमत यांतील फरकाइतका खंड उत्पादनघटकाला मिळतो, म्हणजेच प्रत्यक्ष मिळणाऱ्या मोबदल्यातून व उत्पन्नातून बदली उत्पन्न वजा केले असता राहिलेल्या रकमेइतका खंड त्या उत्पादनघटकास मिळेल. थोडक्यात, कोणत्याही विशिष्टोपयोगी व अलवचीक पुरवठा असलेल्या घटकास बदली उत्पन्नापेक्षा मिळणारे आधिक्य म्हणजे खंड होय. उदा. एका कामगारास रु. ५००० पगार मिळत आहे, जर त्याने दुसऱ्या कंपनीत काम करावयाचे ठरविले, तर त्यास रु. ४००० पगार मिळणार असेल, तर वास्तविक उत्पन्न हे बदली उत्पन्नापेक्षा रु. १००० नी जास्त आहे. अशा स्थितीत खंड हा एक हजार रुपये होईल.

खंड = प्रत्यक्ष उत्पन्न - बदली उत्पन्न
= रु. ५००० - रु. ४०००
= रु. १००० इतका आर्थिक खंड राहील.

जर सदर कामगाराला इतक्या कामातसुद्धा दरमहा रु. ५००० इतका मोबदला मिळणार असेल तर तेथे खंड मिळणार नाही. तसेच कामगाराने नोकरी सोडल्यानंतर त्याला दुसरी नोकरी मिळणार नसेल किंवा त्याला दुसरा व्यवसाय करणे शक्य नसेल, तर त्याला मिळणारे चालू उत्पन्न रु. ५००० ही सर्व रक्कम खंड असेल. रिकार्डोच्या मते, जादा उत्पन्न किंवा खंड म्हणजे बदली उत्पन्नापेक्षा जादा असलेले उत्पन्न होय.

खंडविषयक आधुनिक सिद्धान्तानुसार खंडाचा उद्‌भव कसा होतो ते आकृतीच्या साहाय्याने अधिक स्पष्ट होईल.

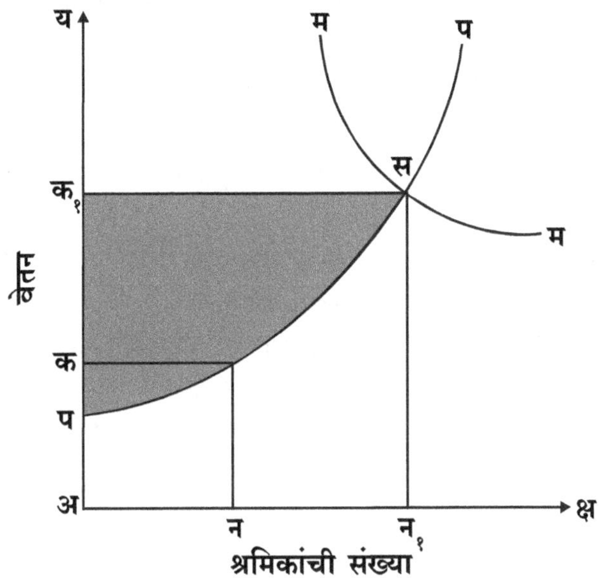

आकृती ४.४ : आधुनिक सिद्धान्तानुसार खंडाचा उद्‌भव

आकृती ४.४ मध्ये **'अक्ष'** अक्षावर श्रमिकांची संख्या आणि **'अय'** अक्षावर वेतन दर्शविले आहे. **'पप'** हा पुरवठावक्र आहे, तर **'मम'** हा मागणीवक्र आहे. **'अप'** इतके वेतन असताना श्रमिकांचा पुरवठा शून्य असतो. वेतनदरात वाढ झाली असता श्रमिकांची संख्या आपोआप वाढते, पुरवठा वाढतो. **'अक'** इतका वेतनदर असताना **'अन'** इतका श्रमिकांचा पुरवठा होतो. उत्पादनासाठी अधिक श्रमिकांचा पुरवठा व्हावा, अशी उत्पादकांची अपेक्षा असेल, तर वेतनाच्या दरात वाढ करावी लागेल. वेतनाचे दर **'अक'** पर्यंत वाढले असता श्रमिकांचा पुरवठा **'अन१'** इतका होतो. अशा प्रकारे श्रमिकांना असणारी मागणी व त्यांचा पुरवठा यांच्यात **'स'** या

ठिकाणी संतुलन होते. अशा स्थितीत सुरुवातीला कमी वेतन असतानाही काही श्रमिक काम करावयास तयार होतात, म्हणूनच त्यांच्या बाबतीत वाढलेले वेतन हे खंडासारखे असते. वेतनाचे दर जरी '**अक**$_{१}$' वरून '**अक**' पर्यंत कमी करण्यात आले तरी, '**अन**' इतके श्रमिक काम करण्याचे पसंत करतात. '**अक**' पेक्षा कमी वेतन दिले, तर श्रमिक काम न करणेच अधिक पसंत करतील. अशा प्रकारे श्रमिकांना व्यवसायात त्यांनी काम करण्यासाठी टिकून राहावे म्हणून जो किमान मोबदला द्यावा लागतो, त्यालाच बदली उत्पन्न असे म्हणतात. प्रत्यक्षात मिळणारे उत्पन्न हे बदली उत्पन्नापेक्षा अधिक कमी असू शकत नाही. मात्र, काही वेळा प्रत्यक्षात उत्पन्न व बदली उत्पन्न हे समान असू शकते.

थोडक्यात, खंडविषयक आधुनिक सिद्धान्तानुसार पुढील निष्कर्ष काढता येतात.

१. खंडविषयक आधुनिक सिद्धान्तानुसार खंड हा भूमीप्रमाणे इतर उत्पादनघटकांनाही मिळतो.
२. कोणत्याही विशिष्टोपयोगी व अलवचीक पुरवठा असलेल्या घटकास बदली उत्पन्नापेक्षा मिळणारे आधिक्य म्हणजे खंड होय.
३. एखाद्या उत्पादनघटकाचा एखाद्या उद्योगधंद्यातील खंड हा त्या घटकाचे वस्तुस्थितीतील उत्पन्न आणि बदली उत्पन्न यांतील फरकाइतका असतो.
४. खंडाचा उद्भव होण्यासाठी उत्पादनघटकाचा पुरवठा अलवचीक असला पाहिजे.
५. जमिनीच्या संदर्भात विचार करता व समाजाच्या दृष्टिकोनातून विचार केल्यास जमिनीचा पुरवठा हा स्थिर वा न बदलणारा असतो. जमिनीचा पुरवठा हा तिच्या मागणीच्या मानाने कमी असतो, त्यामुळे जमिनीच्या बाबतीत नेहमीच खंडाचा उद्भव होतो.

थोडक्यात, रिकार्डोच्या खंडविषयक सिद्धान्तापेक्षा आधुनिक सिद्धान्त हा जास्त व्यापक, वस्तुनिष्ठ आणि तर्कसंगत आहे.

४.३.३ आभास खंड – संकल्पना (Concept of Quasi-Rent)

भूमीशिवाय संयंत्र, यंत्रसामुग्री, इमारत इत्यादींचा पुरवठा अल्पकाळात वाढविता येत नाही. या घटकांना दुर्मीळतेमुळे जे अधिक स्वरूपाचे उत्पन्न मिळते त्याला आभासी खंड मिळतो असे मार्शलने स्पष्ट केले.

प्रा. डॉ. मार्शल यांनी 'आभासी खंडा'ची संकल्पना मांडली. आभासी खंडालाच 'खंडसदृश उत्पन्न' किंवा 'तात्पुरता खंड' असेही म्हटले जाते. डॉ. मार्शल यांच्या

मते, **'आभासी खंड म्हणजे असे उत्पन्न की, जे खंडासारखे वाटते पण आर्थिक खंड अशा स्वरूपाचे नसते.'**

जमिनीचा पुरवठा तिच्या मागणीच्या मानाने अलवचीक असला की खंडाचा उद्भव होतो. जमिनीचा पुरवठा वाढविता येत नसल्यामुळे, म्हणजेच तिच्या दुर्मीळतेमुळे खंडाचा उद्भव होतो. उत्पादनाची बरीच साधने अशी असतात, की त्यांचा पुरवठा मागणीच्या मानाने त्वरित, अल्प काळात वाढविता येत नाही. म्हणजे अशा साधनांच्या बाबतीत काही काळापुरती अशी स्थिती आढळते की, त्या साधनांच्या मागणीच्या मानाने त्यांचा पुरवठा हा अलवचीक राहतो. जेवढ्या काळापुरता त्यांचा पुरवठा हा अलवचीक राहात असेल, म्हणजे त्याचा पुरवठा वाढविता येत नसेल, तेवढ्या काळापुरते त्या उत्पादनाच्या साधनांना त्यांच्या वाजवी उत्पन्नापेक्षा जादा उत्पन्न मिळते. हे जादा उत्पन्न वाढाव्याच्या स्वरूपाचे असते. त्यालाच 'आभासी खंड, खंडसदृश उत्पन्न, तात्पुरता खंड' असे म्हणतात. याला तात्पुरता खंड म्हणण्याचे कारण असे की, काही काळानंतर उत्पादनसाधनांचा पुरवठा वाढला की, त्यांच्या मागणी-पुरवठ्याचा मेळ बसून त्यांना पूर्वी जे त्यांच्या वाजवी उत्पन्नापेक्षा जादा उत्पन्न मिळत होते ते मिळेनासे होते. म्हणजे हे जादा उत्पन्न तात्पुरता खंड हा मागणी-पुरवठ्याचा मेळ बसेपर्यंतच्या मधल्या काळात म्हणजे तात्पुरत्या काळात मिळतो. म्हणून त्याला तात्पुरता खंड असे म्हटले जाते.

तात्पुरत्या काळात मागणी व पुरवठा यांचा मेळ घालता न आल्यामुळे जे जादा उत्पन्न किंवा वाढावा मिळतो, त्याला तात्पुरता खंड असे म्हणतात. केवळ अल्पकाळातच आभासी खंडाची निर्मिती होते. दीर्घकाळात आभासी खंडाची शक्यता नसते. विशिष्ट अशा स्थितीत खंड मिळतो, अशा प्रकारचा भास निर्माण होतो, म्हणूनच डॉ. मार्शलने त्यास 'आभासी खंड' असे म्हटले आहे. मानवनिर्मित दुर्मीळ घटकांचा पुरवठा हा अल्पकाळात स्थिर असतो. त्यावेळी त्या घटकांना जे उत्पन्न मिळते, त्याला आभासी खंड म्हणतात. अल्पकाळात जमिनीव्यतिरिक्त अन्य उत्पादनघटकांचा पुरवठा पूर्ण अलवचीक असतो, तेव्हा खंडसदृश उत्पन्न मिळू शकते. खंडसदृश उत्पन्न हे केवळ अल्पकाळातच उद्भवते.

आभासी खंडाची संकल्पना भूमीव्यतिरिक्त अन्य सर्व साधनांना लागू असली तरी मार्शल यांच्या मते, मनुष्याने निर्माण केलेल्या व उत्पादनाच्या प्रक्रियेमध्ये उपयोगी पडणाऱ्या यंत्र व इतर भांडवली वस्तूंच्या बाबतीत ती विशेष करून खरी ठरते.

आभासी खंड उदाहरणाच्या साहाय्याने स्पष्ट करता येते. भारतात आर्थिक नियोजनाला सुरुवात झाल्यानंतर शहराच्या लोकसंख्येत मोठ्या प्रमाणात वाढ झाली.

घरांच्या मागणीत मोठी वाढ झाली. परंतु बांधकामासाठी आवश्यक असणाऱ्या साधनाचा तुटवडा असल्याने घरांच्या पुरवठ्यात मागणीप्रमाणे वाढ झाली नाही, त्यामुळे घरभाड्यात एकदम वाढ झाली. घरमालकांच्या या असाधारण उत्पन्नास आभासी खंड म्हणतात. खंड म्हणता येणार नाही. कालांतराने घराच्या पुरवठ्यात वाढ करणे शक्य असते.

अभासी खंड मिळण्याचे कारण अल्पकाळात उत्पादन घटकांची असलेली दुर्मीळता होय. दीर्घकाळात उत्पादन घटकांचा पुरवठा वाढविता येणे शक्य असल्याने हा आभासी खंड नाहीसा होतो.

४.४ वेतन (Wages)

श्रमिक आपले शारीरिक व बौद्धिक श्रम विकतो. त्याबद्दल त्याला जो मोबदला मिळतो, त्यास वेतन अथवा मजुरी असे म्हणतात.

श्रम हा उत्पादनाचा एक महत्त्वाचा घटक आहे. श्रम या उत्पादनघटकाने म्हणजेच श्रमिकाने उत्पादनकार्यात भाग घेतल्याबद्दल त्याला जो मोबदला दिला जातो, त्यास वेतन असे म्हणतात. **डॉ. मार्शल यांच्या मते,** आनंद मिळविण्याव्यतिरिक्त कोणतातरी आर्थिक मोबदला मिळविण्याच्या हेतूने केलेले कोणतेही शारीरिक अथवा बौद्धिक प्रयत्न म्हणजे श्रम होय. यावरून असे म्हणता येते की, शेतमजूर, हमाल, कारखान्यामध्ये काम करणारे कामगार यांच्याबरोबरच शिक्षक, वकील, डॉक्टर, व्यवस्थापक इ.च्या सेवांचाही समावेश श्रमात करावा लागतो, परंतु मित्र, समाजसेवक यांनी कोणताही आर्थिक मोबदला अपेक्षिलेला नसल्यामुळे त्यांच्या मदतीला किंवा सहकार्याला श्रम म्हणता येत नाही.

वेतन अथवा मजुरी (Wages)

श्रम हा सजीव घटक आहे. श्रम हे नाशवंत असतात. श्रमाचा साठा करून ठेवता येत नाही. त्यामुळे श्रमिकांना दररोज श्रमाची विक्री करावी लागते. श्रमिक उत्पादन कार्यात सहभागी होतात आणि त्यामुळे त्यांना वेतन प्राप्त होते.

बेनहॅम यांच्या मते, 'श्रमिकाने केलेल्या कार्याबद्दल किंवा दिलेल्या सेवेबद्दल मालकाने करारानुसार दिलेला एकूण पैसारूपी मोबदला म्हणजे वेतन होय.'

'वेतन म्हणजे श्रमिकाला त्याच्या शारीरिक किंवा मानसिक कार्याबद्दल किंवा वेळेनुसार आणि कामानुसार मिळणारा मोबदला होय.'

'श्रमिकाला त्याच्या श्रमाबद्दल जो मोबदला दिला जातो, त्याला वेतन अथवा मजुरी म्हणतात.'

श्रमाचा पुरवठा (Supply of Wages) :

श्रमाचा पुरवठा अन्य कोणत्याही उत्पादनघटकाप्रमाणे मजुरीवर अवलंबून असतो. मजुरीचे दर वेगवेगळे असतात. दिलेल्या मजुरीच्या दरास किती तासांसाठी, किती दिवसांसाठी विशिष्ट प्रकारचे श्रम उपलब्ध असणे, यालाच श्रमाचा पुरवठा म्हणतात. श्रम हा उत्पादनप्रक्रियेत महत्त्वाचा घटक आहे. भांडवलाबरोबर श्रमाचा किती वापर वस्तुउत्पादनात केला जाणार आहे, त्यावर श्रमाचा पुरवठा अवलंबून असतो. उत्पादन-वाढीवर श्रमाचा पुरवठा अवलंबून असतो. उत्पादनवाढीबरोबर श्रमाचा पुरवठा वाढतो. तो केवळ लोकसंख्येवर अवलंबून नसतो, तर प्रत्यक्ष कामात सहभागी होणाऱ्या श्रमिकाच्या दरावर आणि कामगारांकडून अपेक्षित असलेल्या कामाच्या तासांवर अवलंबून असतो. विविधतेच्या या आधारेच श्रमाचा पुरवठा निश्चित होतो.

वेतनाचा दर व श्रमिकांचा पुरवठा यांत प्रत्यक्ष संबंध आढळतो. वेतनाच्या दरात वाढ झाली, तर श्रमिकांचा पुरवठा जास्त राहील व वेतनदरात घट झाली, तर श्रमिकांचा पुरवठा कमी राहील.

श्रमाला आपण श्रमिकापासून वेगळे करू शकत नाही. श्रमिक आपल्या सेवेची विक्री करीत असतो.

श्रमिकांचा पुरवठा म्हणजे वेगवेगळ्या वेतनदराला विशिष्ट प्रकारचे काम करू इच्छिणाऱ्या कामगारांची एकूण संख्या होय किंवा विशिष्ट वेतनदरास किती तास अथवा आठवड्यातील किती दिवस श्रमिक काम करू इच्छितात ते श्रमतास अथवा श्रमदिवस म्हणजे श्रमाचा पुरवठा होय.

वेतनाचे प्रकार : वेतनाची दोन प्रकारांत विभागणी केली जाते.

१) पैशातील वेतन (Money wages) : श्रमिकाला त्याच्या श्रमाचा मोबदला पैशाला दिला जातो तेव्हा त्यास पैशातील वेतन असे म्हणतात. उदा. एखाद्या कारखान्यातील कामगाराला महिन्याला १०,००० रुपये रोख स्वरूपात मिळत असतील तर त्यास पैशातील वेतन असे म्हणतात.

२) वास्तव वेतन (Real wages) : श्रमिकाला मिळणाऱ्या पैशातील वेतनाबरोबरच त्याला मिळणाऱ्या इतर सोयी-सवलती यास कामाचे वास्तव वेतन असे म्हणतात. उदा. एखाद्या कारखान्यातील श्रमिकाला दरमहा १०,००० रुपये वेतनाबरोबरच त्याला गणवेश, आरोग्य, घर, मुलांच्या शिक्षणाच्या सोयी इ. मोफत अथवा अल्पदरात पुरविल्या गेल्या तर त्यास त्या श्रमिकाचे वास्तव वेतन असे म्हणतात. थोडक्यात, श्रमिकांना नोकरीपासून मिळणाऱ्या एकूण वस्तू व सेवा किंवा उपभोगलेले लाभ म्हणजे वास्तव वेतन होय.

वास्तव वेतन ठरविणारे घटक अथवा वास्तव वेतनाचे घटक :

वास्तव वेतन निश्चित करताना पुढील घटकांचा विचार केला जातो.

१) पैशाची खरेदीशक्ती : वेतन पैशात दिले जाते, मात्र रोख वेतन जास्त असेल तर वास्तव वेतन जास्त असेलच असे नाही, कारण रोख पैसा जास्त मिळाला आणि त्याच्या मदतीने अल्प वस्तू आणि सेवा विकत घेता येत असल्या, तर वास्तव वेतन कमीच असते. जर पैशाची खरेदीशक्ती कमी असेल तर रोख वेतन वाढलेले दिसत असले तरी खरे वेतन कमी झालेले असते.

२) इतर सुविधा : कामगार नोकरी करीत असताना त्याच्या जेवणाची, चहाची सोय कामाच्या ठिकाणी केलेली असते. वास्तव वेतन ठरविताना याचासुद्धा विचार करावा लागतो.

३) इतर उत्पन्न : रोख वेतन कमी असले, तरी सेवा-सुविधांमुळे, व्यवसायामुळे अप्रत्यक्ष रीतीने अशा प्रकारचे उत्पन्न मिळण्याची सोय होते. उदा. शिक्षकांना पुस्तके लिहून, उत्तरपत्रिका तपासून जादा उत्पन्न मिळविता येते. मूळ नोकरीमुळेच हे उत्पन्न मिळते.

४) कामाचे तास : काही सेवांमध्ये रोख वेतन कमी असले तरी कामाचे तास कमी असल्यामुळे वास्तव वेतन जास्त होईल, तर वेतन अधिक मिळत असूनही कामाचे स्वरूप अनियमित आणि जास्त वेळ काम करावे लागत असेल तर वास्तव वेतन कमी होईल.

५) सेवा करण्याची जागा आणि परिस्थिती : काही ठिकाणी वातावरण चांगले असते तेथे रोख वेतन कमी असले, तरी मानसिक समाधानामुळे वास्तव वेतन जास्त होते, तर रोख वेतन जास्त असूनही सेवा करण्याची जागा योग्य नसेल तर वेतन कमीच होते.

६) व्यावसायिक खर्च : काही व्यवसायांत पैसा मिळविण्यासाठी फार मोठा खर्च करावा लागतो, त्यामुळे उत्पन्न भरपूर मिळत असले तरी खर्च फार मोठा असल्याने वास्तव वेतन कमीच असते.

७) धोका आणि जबाबदारी : काही सेवांमध्ये वेतन कमी असले तरी जबाबदारीही कमी असते. त्यामुळे वास्तव वेतन जास्त असते. तर वेतन जास्त असूनही जबाबदाऱ्या फार असतील तर वास्तव वेतन कमी होते. वैमानिक, खाणकामातील श्रमिक, दारू-गोळा कारखान्यातील श्रमिक इ. अशा लोकांना वेतन जास्त असूनही सतत धोका असल्याने वास्तव वेतन कमी ठरते, तर क्लार्कला रोख

वेतन कमी असूनही धोका नसल्यामुळे वास्तव वेतन जास्त असते.

८) भविष्यातील वाढ : काही व्यवसाय अथवा सेवांमध्ये भरपूर पैसा मिळविण्याची शक्यता असल्याने वास्तव वेतन जास्त असते असे म्हटले जाते.

९) इतर सवलती : पैशातील वेतनाबरोबरच इतर सवलती मिळत असतील, तर वास्तव वेतन जास्त राहते. उदा. कारखान्यातील व्यवस्थापकाला मोफत बंगला, फोन, मोटार कार, प्रवासभत्ता इ. मिळणाऱ्या सुविधा.

४.४.१ वेतनाचा आधुनिक सिद्धान्त (Modern Theory of Wages)

वेतनाच्या आधुनिक सिद्धान्तात श्रमाची मागणी आणि श्रमाचा पुरवठा याद्वारे दर निश्चित केले जातात, म्हणून वेतनाचा आधुनिक सिद्धान्त वेतन ठरविण्यासाठी अधिक समाधानकारक मानला जातो.

व्याख्या : ज्या प्रमाणे वस्तूची किंमत ही वस्तूच्या मागणी पुरवठ्याने ठरते, त्याचप्रमाणे श्रमाचे वेतन श्रमिकांच्या मागणी पुरवठ्यानुसार ठरते.

गृहीते :

१. सर्व श्रमिक समान असतात.
२. श्रमिक पूर्णत: गतिशील असतात.
३. श्रमिकांची मागणी करणाऱ्या संस्थांची संख्या जास्त असते.
४. वस्तूंच्या आणि श्रमाच्या बाजारात पूर्ण स्पर्धा आहे.
५. श्रमिकांच्या संघटना नसून ते आपल्या श्रमाची विक्री स्वतंत्रपणे करतात.

श्रमिकांची मागणी :

उत्पादकाद्वारे श्रमिकाला जी मागणी असते ती श्रमिकाद्वारे तयार होत असलेल्या वस्तूंना प्रत्यक्ष बाजारात कशी मागणी आहे, यावर अवलंबून असते. जसे लाकडी टेबलला बाजारात मागणी असेल तरच ते टेबल तयार करणाऱ्या श्रमिकांची मागणी करतील.

श्रमिकांची मागणी ही फक्त अप्रत्यक्ष स्वरूपाचीच नसते ती मागणी संयुक्त स्वरूपाची असते. श्रमिका बरोबरच उत्पादन घटकही आवश्यक असतात. श्रमिकांची मागणी भूमी, भांडवल व संयोजक या उत्पादन घटकांच्या किंमती व पुरवठा यावर अवलंबून राहिल. तसेच तांत्रिक प्रगती कोणत्या पातळीवर आहे. त्यावरही श्रमिकांची मागणी अवलंबून राहिल. जसे पाश्चात्य देशात औद्योगिक व तांत्रिक प्रगती मोठ्या प्रमाणात झालेली असल्याने तेथे श्रमिकांना मागणी कमी राहील तर भारतासारख्या

देशात तेवढी तांत्रिक प्रगती झालेली नसल्याने तेथे श्रमिकांचा पुरवठा अधिक असल्याने श्रमिकांना मागणी जास्त राहू शकते. आणि श्रमिकांची मागणी ही त्याच्या जवळ असलेल्या कार्यक्षमता आणि उत्पादकता यावर अवलंबून असते.

श्रमाचा वापर करून एकूण उत्पादनात वस्तुरूप व पैशाच्या स्वरूपात किती भर टाकली जाते, याचा विचार करून श्रमाची मागणी ठरते. श्रमिकांना असलेली मागणी त्यांच्या सीमांत उत्पादकतेवर अवलंबून असते.

श्रमाची मागणी ही वस्तूच्या मागणीवर अवलंबून असते. वस्तूच्या मागणीत वाढ झाली तर श्रमाच्या मागणीत वाढ होते. तसेच श्रमाची मागणी इतर उत्पादनघटकांच्या किमतीवर अवलंबून असते. उत्पादनघटकांच्या किमती जास्त असतील, तर श्रमाला मागणी जास्त राहील. इतर घटकांच्या किमती कमी असतील, तर श्रमाची मागणी कमी राहील.

जर अधिक कामगार कामाला लावले, तर त्यांची सीमांत उत्पादकता कमी होत जाते. त्यामुळे श्रमाचा मागणीवक्र डावीकडून उजवीकडे घसरत येणारा असतो.

श्रमिकांची मागणी पुढील घटकांवरून ठरते.

१) कामगार उत्पादन करीत असलेल्या वस्तूची मागणी

२) भांडवलदारांची गुंतवणूक करण्याची इच्छा

३) एकूण खर्चाशी श्रमिकावरील खर्चाचे प्रमाण

४) इतर पर्यायी घटकांची उपलब्धता

५) कालावधी

श्रमाचा पुरवठा :

वेतनाच्या दरात वाढ झाली तर श्रमिकांचा पुरवठा जास्त राहील आणि वेतनदरात घट झाली, तर श्रमिकांचा पुरवठा कमी राहील. म्हणजेच वेतनदर आणि श्रमाचा पुरवठा यात प्रत्यक्ष संबंध दिसून येतो. श्रमाचा पुरवठा म्हणजे वेगवेगळ्या वेतनदरांना विशिष्ट प्रकारचे काम करू इच्छिणाऱ्या कामगारांची एकूण संख्या होय. श्रमाला आपण श्रमिकापासून वेगळे करू शकत नाही. श्रमिक आपल्या सेवेची विक्री करीत असतो.

घरची आर्थिक स्थिती, रूढी, परंपरा, सांस्कृतिक, सामाजिक स्थिती, श्रमिकांचा स्वभाव इ. घटकांचा श्रमिकाच्या पुरवठ्यावर परिणाम घडून येतो. तसेच लोकसंख्या, श्रमिकांची कार्यक्षमता, श्रमाची गतिशीलता, काम करण्याची इच्छा इ. घटकांवर श्रमिकांचा पुरवठा अवलंबून असतो.

तसेच वेतन दर जास्त असतील, तर श्रमिकांचा पुरवठा वाढतो. जर एखाद्या

उद्योगात वेतनाचे दर जास्त असतील, तर त्या उद्योगाकडे अधिक श्रमिक आकर्षित होतात.

वेतनाचा दर जास्त असेल तर श्रमिकांचा पुरवठा वाढतो. वेतनाचा दर कमी असेल तर श्रमिकांचा पुरवठा कमी होतो, म्हणून श्रम पुरवठ्याचा वक्र डावीकडून उजवीकडे चढत जातो.

आधुनिक अर्थशास्त्रज्ञांच्या मते, श्रम बाजारात श्रमाची मागणी आणि श्रमाचा पुरवठा यांचा समतोल होऊन वेतनाचा दर निश्चित केला जातो. हे पुढील आकृतीच्या साहाय्याने स्पष्ट होते.

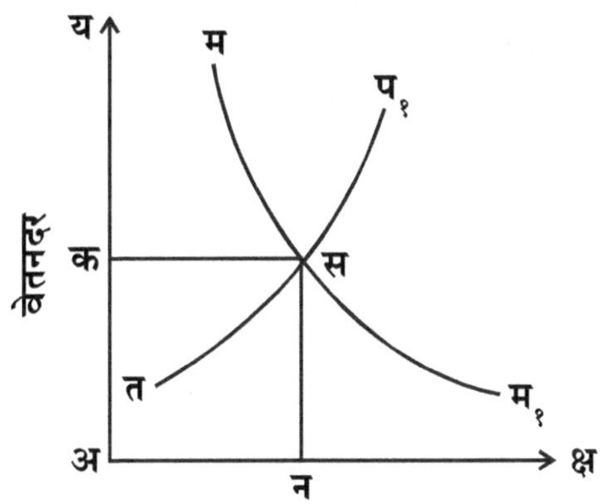

श्रमाची मागणी व पुरवठा
आकृती ४.५

आकृती ४.५ : मध्ये '**अक्ष**' अक्षावर श्रमाची मागणी व पुरवठा दर्शविलेला आहे. '**अय**' अक्षावर वेतनदर दर्शविलेला आहे. मागणी आणि पुरवठ्याच्या संतुलनाने '**अक**' इतका वेतनाचा दर ठरला. या वेतनदराला '**अन**' एवढी मागणी आणि '**अन**' एवढाच पुरवठा केला जातो. '**अक**' पेक्षा जास्त अथवा '**अक**' पेक्षाकमी वेतनदार ठरणार नाही.

४.४.२ श्रमाचा पाठीमागे वळणारा / झुकणारा पुरवठा वक्र (Back Bending Supply Curve of Labour)

श्रमाचा पुरवठा म्हणजे वेगवेगळ्या वेतनदरांना विशिष्ट प्रकारचे काम करू इच्छिणाऱ्या श्रमिकांची एकूण संख्या होय. अथवा विशिष्ट वेतनदराला किती दिवस श्रमिक काम करू इच्छितात ते श्रम दिवस म्हणजे श्रमाचा पुरवठा होय.

वेतनाचा दर आणि श्रमिकांचा पुरवठा यात प्रत्यक्ष संबंध असतो. वेतनाच्या दरात वाढ झाली, तर श्रमिकांचा पुरवठा जास्त राहील आणि वेतनात घट झाली असता श्रमिकांचा पुरवठा कमी राहील. श्रमाचा पुरवठा पुढील घटकांवर अवलंबून असतो. परंतु श्रम हा सजीव घटक आहे कामगाराला स्वत:चे मन आणि इच्छा असते त्याचा पुरवठ्यावर परिणाम होतो.

श्रमिकांचा पुरवठा दोन घटकांवर अवलंबून असतो.

अ) आर्थिकेतर घटक : श्रमाचा पुरवठा आर्थिक घटकाबरोबर आर्थिकेतर घटकांवरसुद्धा अवलंबून असतो. श्रमिकांच्या घरची परिस्थिती, सामाजिक रूढी, परंपरा, सांस्कृतिक, सामाजिक परिस्थिती, श्रमिकांचा स्वभाव तसेच श्रमिकांचा पुरवठा, लोकसंख्या, श्रमाची गतिशीलता, काम करण्याची इच्छा, श्रमिकांची कार्यक्षमता इ. घटकांवरसुद्धा श्रमाचा पुरवठा अवलंबून असतो. श्रमाचा पुरवठावक्र पुढे दर्शविलेला आहे.

ब) आर्थिक घटक : वेतनाचा दर जास्त असेल, तर श्रमिकांचा पुरवठा वाढतो. म्हणजेच श्रमाचा पुरवठा वक्र डावीकडून उजवीकडे चढत जाणारा असतो. आज श्रमिकांची आरामविषयक दृष्टी बदलली आहे. श्रमिकांच्या प्रवृत्तीवर पुरवठा वक्राच्या मर्यादा येतात. त्यामुळे श्रम पुरवठा वक्र विशिष्ट मर्यादेपर्यंत डावीकडून उजवीकडे चढत जातो व त्यानंतर तो पुन्हा डावीकडे वळतो. या पुरवठा वक्रास श्रमाचा डावीकडून वळणारा पुरवठा वक्र म्हटले जाते.

पुढील आकृतीतमध्ये मागे वळणारा पुरवठा वक्र दर्शविला आहे.

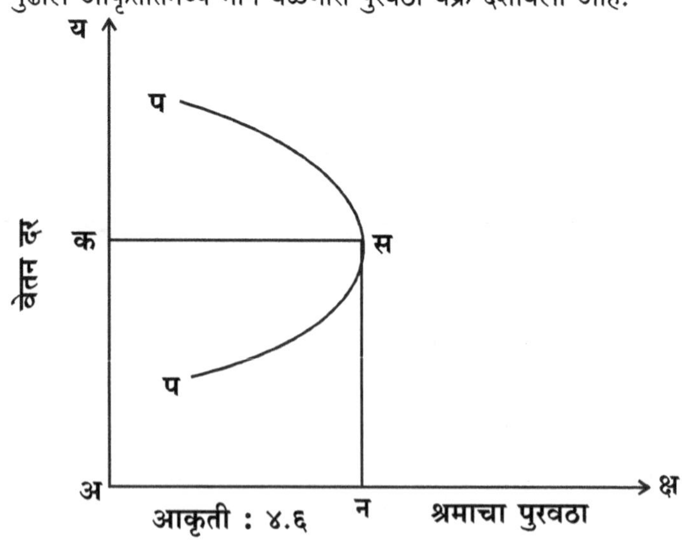

आकृती : ४.६

आकृती ४.६ मध्ये **'अक्ष'** अक्षावर श्रमाचा पुरवठा व **'अय'** अक्षावर वेतनदर दर्शविला आहे. **'पप'** हा मागे वळणारा पुरवठावक्र काढला आहे. वेतनदर **'अक'** पेक्षा जास्त वाढल्यास श्रमिकांचा पुरवठा संपूर्ण लवचीक असतो. व्यक्तिगत उद्योगसंस्था श्रमिकांच्या वेतनावर प्रभाव पाडू शकत नाही. श्रमाचा पुरवठावक्र प्रथम डावीकडून उजवीकडे वर चढत जाणारा असतो व एका विशिष्ट मर्यादेपर्यंत तो डावीकडे मागे वळतो. म्हणजेच **'अय'** अक्षाकडे झुकू लागतो. यालाच श्रमाचा पाठीमागे झुकणारा पुरवठावक्र असे म्हणतात.

श्रमाचा पुरवठावक्र मागे वळण्यास प्रामुख्याने पुढील घटक कारणीभूत ठरतात.

१) वाढणाऱ्या वयोमानानुसार वाढत उत्पन्न समाधानकारक, त्यामुळे कामाऐवजी विश्रांतीकडे कल असतो.
२) कुटुंबात मिळवते सदस्य वाढल्यास कामाऐवजी विश्रांतीचे तास वाढतात.
३) कुटुंबातील उत्पन्नपातळीत होणारा बदल : सुरुवातीच्या काळात उत्पन्न कमी असते, तर कामाचे तास जास्त, नंतर उत्पन्नपातळीत वाढ तर कामाचे तास कमी होतात.
४) कामाच्या ठिकाणच्या सुविधा महत्त्वाच्या असतात.
५) श्रमिकांची मानसिकता.
६) कामगार संघटनांच्या साहाय्याने कमी काम आणि जास्त बोदल्याची अपेक्षा असते.

४.५ व्याज (Interest) :

अलीकडच्या काळात वाहतूक, व्यापार, दळणवळण, उद्योग, बँकींग इत्यादी क्षेत्रात प्रगती होत असल्याने पैशाची गरज वाढत आहे. एखाद्या उत्पादकाला, संस्थेला उत्पादन करण्यासाठी लागणारा पैसा उत्पादकाजवळ नसेल तर इतरांकडून परत करण्याच्या अटीवर घ्यावा लागतो. घेतलेल्या पैशाचा वापर केल्याबद्दल पैशाच्या मालकाला उत्पादक, उत्पादन संस्था जो मोबदला देते त्यालाच 'व्याज' म्हणतात.

व्याज म्हणजे भांडवलाच्या वापराबद्दल दिलेली किंमत होय.

उत्पादनामध्ये भांडवल हा महत्त्वाचा घटक मानला जातो. भांडवल या घटकाच्या वापराबद्दल मोबदला म्हणून व्याज दिले जाते. **सेलिग्मन** यांच्या मते, भांडवलाच्या निधीमधून मिळणारे उत्पन्न म्हणजे व्याज होय.

कार्व्हर यांच्या मते, भांडवलाच्या मालकाला मिळणारे उत्पन्न म्हणजे व्याज होय. **विकसेल** यांच्या मते, भांडवलाच्या उत्पादकतेसाठी भांडवलाच्या मालकाच्या संयमाचे पारितोषिक म्हणून ऋणको जो मोबदला देतो त्याला व्याज म्हटले जाते.

जे. एम. केन्स यांच्या मते, ठरावीक काळासाठी रोखतेचा त्याग केल्याबद्दल मिळणारा मोबदला म्हणजे व्याज होय.

वरील व्याख्यांवरून असे दिसून येते की, भांडवल वापरासाठी जेव्हा ते उसनवार घेतले जाते, तेव्हा भांडवलाच्या मालकाला त्याची किंमत दिली जाते, त्याला व्याज म्हटले जाते.

व्याजाचे प्रकार : व्याजाचे दोन प्रकार आहेत. एक म्हणजे मिश्र व्याज आणि दुसरा म्हणजे शुद्ध व्याज होय.

भांडवल म्हणून कर्जाऊ रक्कम घेणाऱ्या व्यक्तीकडून धनकोला जी रक्कम दिली जाते त्या रकमेस मिश्र व्याज किंवा स्थूल व्याज असे म्हटले जाते.

निव्वळ व्याज म्हणजे फक्त कर्जाऊ रकमेचा मोबदला होय. यात इतर कोणत्याही कारणास्तव मोबदला आकारला जात नाही.

स्थूल व्याजामध्ये निव्वळ व्याज समाविष्ट असते व इतरही काही मोबदले असतात.

मिश्र व्याजात खालील घटकांचा समावेश होतो.

अ) धोका पत्करण्याचा मोबदला – भांडवल कर्जाऊ देताना धनको धोका पत्करतो. हा धोका पत्करल्याबद्दल धनको मोबदला आकारतो. उदा. दुष्काळ अथवा अतिपर्जन्यमानामुळे पिके बुडतात अथवा व्यवसाय- संस्थेला तोटा झाल्यास कर्जफेड वेळेत न करण्याची भीती असते. असा धोका धनको पत्करतो, त्यामुळे धनको शुद्ध व्याज घेतोच याशिवाय धोका पत्करल्याबद्दल मोबदला घेतो. स्थूल अथवा मिश्र व्याजात असा मोबदला समाविष्ट असतो.

ब) व्यवस्थापनाचा मोबदला : मिश्र व्याजात याचाही समावेश होतो. धनकोला कर्जाबाबत नोंदी ठेवाव्या लागतात. उदा. खातेवही, व्याज आकारणी, कर्जाच्या हप्त्याची नोंद, स्मरणपत्रे पाठविणे इ. प्रसंगी कोर्टात जावे लागते. त्यासाठी धनकोला कारकून, हिशोबनीस इत्यादींच्या नेमणुका कराव्या लागतात. त्यांचे पगार तसेच धनकोला वीजबिल, इमारतभाडे इत्यादी सर्व खर्च करावा लागतो. त्याचा समावेश मिश्र अथवा स्थूल व्याजात केला जातो.

क) गैरसोयीबद्दल मोबदला : धनको जेव्हा ऋणकोला कर्ज देतो, तेव्हा त्याला गैरसोय सहन करावी लागते. त्या काळासाठी त्याला पैशाचा उपभोग घेता येत नाही. किंवा अधिक फायदेशीर गुंतवणुकीसाठी तो पैसा उपयोगात आणू शकत नाही. या गैरसोयीबद्दल तो काही आकार घेत असतो.

यावरून असे दिसून येते की, व्याजाची एकूण रक्कम ही निव्वळ व्याज नसते. एकूण रकमेला स्थूल किंवा मिश्र व्याज म्हणतात. त्यामध्ये निव्वळ व्याजाशिवाय इतर मोबदले समाविष्ट असतात.

४.५.१ व्याजाचा रोखता पसंती सिद्धान्त (Liquidity Preference Theory of Interest)

इंग्रज अर्थशास्त्रज्ञ लॉर्ड केन्स यांनी १९३६ मध्ये 'General Theory of Employment, Interest & Money' या ग्रंथात व्याजाचा रोखता पसंती सिद्धान्त मांडला. केन्स यांनी सनातनवादी सिद्धान्तावर टीका केली. केन्सच्या मते, व्याज ही सर्वस्वी चलनविषयक घटना आहे, त्यामुळे व्याजाचा सिद्धान्त पैशाच्या भाषेत मांडला पाहिजे. त्यांच्या मते, प्रत्येक व्यक्तीला रोख पैसा जवळ बाळगण्याचे आकर्षण असते. पैसा ही सर्व संपत्तीत रोख संपत्ती आहे. त्यामुळे लोक काही संपत्ती पैशाच्या स्वरूपात ठेवणे पसंत करतात. लोकांची रोखतेला पसंती देण्याची प्रवृत्ती जेवढी जास्त तेवढी रोख रकमेची मागणी जास्त राहील. याउलट लोकांची रोखतेला पसंती देण्याची प्रवृत्ती जेवढी कमी तेवढी रोख रकमेची मागणी कमी राहील.

लोकांची पैसा जवळ बाळगण्याची इच्छा म्हणजे रोखता पसंती होय.

केन्सच्या मते, व्याजाचा दर, रोख पैशाची मागणी आणि पुरवठा यानुसार ठरतो.

लोक रोख पैशाची मागणी तीन हेतूंनी करतात.

पैशाची मागणी –

१) विनिमय हेतू – लोक दैनंदिन खर्चासाठी आपल्या उत्पन्नाचा काही भाग रोख पैशाच्या स्वरूपात ठेवणे पसंत करतात. उदा. भाजीपाला, वृत्तपत्र, प्रवास, दूध इ.

२) सावधानता हेतू – अनपेक्षित कारणांमुळे उद्‌भवणाऱ्या खर्चासाठी काही रोख पैसा लोक स्वत:जवळ बाळगतात, उदा. आजार, वृद्धापकाळ इत्यादी.

३) सट्टेबाजीचा हेतू – किमतीमधील चढ-उतारांचा लाभ उठविण्यासाठी लोक रोख पैशाचा संचय करून ठेवतात. या तीन हेतूंनी प्रेरित होऊन लोक रोख स्वरूपात पैसा जवळ बाळगतात. रोख पैसा जवळ बाळगण्याची लोकांची प्रवृत्ती वाढली, तर पैशाची मागणी वाढेल, याउलट इच्छा कमी झाली तर पैशाची मागणी कमी होईल.

पैशाच्या मागणीचा आणि व्याजदराचा व्यस्त संबंध असतो. व्याजदर जास्त

झाल्यास पैशाची मागणी कमी होते. व्याजदर कमी झाल्यास पैशाची मागणी जास्त होते.

पैशाचा पुरवठा – केन्सच्या मते, पैशाचा पुरवठा व्याजदराच्या दृष्टीने पूर्ण अलवचीक असा मानता येतो. त्यांच्या मते, पैशाचा पुरवठा म्हणजे अर्थव्यवस्थेत असणारा चलनाचा एकूण पुरवठा होय. समाजातील व्यक्ती आणि संस्था यांच्याजवळ विशिष्ट वेळी असलेल्या पैशाच्या साठ्यांची बेरीज केली असता एकूण पैशाचा पुरवठा मिळतो. मध्यवर्ती बँक आणि सरकारी धोरण यांवर पैशाचा पुरवठा अवलंबून असतो.

व्याजदर निश्चिती : केन्सच्या मते, पैशाच्या मागणी–पुरवठ्यावरून व्याजदर ठरतो. पैशाचा पुरवठा व्याजदराच्या दृष्टीने पूर्णपणे अलवचीक असल्याने पैशाचा पुरवठा वक्र **'अय'** अक्षाला समांतर असतो. पैशाची मागणी आणि व्याजाचा दर यांचा परस्परांशी व्यस्त संबंध असतो, म्हणजेच व्याजदर कमी झाला, तर लोकांची रोकड प्राधान्यवृत्ती म्हणजेच पैशाची मागणी वाढते व व्याजदर वाढला, तर रोकड प्राधान्य किंवा पसंतीवृत्ती कमी होते. त्यामुळे पैशाचा मागणीवक्र नेहमीच्या मागणीवक्राप्रमाणे डावीकडून उजवीकडे खाली उतरणारा असतो.

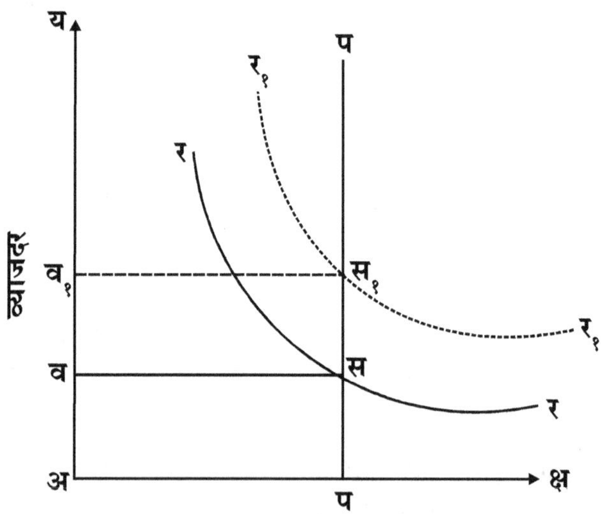

पैशाची मागणी आणि पुरवठा

आकृती ४.७

आकृती ४.७ मध्ये **'र र'** हा रोखतापसंती प्रवृतिवक्र असून **'पप'** हा पैशाचा पुरवठावक्र आहे. **'रर'** वक्र **'पप'** वक्राला **'स'** बिंदूमध्ये छेदतो आणि अशावेळी **'अव'** इतका व्याजदर निश्चित होतो. या बिंदूत पैशाची मागणी व पैशाच्या पुरवठ्यात समतोल घडून येतो. समजा, लोकांची रोखता पसंतीवृत्ती वाढली, तर अशा वेळी **'र$_{१}$ र$_{१}$'** हा नवीन मागणीवक्र मिळतो. पैशाचा पुरवठा स्थिर असतो. नवीन मागणीवक्र **'पप'** या पुरवठावक्राला **'स$_{१}$'** या बिंदूत छेदतो, त्यामुळे अव$_{१}$ हा नवीन व्याजाचा दर निश्चित होतो. तो पूर्वीपेक्षा **वव$_{१}$** इतका जास्त आहे. अशा तऱ्हेने पैशाचा पुरवठा स्थिर असताना लोकांची रोकड पसंतीवृत्ती वाढली, तर व्याजाचा दर वाढतो आणि रोकड पसंतीवृत्ती कमी झाली, तर व्याजाचा दर कमी होतो, असे केन्स यांचा सिद्धान्त सांगतो. यावरून केन्स यांनी असा निष्कर्ष काढला की, पैशाच्या मागणी- पुरवठ्यावरून व्याजाचा दर ठरत असल्याने रोख पैसा सरकारने मुद्दाम वाढविला नाही, तर लोकांची रोकड पसंतीवृत्ती बदलेल, त्याप्रमाणे व्याजाचा दर बदलेल. यावरून एक महत्त्वाची गोष्ट स्पष्ट होते, ती म्हणजे व्याजाचा दर कायम ठेवायचा असेल, तर लोकांची रोकड पसंतीवृत्ती बदलेल त्याप्रमाणे सरकारने रोख पैशाचा पुरवठा बदलला पाहिजे.

टीका / परीक्षण :

१. केन्सच्या मते, व्याजदरावर केवळ चलनी घटकांचाच परिणाम होतो, परंतु चलनी घटकांबरोबर, उत्पादकता, समयप्राधान्य यांसारख्या वास्तव घटकांचाही व्याजदरावर परिणाम होत असतो. हे प्रा. हॅझलिट यांनी सांगितले.

२. हॅन्सन यांच्या मते, पैशाची मागणी खऱ्या अर्थाने उत्पन्नाच्या पातळीवर अवलंबून असते, परंतु केन्स यांनी पैशाची मागणी व उत्पन्नाची पातळी या दोहोतील संबंधाकडे दुर्लक्ष केले.

३. व्याजदरविषयक आपले विचार मांडताना केन्स यांनी फक्त अल्पकाळाचाच विचार केला.दीर्घ काळाकडे दुर्लक्ष केले.

४. व्यापारचक्रांच्या अवस्थांमध्ये व्याजाच्या दराचे प्रत्यक्ष वर्तन या सिद्धान्ताच्या विरुद्ध दिसते. मंदीच्या काळात किमती घटत्या असल्यामुळे लोकांची रोखता पसंतीवृत्ती जास्त असते, तेव्हा व्याजदर जास्त असण्याऐवजी कमी असतो, तर तेजीच्या अवस्थेत रोखता पसंतीवृत्ती कमी असल्यामुळे व्याजाचा दर कमी असण्याऐवजी जास्त असतो.

५. केन्सच्या मते, पैशाची मागणी विनिमयाकरिता, खबरदारीकरिता व सट्टेबाजी-करिता या तीन हेतूंमुळे केली जाते, प्रत्यक्षात इतर अनेक कारणे आहेत की, ज्यामुळे लोक रोख पैशाची मागणी करतात.

६. केन्सने भांडवलाच्या सीमांत उत्पादनक्षमतेकडे दुर्लक्ष केले आहे.

७. केन्सने रोखतेचा त्याग करण्याबद्दलचा मोबदला म्हणजे व्याज असे म्हटले आहे. बचत प्रतीक्षेकरिता मोबदला असे मानलेला नाही. मात्र, **जेकब व्हायनरच्या मते,** बचतीशिवाय त्याग करण्यासाठी रोखता असू शकत नाही. व्याजाचे दर हे रोखतेशिवाय बचतीचे उत्पन्न होय.

४.५.२ कर्जाऊ रकमेचा सिद्धान्त (Loanable Fund Theory)

हा सिद्धान्त प्रथम स्वीडिश अर्थशास्त्रज्ञ विकसेल यांनी मांडला. ओहलिन, लिंडाल, मिरडाल या स्वीडिश अर्थशास्त्रज्ञांनी आणि रॉबर्टसन या इंग्लिश अर्थशास्त्रज्ञाने या सिद्धान्ताचा अधिक विकास केला.

व्याजाच्या कर्जाऊ रकमेच्या सिद्धान्तात व्याजाचा दर हा कर्जाऊ रकमेसाठी असणारी मागणी आणि कर्जाऊ रकमेचा पुरवठा या दोन घटकांवरून ठरतो. ज्या ठिकाणी कर्जाऊ रकमेला असलेली मागणी आणि कर्जाऊ रकमेचा पुरवठा समान होतात, त्या ठिकाणी व्याजाचा दर ठरतो.

सनातनवादी अर्थशास्त्रज्ञांनी मांडलेली सुधारित आवृत्ती म्हणजे व्याजाचा कर्जाऊ रकमेचा सिद्धान्त होय. **कर्जाऊ रकमेस असणारी मागणी पुढील घटकांवर अवलंबून असते.**

१) गुंतवणूक : उद्योगव्यवसायात गुंतवणूक करण्यासाठी कर्जाऊ रकमेची मागणी केली जाते. अशी गुंतवणूक यंत्रांची खरेदी करणे, कच्चा माल खरेदी करणे अथवा इतर कारणांसाठी करण्यात येते. अशी गुंतवणूक जेवढी जास्त तेवढी मागणी जास्त असते. यालाच गुंतवणुकीसाठी कर्जाऊ रकमेची मागणी म्हणतात.

२) उपभोग : उपभोग्य वस्तूंच्या खरेदीसाठी बरेचदा कर्जाऊ रकमेची मागणी केली जाते. घरबांधणी, रंगीत दूरदर्शन, लग्न इत्यादी कारणांसाठी कर्जाऊ रकमेची (टिकाऊ वस्तूंच्या खरेदीसाठी) मागणी केली जाते. उपभोग जेवढा जास्त, तेवढी कर्जाऊ रकमेची मागणी जास्त, उलट उपभोग कमी असल्यास कर्जाऊ रकमेची मागणी कमी असते.

३) संचय : पैसा संग्रही ठेवण्यासाठी कर्जाऊ निधीची मागणी केली जाते. बऱ्याचदा लोकांना गरजेपेक्षा जास्त पैसे स्वत:कडे रोख ठेवावेसे वाटतात. अशी संचयी वृत्ती असेल तर कर्जाऊ रकमेची मागणी जास्त असते. थोडक्यात, पैशाची साठवणूक करण्यासाठी कर्जाऊ रकमेला मागणी येते. अशा रीतीने गुंतवणूक, उपभोग आणि संचय या तीन कारणांनी कर्जाऊ रकमेसाठी मागणी असते.

कर्जाऊ रकमेचा पुरवठा पुढील घटकांवर अवलंबून असतो.

१) बचत – उपभोग्य वस्तू आणि इतर प्रकारचा खर्च वजा जाता शिल्लक राहिलेली रक्कम म्हणजे बचत होय. समाजाची बचत किती आहे त्यावरून कर्जाऊ रकमेचा पुरवठा ठरतो. व्याजाचा दर जास्त असतो, त्यावेळी बचत जास्त होते, तर व्याजाचा दर कमी असेल तर बचत कमी होते. समाजात श्रीमंतांचे प्रमाण जास्त असेल, बँकांसारख्या वित्तसंस्था जास्त असतील, तर एकूण बचत जास्त राहते आणि त्यातून पुरवठा वाढतो; मात्र बचत कमी असेल तर कर्जाऊ रकमांचा पुरवठा कमी होतो.

२) पतपैसा – बँका ठेव म्हणून ठेवण्यात येणाऱ्या रकमेचा वापर पतपैसा निर्माण करण्यासाठी करतात. त्या दृष्टीने व्याजदराचा आणि बँकांच्या पतपुरवठ्याचा महत्त्वाचा संबंध असतो. व्यापारी आणि उद्योगसंस्थांचे कर्जाचे प्रमाण जास्त असेल तर पतपैसा अधिक निर्माण होतो; याउलट बँका कमी कर्जे देत असतील तर पतपैसा कमी प्रमाणात निर्माण होतो आणि कर्जाऊ रकमांचा पतपुरवठा कमी राहतो.

३) साठवून ठेवलेला पैसा – समाजात अनेक लोक पैसा साठवून ठेवतात. ज्यावेळी साठवून ठेवलेला पैसा बाहेर काढला जातो तेव्हा व्यवहारात पैसा येतो आणि त्यावेळी पैशाचा पुरवठा वाढतो. साठवून ठेवलेला पैसा म्हणजे संचय होय. व्याजदर जास्त असेल तर साठवून ठेवलेल्या पैशाचा पुरवठा वाढतो, तर व्याजदर कमी झाल्यास पैशाचा पुरवठा कमी होतो.

नवसनातनवाद्यांच्या मते, कर्जाऊ रकमेचा एकूण पुरवठा म्हणजे वरील तीन मार्गांनी होणाऱ्या कर्जाऊ रकमेच्या पुरवठ्याची बेरीज होय.

कर्जाऊ रकमेची मागणी आणि कर्जाऊ रकमेचा पुरवठा यांवरून व्याजदर ठरतो. कर्जाऊ रकमेची मागणी आणि कर्जाऊ रकमेचा पुरवठा यांचा समतोल ज्या ठिकाणी साधला जातो, त्या ठिकाणी व्याजाचा दर निश्चित होतो. यासंबंधी अधिक माहिती पुढील आकृतीत दिली आहे.

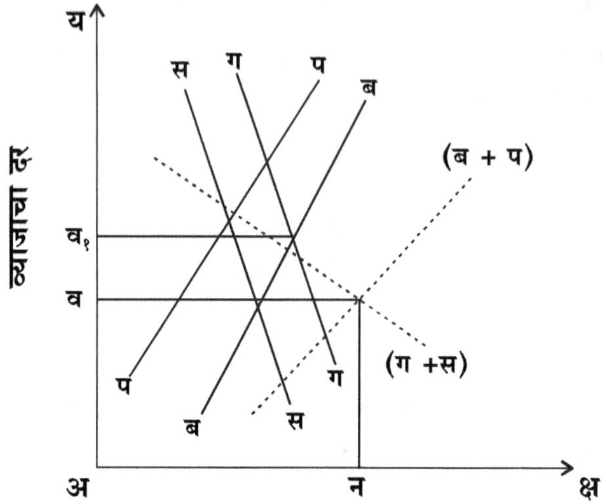

आकृती ४.८ : कर्जाऊ रकमेचा मागणी आणि पुरवठा

आकृती ४.८ मध्ये **पप** हा पैशाचा पुरवठावक्र आहे. व्याजाचा दर जसा वाढतो तशी पतनिर्मिती वाढत जाते, त्यामुळे हा वक्र उजवीकडे वर वाढत जातो. **बब** हा वक्र बचत दर्शवितो. **प प** हा वक्रसुद्धा उजवीकडे वर जाणारा असतो. **प** आणि **ब** ची बेरीज करून **ब + प** हा वक्र काढला आहे. **ब + प** हा वक्र कर्जाऊ रकमेचा पुरवठावक्र आहे. मागणीच्या बाजूला **ग ग** हा वक्र गुंतवणुकीसाठी असणारी कर्जाऊ रकमेची मागणी दर्शवितो. तर **स स** हा वक्र रोख पैशाच्या संचयासाठी कर्जाऊ रकमेची मागणी दर्शवितो. **ग** आणि **स** ची बेरीज करून **ग + स** हा वक्र कर्जाऊ रकमेची एकूण मागणी दर्शवितो. **ब + प** आणि **ग + स** या पुरवठा आणि मागणीवक्राच्या छेदाने **अ व** हा बाजारातील व्याजाचा दर ठरतो.

वरील आकृतीवरून असे स्पष्ट होते की, सनातनवादी सिद्धान्तात फक्त बचत आणि गुंतवणूक यांचाच विचार केला असल्याने **ब** आणि **ग** या दोन वक्रांवरून **अ व**, हा व्याजाचा दर ठरतो असे मानले जाते, मात्र नवसनातनवादी सिद्धान्तात संचय आणि पतपैसा हे दोन घटक विचारात घेतल्यामुळे एकूण मागणी आणि पुरवठा यांनी ठरणारा व्याजाचा दर दाखविला जातो.

टीका – कर्जाऊ रकमेच्या सिद्धान्तावर पुढीलप्रमाणे टीका केली जाते.

१) अवास्तव गृहीते : हा सिद्धान्त उत्पन्नपातळी स्थिर असणे, पूर्ण रोजगाराची परिस्थिती इत्यादी गृहीतांवर आधारलेला आहे.

२) नवसनातनवाद्यांनी मांडलेला सिद्धान्त आणि सनातनवादी सिद्धान्तात फारसा फरक नाही. – सनातनवादी सिद्धान्तापेक्षा या सिद्धान्तात बचत याऐवजी कर्जाऊ रक्कम हा शब्द वापरला आहे. त्यामुळे नवसनातनवाद्यांनी मांडलेला सिद्धान्त हा सनातनवादी सिद्धान्तापेक्षा फारसा वेगळा नाही.

३) बचत अनेक घटकांवर अवलंबून – विकसेल यांच्या मते, बचत ही व्याजदरावर अवलंबून असते, मात्र व्यवहारात व्याजाचा दर वाढलेला नसतानासुद्धा बचत वाढू शकते. बचत ही अनेक घटकांवर अवलंबून असते. व्याजदर शून्य असतानाही लोक बचत करतील अशी शक्यता असते.

४) चक्रापत्तीचा दोष – व्याजाचा दर कर्जाऊ रकमेवरून ठरतो. कर्जाऊ रकमेचा पुरवठा उत्पन्नपातळीवरून ठरतो. उत्पन्नपातळी ही गुंतवणुकीवरून ठरते आणि गुंतवणूक व्याजदरावर अवलंबून असते. याचा अर्थ व्याजदराचा परिणाम कर्जाऊ रकमेवर होतो. तसाच कर्जाऊ रकमेचा परिणाम व्याजदरावर होत असतो. प्रा. हनसेन यांनी या सिद्धान्ताला चक्रापत्तीचा दोष असे म्हटले आहे.

५) सीमांत उत्पादकतेमुळे दुर्लक्ष : टीकाकारांच्या मते, भांडवलाची गुंतवणूक केवळ व्याजदरावर अवलंबून नसते तर व्याजदर आणि सीमांत उत्पादकता या दोन घटकांवर अवलंबून असते. त्यामुळे या सिद्धान्तात सीमांत उत्पादकतेकडे दुर्लक्ष केले असे टीकाकारांना वाटते.

नवसनातनवाद्यांच्या या सिद्धान्तावर टीका केली जात असली तरी पुढील सुधारणांमुळे हा सिद्धान्त वास्तववादी झालेला आहे.

अ) मागणीच्या बाजूला संग्रह आणि रोकड पसंती या वृत्ती हा सिद्धान्त लक्षात घेतो.

ब) पुरवठ्याच्या बाजूला पतनिर्मिती आणि जुन्या गुंतवणुकीचे पैशात रूपांतर या बाबी सिद्धान्तात विचारात घेतल्या आहेत. सनातनवाद्यांनी दुर्लक्षिलेल्या बाबी नवसनातनवादी विचारवंतांनी विचारात घेतल्या आहेत. ही कर्जाऊ रकमेच्या सिद्धान्तात जमेची बाजू आहे.

४.६. नफा (Profit)

उद्योजक, व्यापारी, वाहतूक, व्यावसायिक इत्यादींना त्यांच्या उद्योगव्यवसायात जे उत्पन्न मिळते, त्याला आपण नफा म्हणतो. आधुनिक उत्पादनात संयोजक महत्त्वाची कामगिरी पार पाडतो. उत्पादनघटकांपैकी 'संयोजक' या उत्पादनघटकाला त्याच्या

उत्पादनकार्यातील सहभागाबद्दल 'नफा' रूपी मोबदला मिळतो. संयोजकाचे उत्पादन-प्रक्रियेत स्थान अतिशय महत्त्वाचे असते. **शुम्पीटर** या अर्थशास्त्रज्ञाने तर त्याला जहाजाच्या कप्तानाची उपमा देऊन उत्पादनसंस्थेतील त्याचे महत्त्व स्पष्ट केले.

औद्योगिक क्रांतीनंतरच्या सुरुवातीच्या काही वर्षांमध्ये उत्पादनसंस्थांचे स्वरूप फार मोठे नव्हते. स्वत:चे भांडवल गुंतविणारा उद्योजक हाच संयोजकाचे कार्य करीत होता, त्यामुळे सनातनवादी अर्थशास्त्रज्ञांनी व्याज व नफा यांचा एकत्रित विचार केलेला दिसून येतो, तसेच तोटा घटत जाणे हे अर्थव्यवस्थेच्या स्थितिशील अवस्थेचे एक महत्त्वाचे कारण ॲडम स्मिथने मानलेले दिसते. बदलत्या काळानुसार संयोजकाच्या कामात विविधता येत गेली आहे. भांडवल गुंतविणारा भांडवलदार स्वत: संयोजक असतो, असेही नाही. त्यामुळे नेमक्या कोणत्या कारणासाठी संयोजकाला नफारूपी मोबदला मिळतो, याबद्दल अर्थशास्त्रज्ञांमध्ये एकवाक्यता नाही. संयोजक हा श्रम, भूमी, भांडवल या उत्पादनघटकांना एकत्र आणून उत्पादनाचे कार्य करीत असतो. यामध्ये या उत्पादनघटकांवर नियंत्रण ठेवणे, अंतिम निर्णय घेणे इ. जबाबदारीची कामे संयोजक कौशल्याने पार पाडत असतो, म्हणून त्याचे श्रम 'कुशल श्रम' मानले जातात, त्यामुळे श्रमिकांना मिळणाऱ्या उत्पन्न मोबदल्याप्रमाणे संयोजकाच्या मोबदल्याला वेतन मानले जात नाही. संयोजकाला मिळणाऱ्या 'नफा' रूपी मोबदल्याचा वेगळा विचार करावा लागतो.

संयोजकाला संयोजन या त्याच्या कार्याबद्दल जो मोबदला मिळतो, त्याला नफा किंवा फायदा असे म्हणतात.

प्रस्तुत विभागात नफ्याची संकल्पना आणि नफ्याचे सिद्धान्त यांचे विवेचन केले आहे. नफ्याच्या सिद्धान्तामध्ये प्रामुख्याने नफ्याचा गतिमान सिद्धान्त, नफ्याचा नवप्रवर्तन सिद्धान्त आणि नफ्याचा धोका आणि अनिश्चिततेचा सिद्धान्त याचे विवेचन केले आहे.

नफ्याची संकल्पना व स्वरूप (Concept & Nature of Profit)

विविध अर्थशास्त्रज्ञांनी नफ्याच्या पुढील व्याख्या केलेल्या आहेत.

१) प्रो. शुम्पीटर यांच्या मते, 'नवप्रवर्तनाबद्दल संयोजकाला दिला जाणारा मोबदला म्हणजे नफा होय.'

२) जे.बी. क्लार्क यांच्या मते, 'वस्तूच्या उत्पादनखर्चावरील किमतीचे आधिक्य म्हणजे नफा होय.'

३) प्रा. नाइट यांच्या मते, 'अनिश्चितता स्वीकारण्याबद्दल संयोजकाला दिला जाणारा मोबदला म्हणजे नफा होय.'

४) संयोजकाला एकूण उत्पन्नातून खंड, वेतन व्याज व इतर सर्व खर्च वजा जाता जी रक्कम शिल्लक राहते तिला नफा असे म्हणतात.

भूमीला खंड, श्रमिकांना वेतन, भांडवलाला व्याज हे निश्चित ठरविलेले असते. करार करून हे मोबदले ठरवलेले असतात. नफा मात्र आधी ठरविता येत नाही. संयोजकाला नफा मिळेलच याची खात्री नसते. उदा. एखाद्या हॉटेल व्यावसायिकाला त्याचे खाद्यपदार्थ विकले गेले नाहीत, तर त्याला कमी उत्पन्न मिळेल किंवा उत्पन्न मिळणार नाही. अशा वेळी त्याचा खर्च भरून निघणार नाही.म्हणजे त्याला तोटा होईल. इतर घटकांचे मोबदले नेहमी धन असतात. परंतु संयोजकाचा नफा मात्र ऋण असू शकतो.

म्हणजेच इतर घटकांच्या मोबदल्यापेक्षा संयोजकाच्या मोबदल्याचे स्वरूप वेगळे असते.

नफ्याचे पुढीलप्रमाणे दोन प्रकार पडतात.

स्थूल किंवा एकूण नफा आणि शुद्ध नफा (Gross & Net Profit)

स्थूल किंवा एकूण नफा :– एकूण नफा म्हणजे एकूण उत्पन्नातून सर्व खर्च वजा जाता संयोजकाकडे जी रक्कम शिल्लक राहते ती होय. एकूण नफ्यात पुढील घटकांचा समावेश होतो.

१) भांडवलावरील व्याज : संयोजकाने स्वत:चे भांडवल उद्योगात गुंतविले असेल तर एकूण नफ्यात व्याजाचा समावेश होतो, कारण त्याने इतरांकडून (बँकेतून) कर्ज घेतले असते तर त्याला व्याज द्यावे लागले असते.

२) जमिनीचा खंड : संयोजकाने स्वत:ची जागा वापरली असेल तर त्याचा एकूण नफ्यात समावेश होतो, कारण ही जागा दुसऱ्याला भाड्याने दिली असती तर त्याला खंड मिळाला असता.

३) संयोजकाचा मोबदला : संयोजक स्वत: उद्योगाचे संयोजन करीत असेल तर त्याबद्दल त्याला काही मोबदला मिळणे आवश्यक आहे. प्रत्यक्षात तो मोबदला घेत नसेल, तरी त्याच्या एकूण नफ्यात त्याचा अंतर्भाव असतो.

४) निव्वळ नफा : वरील तीन घटकांबरोबर एकूण नफ्यात निव्वळ नफ्याचा अंतर्भाव होतो.

अशा प्रकारे संयोजकाच्या भांडवलावरील व्याज, जमिनीचे भाडे, व्यवस्थापनाचा मोबदला इत्यादी एकूण नफ्यात समाविष्ट होणाऱ्या रकमा वजा करून शुद्ध नफ्याचा विचार करता येतो.

शुद्ध किंवा निव्वळ नफा : – एकूण नफ्यातून अप्रत्यक्ष खर्च वजा केल्यानंतर शिल्लक राहिलेले उत्पन्न म्हणजे शुद्ध नफा होय.

एकूण नफ्याच्या रकमेतून स्वतःच्या जागेचा मोबदला, स्वतःच्या श्रमाचा मोबदला, स्वतःच्या भांडवलावरील व्याज हे मोबदले वजा केल्यावर निव्वळ नफा समजतो. निव्वळ नफा म्हणजे फक्त संयोजकाच्या कामाचा मोबदला होय.

शुद्ध नफ्याच्या उत्पन्नात पुढील बाबींचा समावेश होतो.

उत्पादनसंस्थेचा संभाव्य धोका पत्करण्याबाबतचा मोबदला तसेच नवीन बदल करण्याबाबतचा मोबदला उदा. उत्पादनाचे नवीन तंत्र शोधणे, कच्च्या मालाचे नवीन साठे शोधणे इत्यादी.

स्वतःचे कौशल्य वापरून उच्च दर्जामुळे अधिक मोबदले मिळविणे तसेच असलेली स्थिती टिकवून ठेवणे आणि नशिबाने अचानक लाभ होणे इत्यादी. बाजारपेठेच्या स्वरूपावरसुद्धा नफ्याचे प्रमाण अवलंबून असते.

४.६.१ धोका आणि अनिश्चितता सिद्धान्त (Risk & Uncertainity Theory)

अ) अमेरिकन अर्थशास्त्रज्ञ **प्रा. एफ. बी. हॉले** यांनी १९०७ मध्ये आपल्या Enterprise & Productive Process या ग्रंथात असे स्पष्ट केले की, नफा हा धोका पत्करल्याबद्दलचा मोबदला आहे.

नफ्याचा धोका सिद्धान्त प्रा. हॉले यांनी प्रथम मांडला. त्यांच्या मते, संयोजकाला नफा हा जोखीम पत्करल्याबद्दल मिळतो. एकूण उत्पन्नातून भूमी, श्रम, भांडवल यांना मोबदला दिल्यानंतर जी रक्कम शिल्लक राहते, ती म्हणजे संयोजकाचा नफा होय. हा नफा व्यवस्थापनाचा मोबदला किंवा उत्पादनघटकांच्या समन्वयाबद्दल दिला जात नसून संयोजक / उद्योजक जी जोखीम स्वीकारतो, त्याबद्दल दिला जातो.

उत्पादन घेतल्यानंतर संयोजकाला बाजारपेठेत वस्तूची विक्री होईल किंवा नाही अथवा त्या वस्तूला मागणी येईल किंवा नाही, याची भीती असते लोकांच्या आवडीनिवडी, रूढी, सवयी परंपरा बदलत असतात. त्यामुळे वस्तूंना मागणी कमी होण्याची शक्यता असते, तर काही वेळा उत्पादनात स्पर्धक निर्माण झाल्यास संयोजकाच्या वस्तूची मागणी कमी होण्याची शक्यता असते. माल वाहतूक करताना अपघात होणे व उत्पादनाचे नुकसान होणे अथवा काही अनपेक्षित धोके उत्पादन होत असताना निर्माण होतात. तरीसुद्धा उत्पादक उत्पादनाची प्रक्रिया सुरू ठेवतो तो उत्पादनाचे धोके पत्करित असतो.

हॉले यांनी जोखमीचे चार प्रकार सांगितले. त्यांच्या मते, यंत्राचे प्रतिस्थापन, अनिश्चितता, बाजाराविषयी धोका आणि वस्तूचा उपभोग बंद होणे या जोखमी

सांभाळल्याबद्दल संयोजकास / उद्योजकास मोबदला म्हणून नफा मिळतो.

टीका :

१) हॉले यांचा सिद्धान्त अपूर्ण आहे, कारण त्यांनी एकाच घटकाचा विचार केला आहे. इतर घटकांमुळेसुद्धा नफा मिळतो, याकडे दुर्लक्ष केले.

२) नफा फक्त धोका पत्करल्याबद्दल मिळत नाही, तर संयोजक / उद्योजक धोका पत्करल्याशिवाय इतरही कामे करतो. उदा. व्यवस्थापन, नवप्रवर्तन इत्यादी

३) प्रा. कार्व्हर यांच्या मते, नफा हा धोका स्वीकारण्याबद्दल नसून जोखीम टाळण्यासाठी मोबदला दिला जातो. जो संयोजक / उद्योजक धोका टाळतो त्याला नफा मिळतो.

४) प्रा. नाइट यांनी धोक्याचे दोन प्रकार सांगितले आहेत. विमायोग्य धोका आणि विमा न काढता येणारा धोका. त्यांच्या मते, नफा हा अनिश्चिततेचा मोबदला आहे.

प्रा. नाइट यांनी Risk Uncertainity & Profit या ग्रंथात नफ्याचा अनिश्चितता सिद्धान्त मांडला. प्रा. नाइट यांच्या मते, 'अनिश्चितता स्वीकारण्याबद्दल संयोजकाला मिळणारा मोबदला म्हणजे नफा होय.'

या सिद्धान्ताने आपली मुख्य कल्पना प्रा. हॉले यांच्या सिद्धान्तातून घेतली आहे. या सिद्धान्ताच्या कल्पनेप्रमाणे संयोजक सर्व प्रकारचे धोके सांभाळत असतो. परंतु हॉले यांच्या मते, संयोजकास अनिश्चित धोके सांभाळण्याचा मोबदला म्हणून नफा प्राप्त होतो.

ब) 'धोका, अनिश्चितता आणि नफा' या आपल्या १९२१ साली प्रसिद्ध झालेल्या पुस्तकात अमेरिकन अर्थशास्त्रज्ञ एफ. एच. नाईट (F.H. Knight) यांनी नफ्याबाबतचा सिद्धान्त मांडला आहे. नाईट यांच्या मते, अंदाज वर्तविता न येणारे धोके आणि उद्‌भवणारी अनिश्चितता यांची जोखीम पेलण्याबद्दल संयोजकाला नफारूपी मोबदले मिळतात. उत्पादनप्रक्रियेत संयोजकाला अनिश्चित अशा भविष्यकाळाशी सामना करावयाचा असतो. प्रत्यक्ष उत्पादन होणे आणि ते बाजारात विक्रीला येणे, यांमध्ये काही काळ जात असतो. या कालावधीत अनेक बदल होत असतात. हे सर्वच बदल अपेक्षेप्रमाणे नसतात. अंतिम उत्पादन बाजारात येईपर्यंतच्या काळात अनेक धोके उद्‌भवण्याचा संभव असतो. या धोक्यांचे, असुरक्षिततेचे दोन प्रकार करता येतात. (१) ज्या धोक्यांच्या संकटापासून सुरक्षितता दिली जाते. (२) ज्या धोक्यांबाबत सुरक्षितता दिली जात नाही. पहिल्या प्रकारच्या धोक्यांची आग,

अपघात, चोरी, मृत्यू इ. उदाहरणे देता येतील. अलीकडच्या काळात अशा प्रकारच्या धोक्यांविरुद्ध उपाय म्हणून विविध विमे उतरविले जातात. म्हणजेच धोक्यांपासून होणाऱ्या संभाव्य नुकसानीच्या विरुद्ध सुरक्षितता दिली जाते.

संयोजकाची जबाबदारी असते, धाडस असते ते दुसऱ्या प्रकारचे धोके पेलण्याचे. या प्रकारच्या धोक्यांची उदाहरणे म्हणजे वस्तूंचा उत्पादनखर्च अपेक्षेपेक्षा वाढणे किंवा वस्तूला अपेक्षेप्रमाणे मागणी न येणे. लोकांच्या आवडीनिवडींबद्दलचा अंदाज चुकल्याने वस्तूंचे साठे पडून राहणे. इ. अशा प्रकारच्या धोक्यांचे अचूक मोजमाप करता येत नाही. कदाचित असा अनुभव उद्योगातील सर्वच उत्पादनसंस्थांना येतो, कदाचित एखाद्या उत्पादन- संस्थेलाच येतो, पण त्या धोक्यांची व त्यातून उद्‌भवणाऱ्या तोट्यांची जबाबदारी त्या त्या संयोजकांवर पडते, अशा धोक्यांसाठी कोणत्याही तऱ्हेच्या विम्याचे संरक्षण नसते.

जर उत्पादनाला मोठ्या प्रमाणात मागणी असली, तर होणाऱ्या लाभाचे श्रेय संयोजकाकडे जाते, तसेच मागणीतील कमतरता, किमान किमतीला वस्तू विकावी लागणे इ. तोटेही संयोजकालाच सोसावे लागतात.

प्रत्येक संयोजक विशिष्ट वस्तूच्या उत्पादनाचे प्रमाण, तिचा दर्जा, तिचा आराखडा, तिच्या विक्रीसाठीचा खर्च यांसंबंधीचे निर्णय घेताना भविष्याबद्दलचे आडाखे बांधत असतो. हे आडाखे बरोबर ठरले नाहीत, तर त्याला तोटा सहन करावा लागतो. जर बरोबर ठरले तर त्याला नफा मिळतो. शुद्ध नफ्याबाबत स्पष्टीकरण देणारा प्रा. नाईट यांचा सिद्धान्त संयोजकाची 'धोका, अनिश्चितता' यांना तोंड देण्याची त्याची विशेष क्षमता हेच त्याला नफारूपी उत्पन्न मिळण्याचे खरे कारण आहे, हे स्पष्ट करतो.

सिद्धान्तावरील टीका – प्रा. नाईट यांच्या सिद्धान्तावर अनेक टीकाकारांनी टीका केल्या आहेत.

१) नफ्याला अनेक कारणे आहेत, त्याचा या सिद्धान्तात उल्लेख केलेला नाही.
२) प्रा. नाईट यांनी संयोजकाच्या / उद्योजकाच्या अनेक कार्यांपैकी अनिश्चितता पत्करणे हे एकमेव कार्य आहे, असे म्हटले आहे, मात्र हे सर्वस्वी बरोबर नाही, कारण संयोजकांची / उद्योजकांची इतरही कार्ये महत्त्वाची आहेत.
३) अनिश्चितता पत्करणे म्हणजे नफा असे प्रा. नाईट यांचे मत होते. परंतु टीकाकारांच्या मते, अपूर्ण स्पर्धेत नफा हा शेष उत्पन्नासारखा असतो. इतर घटकांना खंड, वेतन, व्याज इ. मोबदले दिल्यानंतर जे शिल्लक राहते तो नफा होय.

४) ‘अनिश्चिततेचे मापन करता येत नाही’ या सिद्धान्तात नफा किती मिळाला हे सांगता येत नाही.
५) संयोजक / उद्योजकाला अनिश्चितता स्वीकारल्याबद्दल नेहमीच नफा होईल असे सांगता येत नाही. काही वेळेस तोटाही होऊ शकतो.

४.६.२ नफ्याचा नवप्रवर्तन सिद्धान्त (Innovation Theory of Profit)

हा सिद्धान्त **प्रा. जे.ए. शुम्पीटर** (J.A. Schumpeter) यांनी १९१२ मध्ये मांडला. प्रा. जे.ए. शुम्पीटर यांच्या मते, संयोजक हा नवप्रवर्तक (Innovator) असतो. तो सतत नवप्रवर्तन (Innovation) करत असतो की, ज्यामुळे फायदे उद्‌भवतात. येथे नवप्रवर्तन म्हणजे नव्या पद्धतीचा, नवीन तंत्राचा अथवा नव्या उपायांचा अवलंब की, ज्यामुळे वस्तूंचा उत्पादनखर्च कमी होतो आणि नफ्यात वाढ होते किंवा ज्यामुळे उत्पादनखर्च कमी होतोच, पण वस्तूच्या मागणीतही वाढ होते. परिणामत: नफ्यात प्रचंड वाढ होते. उदा. टी.व्ही. सारख्या किमती वस्तूंचे पॅकिंग मटीरियल अधिक हलके पण टिकाऊ व आकर्षक बनविले, तर जुन्या पद्धतीच्या मटीरियलपेक्षा गुणवत्ता, आकर्षकपणा या दोहोत वाढ झाल्याने, टी.व्ही.च्या नव्या पॅकिंग मटीरियलच्या मागणीत प्रचंड वाढ झालेली दिसेल. येथे संयोजकाने पूर्वीच्याच साधनसामग्रीच्या साहाय्याने पण नवीन तंत्राचा वापर केल्याने एकाच वेळी उत्पादनखर्चात घट व मागणीत वाढ असे दोन परिणाम घडून त्याच्या नफ्यात झपाट्याने वाढ होईल.

नवे उत्पादन बाजारात आणणे, उत्पादनाचा नवा आराखडा तयार करणे, जाहिरातीचे नवे तंत्र वापरणे, नव्या आणि स्वस्त कच्च्या मालाचा वापर करणे, नव्या उत्पादनतंत्राचा वापर करणे, औद्योगिक संघटनांत मूलभूत महत्त्वाचे बदल घडविणे, नव्या यंत्रांचा वापर करणे अशा तऱ्हेच्या विविध उपायांचा संयोजक अवलंब करतो, त्यामुळे कार्यक्षमतेत वाढ होते आणि उत्पादनखर्च कमी होतो. नवप्रवर्तनामुळे उत्पादनाला जास्त किंमत मिळू लागली, तर संयोजक चांगला नफा मिळवतो.

नवप्रवर्तनामुळे निर्माण होणारे किंवा मिळणारे फायदे हे शुम्पीटर यांच्या मते, तात्पुरते - काही काळापुरतेच - असतात, कारण नंतर इतर उत्पादनसंस्था त्याचे अनुकरण करतात आणि स्पर्धेमुळे फायद्याचे प्रमाण कमी होत जाते. पण गतिशील अर्थव्यवस्थांमधील संयोजक सतत नवप्रवर्तन करत असतात, त्यामुळे फायदे परत परत उद्‌भवतात, कमी होतात. पण **प्रा. जी.जे. स्टिग्लर** (Prof. G.J. Stigler) यांनी म्हटल्याप्रमाणे यशस्वी संयोजक सतत नवप्रवर्तन करत पुढे पुढे जात राहतो, कारण नवप्रवर्तनाचे क्षितिज अमर्याद आहे. अशा प्रकारे फायदे उद्‌भवण्याचे नवप्रवर्तन

हे एक महत्त्वाचे कारण असले, तरी ते एकमेव कारण नसते, याकडे शुम्पीटर यांनी दुर्लक्ष केले.

नव्या प्रकारचा कच्चा माल शोधणे आणि ते उत्पादनासाठी वापरणे हेसुद्धा नवप्रवर्तन आहे. कच्चा मालाच्या स्वरूपात नवप्रवर्तनाची उदाहरणे देता येतात. सध्या पेट्रोल उत्पादनाच्या बाबतीत आपण परावलंबी आहोत. त्यासाठी पेट्रोल, डिझेल आणि पर्यायी साधन वापरता येते का, याचा प्रयत्न भारतीय तज्ज्ञ करत आहे. साखर कारखान्याच्या मळीपासून पर्यायी इंधन शोधण्याचा प्रयोग यशस्वी झाला आहे. इथेलॉनची निर्मिती करून पेट्रोलला पर्याय निर्माण होत आहे. तसेच इलेक्ट्रीक वाहने निर्माण करून पेट्रोल डिझेलला पर्याय निर्माण झाला आहे. ही नवनिर्मितीची उदाहरणे सांगता येतात.

प्रश्न

प्र. १ खालील प्रश्नांची प्रत्येकी एक किंवा दोन वाक्यात उत्तरे लिहा.

१) विभाजन म्हणजे काय?

२) खंड म्हणजे काय?

३) आभास खंड म्हणजे काय?

४) वेतनाची व्याख्या सांगा.

५) व्याजाची संकल्पना स्पष्ट करा.

६) नफा म्हणजे काय?

७) धोका आणि अनिश्चिता म्हणजे काय?

८) नवप्रवर्तन म्हणजे काय?

प्र. २ खालील प्रश्नांची प्रत्येकी १०० शब्दात उत्तरे लिहा.

१) विभाजनाच्या सीमांत उत्पादकता सिद्धान्ताची गृहिते सांगा.

२) खंडाचा आधुनिक सिद्धान्त स्पष्ट करा.

३) वेतनाचा आधुनिक सिद्धान्त स्पष्ट करा.

४) व्याजाचा रोखता पसंती सिद्धांताचे विवेचन करा.

५) धोका व अनिश्चिता सिद्धान्त स्पष्ट करा.

६) नफ्याचा नवप्रवर्तन सिद्धान्त थोडक्यात सांगा.

प्र. ३ खालील प्रश्नांची प्रत्येकी २०० शब्दात उत्तरे लिहा.

१) विभाजनाचा सीमांत उत्पादकता सिद्धान्त स्पष्ट करा.

२) रिकार्डोच्या खंड सिद्धान्ताचे टीकात्मक परिक्षण करा.

३) श्रमाचा पाठीमागे झुकणारा पुरवठा वक्र विशद करा.

४) कर्जाऊ रकमेचा सिद्धान्त स्पष्ट करा.

५) धोका व अनिश्चितता सिद्धान्त विशद करा.

६) नफ्याचा नवप्रवर्तन सिद्धान्त स्पष्ट करा.

प्र. ४ टीपा लिह.

१) आभास खंड

२) वेतन आधुनिक सिद्धान्त

३) व्याजाची रोखता

४) कर्जाऊ रक्कम

५) नवप्रवर्तन

६) धोका आणि अनिश्चितता

विभाग २

प्रकरण १

अर्थशास्त्रीय विश्लेषणाची साधने
(Tools of Economic Analysis)

१.१ प्रास्ताविक (Introduction)

अर्थशास्त्रात व्याख्या आणि सिद्धान्त असतात. वेगवेगळ्या घटकांतील संबंध अर्थशास्त्रीय सिद्धान्ताच्या आधारे स्पष्ट होतात. हे घटक एकमेकांशी संबंधित असतात, त्यांच्यात आंतरसंबंध असतो.

अर्थशास्त्रात नियम, निरीक्षणे, प्रवृत्ती, सिद्धान्तांचा समावेश होतो. सिद्धान्त, संकल्पना यातून सूचित होणारे अर्थ शोधून काढण्याचा सैद्धान्तिक विश्लेषणाचा प्रयत्न असतो. कोणताही सिद्धान्त शब्दांनी वर्णन करून विधानाच्या स्वरूपात सांगता येतो किंवा गणिती चिन्हांच्या साहाय्याने सूत्रस्वरूपात मांडता येतो किंवा आलेखाच्या

साहाय्याने व्यक्त करता येतो. सूत्र, आलेख यांच्या मदतीने एखादा सिद्धान्त थोडक्यात स्पष्ट करता येतो. अंशलक्ष्यी अर्थशास्त्राच्या अभ्यासात ही विश्लेषणाची साधने महत्त्वाची मानली जातात. डॉ. मार्शल, प्रो. पिगू जेव्हान्स, माल्थस इ. अर्थशास्त्रज्ञांनी सर्वप्रथम अर्थशास्त्रीय विश्लेषण करण्यासाठी गणिती व भूमिती पद्धतीचा वापर केला.

१.२ अर्थशास्त्रीय विश्लेषणाच्या साधनांचा अर्थ, प्रकार आणि महत्त्व (Tools of Economic Analysis - Meaning, Types & Importance)

अ) अर्थ :

आर्थिक विश्लेषणाचा उद्देश आर्थिक निर्णयांचे खर्च, फायदे आणि परिणाम यांचे मूल्यांकन करण्यासाठी एक पद्धतशीर दृष्टिकोन प्रदान करणे आहे.

अनेकदा हे करण्याचा सर्वोत्तम मार्ग म्हणजे प्रकल्पांना त्यांच्या आर्थिक व्यवहार्यतेनुसार क्रमवारी देणे, जे आपल्याला सर्वात फायदेशीर पर्याय निवडण्यास मदत करेल.

आर्थिक विश्लेषण सामान्यत: उत्पादन वापर आणि ग्राहकांचे वर्तन यासारख्या प्रमुख क्षेत्रांकडे पहाते. परंतु व्यवसाय संस्था अथवा आर्थिक विश्लेषक, हे विचारात घेऊ इच्छितात अशी इतर क्षेत्रे आहेत.

आर्थिक विश्लेषण म्हणजे गुंतवणूक उत्पादन, व्यापार आणि वित्त पुरवठा याबाबत कार्पोरेट निर्णय यावर प्रभाव टाकण्यासाठी आर्थिक आकडेवारी, लेखा तत्त्वे आणि इतर संबंधित आर्थिक माहितीचा (Data) वापर करणे. परंतु वैयक्तिक गुंतवणूकीसाठीसुद्धा हे महत्त्वाचे आहे.

आर्थिक विश्लेषण अर्थ

आर्थिक विश्लेषण एखाद्या व्यक्तीची, संस्थेची अथवा गुंवणूकीची कामगिरी, स्थिरता आणि संभाव्यतेचे मूल्यांकन करण्यासाठी आर्थिक माहितीचे परिक्षण आणि अर्थ लावते. यामध्ये संस्थेची आर्थिक स्थिती, नफा, रोखता इत्यादीबद्दल अंतदृष्टी मिळविण्यासाठी वित्तीय विवरणयंत्रे, गुणोत्तर आणि इतर संबंधित माहितीचे मूल्यांकन करणे समाविष्ट आहे.

या निर्देशकांची छाननी करून, विश्लेषण माहितीपूर्ण निर्णय घेणे, हे जोखीम मूल्यांकन आणि धोरणात्मक नियोजन सुलभ करते. ते एखाद्या घटकाच्या आर्थिक स्थितीची व्यापक माहिती देते आणि कल, संभाव्य जोखीम आणि वाढीच्या संधी ओळखण्यास मदत करते. 'आर्थिक विश्लेषण' हे भागधारकांसाठी वस्तुनिष्ठ मूल्यांकनावर आधारित योग्य आर्थिक निर्णय घेण्याचे एक महत्त्वाचे साधन आहे.

आर्थिक विश्लेषण हे व्यवसाय, अंदाजपत्रक आणि प्रमुख प्रकल्पांच्या व्यवहार्यतेचे मूल्यांकन करते, त्याची शाश्वतता आणि फायदे निश्चित करते तसेच हे संस्थेतील ऐतिहासिक माहिती आणि ट्रेंडचे पुनरावलोकन करून अंतर्गत निर्णय घेण्यास मदत करते.

बाह्यतः गुंतवणूकदार हे आशादायक गुंतवणूक संधी ओळखण्यासाठी त्यावर अवलंबून असतात. उत्पन्न, विवरणपत्रे, ताळेबंद आणि रोख प्रवाह विवरणपत्रे यासारख्या आर्थिक विवरणांचा वापर करून, आर्थिक विश्लेषण व्यवसायाची नफाक्षमता, स्थिरता, सॉल्व्हेसी आणि तरलता यांचे मूल्यांकन करतात.

आर्थिक विश्लेषण साधने – अर्थ :

अर्थशास्त्रीय विश्लेषणाची साधने म्हणजे ती तांत्रिक आणि बौद्धिक साधने आहेत जी अर्थशास्त्रज्ञ विविध आर्थिक समस्यांचा अभ्यास करण्यासाठी, अर्थशास्त्रीय सिद्धान्त मांडण्यासाठी आणि धोरणे तयार करण्यासाठी वापरतात. या साधनांच्या साहाय्याने आर्थिक व्यवहार, निर्णयप्रक्रिया आणि बाजारव्यवस्थेचे विश्लेषण करता येते.

अर्थशास्त्रीय विश्लेषणाची साधने म्हणजे अशी विविध पद्धती, तंत्रे आणि साधने जी अर्थशास्त्रज्ञ आर्थिक घडामोडींचा अभ्यास, विश्लेषण आणि पुर्वानुमान करण्यासाठी वापरतात. या साधनांच्या मदतीने आपण संसांधनांचे वाटप, बाजाराचे कार्य व उपभोगता, उत्पादक व सरकार यांचे निर्णय समजू शकतो.

आर्थिक विश्लेषणाची साधने म्हणजे अर्थशास्त्रज्ञ आर्थिक घटना समजून घेण्यासाठी, स्पष्ट करण्यासाठी आणि भाकीत करण्यासाठी वापरत असलेल्या विविध पद्धती, तंत्रे आणि संकल्पना. ही साधने अर्थशास्त्रज्ञांना मदत करतात.

ब) अर्थशास्त्रीय विश्लेषणाचे प्रकार / साधने :

अर्थशास्त्रीय विश्लेषणाची मुख्य साधने / प्रकार पुढीलप्रमाणे–

१) सांख्यिकी साधने :

(१) आकडे गोळा करणे, त्याचे विश्लेषण करणे व अर्थ लावणे. उदा. भारताच्या बेरोजगारी दराचा अभ्यास करताना सरकार वेगवेगळ्या राज्यांमधून आकडे गोळा करते. त्यानंतर त्या आकड्यांचा उपयोग करून सरासरी बेरोजगारी दर, राज्यानुसार तुलना आणि वाढती वा घटती बेरोजगारी याचे विश्लेषण केले जाते. (२) आर्थिक प्रकृती, संबंध आणि बदल ओळखण्यासाठी उपयोगी जसे की सरासरी, टक्केवारी,

निर्देशांक प्रतिगमन विश्लेषण (Regression Analysis) हे असते.

२) गणिती साधने :

गणिती साधने ही आर्थिक संकल्पनांचे अचूक व तर्कशुद्ध मांडणीसाठी वापरली जातात. जसे बीजगणित, कलन (Calculus) इष्टतमीकरण (Optimization) उदा. एखादा उद्योजक ठरवतो की, त्याचा नफा जास्तीत जास्त कसा होईल. त्यासाठी तो गणिती सूत्रांचा वापर करून कमीत कमी खर्चात जास्तीत जास्त उत्पादन कसे मिळेल हे शोधतो व हे महत्तमीकरण गणिती साधनाने होते.

३) आलेखीय साधने :

यामध्ये (१) आकृती आणि आलेखाच्या साहाय्याने आर्थिक संकल्पनांची मांडणी केली जाते. (२) आर्थिक संबंध सोप्या स्वरूपात समजावून सांगण्यासाठी जसे - मागणी-पुरवठा वक्र, खर्च वक्र, उत्पादन शक्यता वक्र इ. तसेच चक्राकार प्रवाह आकृती यामध्ये अर्थव्यवस्थेचे व्यवहार दाखविले जातात. उदा. जेव्हा मागणी वाढते आणि पुरवठा कमी असतो तेव्हा भाव वाढतात. हे मागणी आणि पुरवठ्याचे वक्र वापरून आलेखात दाखवले जाते.

असे आलेख विद्यार्थ्यांना किंवा धोरणकर्त्यांना समजण्यास सोपे पडतात.

४) तार्किक किंवा संकल्पनात्मक साधने :

(१) तर्क गृहितके आणि विश्लेषणात्मक विचारांचा वापर (२) सिद्धान्त मांडणे, आर्थिक नियम तयार करणे. यासाठी उपयुक्त जसे सीमांत विश्लेषण, संधी खर्च, समतोल विश्लेषण इ.

अ) निगमन तर्क : सामान्य सिद्धान्तावरून निष्कर्ष काढणे.
ब) अनुगमन तर्क : निरीक्षणावरून सिद्धान्त तयार करणे.
क) आर्थिक मॉडेल्स : जसे IS-LM-मॉडेल मागणी-पुरवठा सिद्धान्त इ.

उदा. एखादा विद्यार्थी MBA करावा की, नोकरी करावी, असा विचार करतो. जर त्याने MBA निवडले, तर त्याला त्या दोन वर्षात मिळू शकलेली नोकरी आणि पगार गमवावा लागेल. त्यामुळे त्याचा हा संधी खर्च (Opportunity Cost) असेल. म्हणजे एका पर्यायासाठी दुसरा पर्याय सोडल्यामुळे झालेला त्याग.

५) अनुभवाधरित साधने :

अ) माहिती संकलित करणे : सर्वेक्षण, जनगणना इत्यादीमधून
ब) आर्थिक निर्देशांक : जसे की, ग्राहक किंमत निर्देशांक (CPI) GDP.

क) अर्थमितीय विश्लेषण : माहिती विश्लेषण हे भविष्यकाळासाठी वापरले जाते.

६) संगणकीय व अनुकरण साधने :

अ) आर्थिक अनुकरण (Simulation) सॉफ्टवेअर : जटिल आर्थिक प्रतिमान तयार करण्यासाठी याचा उपयोग केला जातो.

ब) बिग डेटा आणि मशीन लर्निंग : आर्थिक व्यापाराचे विश्लेषण करण्यासाठी हे साधन वापरले जाते.

७) धोरणात्मक व संस्थात्मक साधने :

अ) खर्च फायदा विश्लेषण : सरकारी धोरणांचा परिणाम मोजण्यासाठी

ब) उत्पादन - खर्च विश्लेषण : विविध क्षेत्रातील परस्पर संबंध.

क) खेळ सिद्धान्त (Game Theory) धोरणात्मक निर्णयांमध्ये वापरले जातात.

(या साधनांचा उपयोग आर्थिक स्थितीचे विश्लेषण करण्यासाठी; धोरणे तयार करण्यासाठी, भविष्यातील आर्थिक घडामोडींचा अंदाज लावण्यासाठी केला जातो तसेच ग्राहक आणि उत्पादक, यांचे वर्तन समजून घेण्यासाठी केला जातो.)

क) आर्थिक विश्लेषण साधनांचे महत्त्व :

अर्थशास्त्रात विविध साधनांचा वापर करून संसाधनांचा उपयोग, उत्पादन, वितरण आणि उपभोग यांचे विश्लेषण केले जाते. ही साधने अर्थव्यवस्थेचे आकलन, स्पष्टीकरण आणि भाकीत करण्यात मदत करतात.

१) **आलेख आणि तक्ता (Charts) :** आर्थिक संकल्पना समजण्याला सोपी होते, कल आणि तुलनात्मक विश्लेषण करता येते जसे की मागणी व पुरवठा आलेख. तसेच गुंतवणुकीची माहिती दृष्य स्वरूपात सादर करता येते.

२) **गणिती प्रतिमान :** यामुळे आर्थिक संबंध समीकरणाच्या स्वरूपात मांडता येतात. अचूक विश्लेषण व अंदाज शक्य होतो. तसेच धोरणांचे परिणाम मोजता येतात.

३) **सांख्यिकी आणि अर्थमिती साधने (Econometric Tools) :** यामुळे प्रत्यक्ष आकड्यांवर आधारित विश्लेषण करता येते. भूतकाळातील माहितीवर आधारित भविष्यवाणी करता येते व कारण आणि परिणाम संबंध ओळखता येतो.

४) **तर्कशुद्ध विचारसरणी आणि सैद्धांतिक प्रतिमान :** आर्थिक संकल्पनांची मूलभूत रचना स्पष्ट करता येते. वेगवेगळ्या बाजार परिस्थितीत बाजाराची

स्थिती समजते आणि आर्थिक नियम आणि सिद्धान्त मांडता येतात.

५) **माहिती संकलन व विश्लेषण :** GDP, महागाई, बेरोजगारी यासारखे महत्त्वाचे निर्देशांक समजून घेता येतात. धोरणे तयार करताना खऱ्या आकड्यांचा आधार मिळतो. व्यवहार्य निर्णय घेण्यासाठी उपयुक्त.

६) **सीमांत विश्लेषण :** जास्तीत जास्त लाभ घेण्यासाठी आवश्यक असते. खर्च व लाभ यांचे तुलनात्मक विश्लेषण शक्य होते. उत्पादन, किंमत व उपभोग निर्णयामध्ये याची मदत होते.

७) **खर्च लाभ–विश्लेषण :** प्रकल्प अथवा धोरण फायदेशीर आहे की नाही हे ठरवता येते.
संसाधनांचा प्रभावी वापर सुनिश्चित होतो.
सरकारी धोरणांमध्ये उपयोगी.
थोडक्यात, अर्थशास्त्रीय विश्लेषणाची साधने.
आर्थिक क्रियाकलाप समजून घेण्यास, अचूक निर्णय घेण्यास आणि संसांधनांचा कार्यक्षम वापर करण्यासाठी ही साधने अत्यंत उपयुक्त ठरतात.

थोडक्यात – अर्थशास्त्राचे सखोल विश्लेषण करण्यासाठी विविध साधनांचा उपयोग केला जातो यामध्ये आलेख, गणिती प्रतिमान, सांख्यिकीय पद्धती, सैद्धान्तिक प्रतिमान, सीमांत विश्लेषण आणि खर्च–लाभ विश्लेषण यांचा समावेश होतो. आलेख आणि तक्त्याद्वारे माहितीचे सादरीकरण सोपे होते. गणिती व सांख्यिकी साधने आर्थिक संबंध स्पष्ट करून, भविष्यवाणी करण्यास मदत करतात. तर्कशुद्ध विचारसरणी व सैद्धान्तिक प्रतिमान, आर्थिक नियम समजतात. सीमांत विश्लेषण उत्पादन व उपभोगाच्या निर्णयात उपयोगी ठरते, तर खर्च–लाभ विश्लेषण एखाद्या प्रकल्पाची उपयुक्तता तपासते. माहिती संकलनाद्वारे वस्तुनिष्ठ निर्णय घेता येतात. ही सर्व साधने सरकार, व्यवसायिक व नागरिकांना योग्य आर्थिक निर्णय घेण्यासाठी मदत करतात. त्यामुळे या साधनांचे अर्थशास्त्रात अत्यंत महत्त्वाचे स्थान आहे.

१.३ फलन संबंध : व्याख्या आणि वैशिष्ट्ये (Functional Relationship : Definition and Features)

व्याख्या :

'फलन संबंध म्हणजे दोन चल (Variables) यांच्यातील असा संबंध, जिथे एका चलाचे मूल्य दुसऱ्या चलावर अवलंबून असते.'

जर 'x' हा स्वतंत्र चल (Independent variable) असेल आणि 'y' त्यावर अवलंबून असलेला चल (dependent variable) असेल, तर असा संबंध $y = f(x)$

या स्वरूपात दर्शविता येतो.

उदा. जर वेग वाढला, तर अंतरदेखील वाढते. एक फलनात्मक संबंधाचे उदाहरण आहे.

दोन किंवा अधिक चल किंवा घटक असे संबंध दाखविते व एका गोष्टीत बदल घडवून आणते तर एका गोष्टीच्या कार्याची मूळ स्थिती सांगते ती समस्या 'कार्य' किंवा कार्याची स्थिती बदल हे दर्शविणारे नाते म्हणजे फलन संबंध होय.

हे संबंध गणित, विज्ञान, अर्थशास्त्र, समाजशास्त्र आणि अभियांत्रिकी अशा विविध क्षेत्रामध्ये वापरल्या जाते.

जेव्हा एखाद्या विशिष्ट चलाचे मूल्य इतर एक किंवा अनेक चलांच्या मूल्यांवर अवलंबून असते, तेव्हा अशा संबंधाला 'फलन' असे म्हणतात. उदा. उपभोग हे उत्पन्नाचे फलन आहे. म्हणजेच उत्पन्न जसे बदलेल, तसा उपभोग बदलतो. संबंधांचा अभ्यास करताना एक गोष्ट दुसरीवर अवलंबून असते असे म्हणावे लागते. कोणते घटक कशावर अवलंबून आहेत हे या फलन समीकरणावरून समजते.

फलन संबंध व्यक्त करण्यासाठी -

i) प्रत्येक घटकाला एक चिन्ह (अक्षर) दिले जाते.

ii) एक घटक दुसऱ्या घटकावर अवलंबून आहे हे व्यक्त करण्यासाठी दुसरे चिन्ह दिले जाते.

उदा. १. उत्पादन हे भूमी, श्रम, भांडवल, संयोजक यांचे एकत्रित कार्य आहे. हे फलनात्मक संबंधाच्या सूत्राने पुढीलप्रमाणे दाखविता येते.

वस्तूचे उत्पादन = फलन (भूमी, श्रम, भांडवल, संयोजक)

किंवा $O = F (a, l, k, e)$

या सूत्रात O = उत्पादन

f = फलन

फलन आहे किंवा a = भूमी

l = श्रम

हे समीकरण o हे a, l, k, e चे फलन आहे

किंवा o हे a, l, k, e वर अवलंबून आहे.

c = भांडवल

e = संयोजक

असे वाचावे. या समीकरणात O, a, l, k, e हे चल आहेत. त्यांना कमी-जास्त अशी किंमत असू शकते.

उदा. २. किंमत-मागणी संबंध पुढीलप्रमाणे दाखविता येतो.

qd = f (P) qd = quantity demanded मागणीचे परिमाण

P = Price किंमत

F = Function फलन संबंधाचे प्रतीक

qd = f (P)

या समीकरणाचा अर्थ 'कोणत्याही वस्तूचे मागणीपरिमाण हे त्या वस्तूच्या किमतीचे फलन असते. म्हणजेच वरील समीकरण हे मागणी नियमाचे प्रतिनिधित्व करते.

उदा. ३. कुटुंबाचा उपभोगखर्च त्या कुटुंबाच्या उत्पन्नावर अवलंबून असतो.

कुटुंबाचा उपभोग खर्च = f (कुटुंबाचे उत्पन्न)

C = f (y)

C = उपभोग खर्च

Y = उत्पन्न

अर्थशास्त्रात किंमत आणि पुरवठा, किंमत आणि मागणी, उपभोग आणि उत्पन्न, पैशाचा पुरवठा इत्यादी चलांतील संबंध अभ्यासावे लागतात. फलनसंबंध दोन चलांमधील संबंध दर्शविणारी गणिती अभिव्यक्ती असल्याने अर्थशास्त्रीय सिद्धान्तात तिचा आपल्याला खूप उपयोग होतो.

फलन संबंध वैशिष्ट्ये :

फलन संबंधाची पुढील वैशिष्ट्ये सांगता येतात.

१) एकाच x साठी एकच y मूल्य :

प्रत्येक स्वतंत्र चलासाठी (x) केवळ एकच अवलंबून चलाचे (y) मूल्य असते.

उदा. $x = 2$ दिल्यास, $y = 5$ असेल तर ते नेहमी तसेच राहते.

२) निर्धारित सूत्राचा वापर :

फलन संबंध काही विशिष्ट गणिती सूत्राने (Function / formula) दर्शविता येतो.

उदा. $y = 2x + 3$

३) नियंत्रण आणि पूर्वानुमान :

जर आपण x चे मूल्य ठरवले तर आपण y चे मूल्य सहज मोजू शकतो.

४) आलेख / चित्रमय (Graphical) प्रतिनिधित्व :

फलन संबंधाचा आलेख तयार करता येतो जो सामान्यत: सरळ रेषा किंवा वक्र रेषेत असतो.

५) स्वतंत्र आणि अवलंबित्व चलात फरक :

एक चल (*x*) स्वतंत्र असते जे आपण ठरवितो. दुसरे चल (y) अवलंबून असते. जे x वर आधारित असते.

थोडक्यात, एका चलाच्या मूल्यावर दुसऱ्या चलाचे मूल्य आधारित असते.

६) सांख्यिकीय अथवा गणितीय प्रतिनिधित्व :

अनेक फलन संबंध गणितीय सूत्रांनी (उदा. सीमरकरण, फंक्शन) अथवा सांख्यिकीय चिन्हाने दाखविले जातात. त्यामुळे त्यांचा अभ्यास करणे, विश्लेषण करणे आणि अंदाज लावणे हे पहाता येते.

७) सातत्य किंवा विवेकीता :

फलन संबंध सतत असू शकतात. कोणतीही निवडक मूल्ये वास्तविक असू शकतात किंवा ती विछिन्नत (डिक्रीड) असू शकतात.

८) परस्पर संबंध :

घटक परस्पर संबंध स्पष्ट करतात. एका घटकाचे कार्य किंवा कार्य बदललेल्या घटकांवर जे परिणाम करतात त्यावरून गुणात्मक संबंध स्पष्ट होतात.

९) खऱ्या आयुष्यात उपयोग :

अर्थशास्त्रीय विश्लेषणाच्या साधनांचा अर्थशास्त्र विज्ञान, आभियांत्रिकी, दैनंदिन गणना यामध्ये वापर होतो. उदा. वेळ व अंतर; किंमत आणि मागणी यांचे संबंध.

१०) वेगवेगळ्या स्वरूपात मांडता येते.

समीकरण : उदा. $y = 2x + 3$

ग्राफ : प्रत्येक उभी रेषा (Vertical line) ग्राफला एकाच बिंदूत छेदते. (Vertical Line Test)

मूल्यांचा तक्ता (Table of values)

नकाशा आकृती (Mapping diagram)

११) प्रत्येक इनपुटला एकच आउटपुट :

फलन संबंधात प्रत्येक x (इनपुट) साठी फक्त एकच y (आउट पुट) असतो. म्हणजे एकच x आणि दोन किंवा अधिक y असू शकत नाहीत.

१२) एक ते एक किंवा अनेक ते एक :

एक ते एक : प्रत्येक y साठी एकच x.

अनेक ते एक : एका इनपुटला अनेक आऊटपुट मिळतात.

१.४ समीकरण (Equations) : अर्थ आणि प्रकार (Meaning & Types)

विविध आर्थिक संख्येतील संबंध समीकरणांच्या साहाय्याने दाखविले जातात. वेगवेगळ्या आर्थिक घटकांतील संबंध स्पष्ट करण्यासाठी समीकरणांचा वापर होतो.

अर्थ :

१) समीकरण म्हणजे दोन चलातील समानता दर्शविणारे विधान होय.

२) समीकरण म्हणजे दोन संख्यात्मक किंवा गणिती अभिव्यक्ती जे समान आहेत, अशा प्रकारे जोडलेली रचना. समीकरणात नेहमी '=' हे चिन्ह असते जे दोन्ही बाजू समान असल्याचे दर्शविते.

$2x + 3 = 7$

या समीकरणाचा अर्थ : $2x + 3$ ही अभिव्यक्ती (expression) आणि ७ ही दोन्ही मूल्ये समान आहेत.

३) समीकरण म्हणजे दोन पदावल्यांमध्ये समानता दर्शविणारे गणितीय विधान होय.

सोप्या भाषेत समीकरण एका तराजूसारखे असते, तराजूंच्या दोन्ही बाजूंचे वजन समान असते. '=' (सोबत) या चिन्हाने ही समानता दर्शविली जाते.

दोन किंवा अधिक चलांमधील संबंध समीकरणाने दाखविता येतो. एखाद्या आर्थिक घटनेचे अधिक चांगले विश्लेषण करण्यासाठी त्या घटनेशी संबंधित घटकांतील परस्परसंबंध अभ्यासण्यासाठी समीकरणे मांडली जातात. गणिती समीकरणाला डावी आणि उजवी अशा दोन बाजू असतात आणि या दोन्ही बाजू समान असतात.

फलन समीकरणाचे रूपांतर गणिती समीकरणात करता येते.

समजा,

उदा.१. $y = f(x)$

$y = 25 + 2x$

यावरून असे स्पष्ट होते की y हे x चे फलन आहे म्हणजे y हे x वर अवलंबून आहे व त्यांच्यामधला नेमका गणिती संबंध दुसऱ्या समीकरणात दाखवला आहे.

येथे x हा स्वतंत्र चल असल्याने त्याला आपण धन, शून्य, उणे अशी कोणतीही किंमत देऊ शकतो.

y ची किंमत मात्र दरवेळेस समीकरणानुसार मोजावी लागेल.

उदा. x ची किंमत शून्य असेल तर $y = 25$ असेल.

जर $x = 4$ असेल तर $y = 33$ असेल.

x आणि त्यानुसार y च्या विविध किमती मोजून ते बिंदू आलेखावर प्रस्थापित करता येतील व त्याचा एक वक्र मिळेल. निरनिराळ्या समीकरणांनुसार निरनिराळे वक्र मिळतात.

उदा. २. एका कुटुंबाचा मासिक उपभोगखर्च, उत्पन्न शून्य (०) असताना रु. ५०० आहे, उत्पन्नातील प्रत्येक रु. १ वाढीमागे उपभोगखर्च रु. ०.८० ने वाढतो. हा परस्परसंबंध समीकरण्याच्या स्वरूपात पुढीलप्रमाणे मांडता येतो.

एकूण उपभोगखर्च = उत्पन्न शून्य असताना स्वायत्त उपभोग खर्च +

उत्पन्नावर अवलंबून असणाऱ्या उपभोगखर्चाचे उत्पन्नाशी प्रमाण × उत्पन्न

$C = 500 + 0.80\,y$

उदा. ३. लोकांचा एकूण खर्च हा त्यांच्या उपभोगखर्च व गुंतवणूकखर्च यांच्या बेरजेएवढा असतो. हे समीकरण स्वरूपात पुढीलप्रमाणे दाखविता येते.

$TC = C + I$ TC = एकूण खर्च (Total Expenditure)

C = उपभोगखर्च

I = गुंतवणूकखर्च

समीकरणाचे प्रकार : समीकरणाचे अनेक प्रकार आहेत. काही प्रमुख प्रकार खालीलप्रमाणे–

१) रेषीय समीकरण :

ज्या समीकरणात चलाचा (चल) सर्वात मोठा घातांक (शक्ती) १ असतो, त्याला रेषीय समीकरण म्हणतात.

या समीकरणाचा आलेख नेहमी एक रेषा (सरळ रेषा) असते.

उदा. x + y = १०

२) वर्गसमीकरण (द्विघाती) (चतुर्भज समीकरण)

ज्याला समीकरण चलाचा (चल) सर्वात मोठा घातांक '२' असतो, त्याला वर्गसमीकरण म्हणतात.

या समीकरणाचे सामान्य स्वरूप अx^2 + खx + क = 0 असे असते अ ≠ 0.

उदा. $x^2 + yx +$ ६ = 0

३) घनसमीकरण :

ज्या समीकरणात चलाचा सर्वात मोठा घातांक '३' असतो, त्याला घनसमीकरण म्हणतात.

या समीकरणाचे सामान्य स्वरूप अx^3 + खx^2 + कx + ड = 0 असे असते.

अ ≠ 0

४) बहुपदी समीकरण :

हे समीकरण समभावपूर्ण चलाचा (चल) घातांक कोणताही पूर्ण अंक (संपूर्ण क्रमांक) असू शकतो. रेषीय वर्ग आणि घन समीकरण ही बहुपदी समीकरणाची उदाहरणे आहेत. (ज्यामध्ये चलांचा घात २ पेक्षा अधिक असतो.)

उदा. $x^4 - 3x^3 + 2x - 1 = 0$

५) युगपतीकरण समे (एकाच वेळी समीकरणे)

तेव्हा त्यांना युगपत समीकरण म्हणतात.

उदा. $x + y = 5$

$x - y = 1$

या दोन्ही समीकरणांची उकल

$x = 3, y = 2$ आहे.

६) त्रिकोणमितीयीकरण समे (त्रिकोणमितीय समीकरण)

या समीकरणात त्रिकोणमितीय गुणोत्तर (साईन, कोसाइन, स्पर्शिका इतर) असतात.

उदा. पाय $x = 0.5$

७) घातांकीकरण समे (घातांक समीकरण) :

या समीकरणात चल (चल) घातांकल असते.

उदा. $2^x = 8$

८) लॉगरिदमिक समीकरण (लॉगेरिदमिक समीकरण) :

या समीकरणात लॉगरिथम (लॉगरिथम) असते.

उदा. लॉ $ग_२$ एक्स = ३

हे समीकरणाचे काही प्रमुख प्रकार आहेत.

प्रत्येक प्रकारची समाची उकल तंत्र व्यवस्था असते.

१.५ अनुसूची : व्याख्या, फायदे आणि तोटे (Schedules : Definition, Merits & Demerits)

अनुसूची म्हणजे कार्य किंवा कार्यक्रमाची निश्चित वेळेनुसार आखलेली यादी होय. ही एखाद्या ठरावीक कामासाठी, व्यावसायिक संस्थेसाठी, कामासाठी वापरले जाते. व्यक्ती किंवा संस्थेला नियोजनबद्ध पद्धतीने काम करण्यास मदत करते.

सर्वेक्षणातून मिळालेल्या आकडेवारीच्या आधारे किंवा एखाद्या उद्योगसंस्थेकडे उपलब्ध असलेल्या आकडेवारीवरून अनुसूची तयार करता येते. वेब्स्टर यांच्या मते, 'अनुसूची म्हणजे प्रश्नांची औपचारिक अथवा विशिष्ट विषयाची अनुक्रमानुसार बनविलेली यादी किंवा सूची होय.'

मागणीच्या नियमाच्या संदर्भात तसेच पुरवठ्याच्या नियमाच्या संदर्भात दिलेले 'मागणी पत्रक' तसेच 'पुरवठा- पत्रक' यांनाच मागणी अनुसूची व पुरवठा अनुसूची असे म्हणतात.

इतर परिस्थिती कायम असताना, साखरेची किंमत वाढत असताना साखरेची मागणी किती असते हे अनुसूचीच्या साहाय्याने दाखविता येते. अशा पत्रकास 'मागणी अनुसूची' असे म्हणतात. साखरेच्या निरनिराळ्या किमतींच्या संदर्भात एका उपभोक्त्याची दरमहा किती किलो साखरेला मागणी राहील हे तक्ता १.१ मध्ये दर्शविले आहे.

तक्ता क्र. १.१

वैयक्तिक मागणी अनुसूची

साखरेची किंमत (₹) प्रति किलो	साखरेची मागणी (किलो)
५०	३
४०	४
३०	५
१५	७
०५	९

किमतीत बदल झाला असता पुरवठ्यात कसे बदल होतात हे पुढील काल्पनिक पत्रकावरून (Supply schedule) समजते.

तक्ता क्र. १.२

साखर पुरवठापत्रक

साखरेची किंमत प्रति किलो ₹ (रुपय)	साखरेचा पुरवठा (किलोमध्ये)
३०	५
४०	६
४५	८
५०	९
६०	१०

अशा प्रकारे आपणास मागणी अनुसूची व पुरवठा अनुसूची तयार करता येते.

किमतीत बदल होत गेल्यास मागणीत कसे व किती बदल होतात, तसेच किमतीत बदल होत गेल्यास पुरवठ्यात कसे व किती बदल होतात, हे सांगणारे पत्रक म्हणजेच मागणी अनुसूची व पुरवठा अनुसूची होय.

अनुसूचीचे फायदे (गुण) :

१) **संगठीत कार्यपद्धती :** पत्रकामुळे कामे ठरावीक क्रमाने व वेळेत होतात.

२) **वेळेचा योग्य उपयोग :** प्रत्येक कामासाठी वेळ निश्चित असल्यामुळे वेळ वाया जात नाही.

३) **दबाव कमी होतो :** पूर्वनियोजित कामामुळे तणाव कमी होतो व आत्मविश्वास वाढतो.

४) **उत्पादकता वाढते :** ठरावीक वेळेत काम पूर्ण झाल्यामुळे कार्यक्षमता वाढते.

५) **प्राधान्यक्रम निश्चित होतो :** कोणते काम आधी करायचे व कोणते नंतर, हे ठरविता येते.

६) **संसाधनांचा योग्य वापर :** मनुष्यबळ, सामग्री व इतर संसाधने योग्य वापरण्यासाठी अनुसूची उपयुक्त ठरते.

७) **गणना क्षमता :** अनुसूचीमध्ये कोणती व्यक्ती कामासाठी आहे हे स्पष्टपणे मांडले जाते.

८) **प्रगतीचा मागोवा :** कामाचा मागोवा घेता येतो ते अनुसूचीमुळे शक्य होते.

९) **वेळ व्यवस्थापन :** वेळेचा प्रभावीपणे वापर करण्यास अनुसूचीचा उपयोग

होतो. कोणती गोष्ट कधी करावयाची हे निश्चित करून वेळेचा अपव्यय टाळता येतो.

अनुसूचीचे तोटे (मर्यादा)

१) **लवचीकतेचा अभाव :** अचानक बदल किंवा नवीन कामासाठी वेळ शोधणे कठीण होते.

२) **दबाव निर्माण होतो :** वेळेत काम पूर्ण न झाल्यास मानसिक तणाव वाढतो.

३) अत्याधिक नियोजनामुळे कंटाळवाणेपणा : सतत वेळापत्रकाचे पालन केल्याने एकसुरीपणा येतो.

४) **सर्जनशीलतेवर मर्यादा :** नवीन कल्पनांसाठी वेळ किंवा मोकळेपणा नसतो.

५) **अनपेक्षित प्रसंगामध्ये अडचण :** आकस्मिक घटना किंवा बदलामुळे संपूर्ण वेळापत्रक बिघडू शकते.

६) **अवास्तव अपेक्षा :** जर अनुसूची वास्तववादी नसेल तर ते पूर्ण करणे अशक्य होते आणि खूप निराशा होऊ शकते.

७) **कर्मचाऱ्यांवरील दबाव :** कठोर अनुसूची असेल तर उत्पादक कामगारांवर दबाव आणू शकतात. सक्तीने दबाव वाढविणे, सक्तीने काम पूर्ण करू शकतो.

८) **प्रेरणांचा अभाव :** काही वेळा खूप कठोर अनुसूची मूळ काम सर्जनशीलता आणि सकारात्मक प्रेरणा कमी होऊ शकते.

९) **अप्रत्यक्ष खर्च :** अनुसूचीचे पालन न करणे (उशिरा पूर्ण काम, दंड) वाढ करणे शक्य आहे.

१.५.१आलेख : व्याख्या, फायदे / गुण आणि तोटे (Graphs : Definition, Merits & Demerits)

अ) अर्थ, व्याख्या :

आलेख हा आकृतीचा एक प्रकार आहे जो संख्यात्मक माहितीचे दृश्य स्वरूप दर्शवितो. यामध्ये आकड्यांची तुलना, बदल आणि संबंध सहज समजावून सांगता येते. आलेखाचा उपयोग सांख्यिकी, अर्थशास्त्र, वाणिज्य, शिक्षण, विज्ञान या क्षेत्रात मोठ्या प्रमाणावर होतो.

आलेख म्हणजे 'संख्यात्मक माहिती आकर्षक आणि सहज समजून घेता येणारी मांडणी होय.'

यामध्ये बिंदू, रेषा, रेषाखंड, वक्र अथवा क्षेत्रांचा वापर करून एका किंवा अधिक चलांच्या तुलनेत इतर चलांमधील बदल दर्शविला जातो. सोप्या भाषेत,

आलेख हे माहितीचे दृश्यात्मक (Visual) प्रतिनिधित्व असते.

पुराव्यासाठी घेतलेली आकडेवारी उपयोगात आणून आलेख काढता येतो. तथ्यांना स्पष्ट रूपात समजण्याची आलेख किंवा बिंदूरेखीय चित्रे ही एक महत्त्वपूर्ण सांख्यिकीय पद्धती आहे.

दोन चलांतील फरक स्पष्ट करण्यासाठी एकाच आलेखावर दोन्ही गोष्टींचे प्रदर्शन करता येते. दोन्हींच्या स्तरांना एकाच भुजेवर प्रदर्शित करून आलेख तयार केला जातो. केवळ वेगवेगळ्या प्रदर्शनांकरिता एकाच आलेखावर वेगवेगळ्या रेषांचा उपयोग केला जातो.

दोन सरळ रेषा जेव्हा परस्परांना काटकोनात छेदतात, तेव्हा त्या रेषांना 'अक्ष' म्हणतात. हे अक्ष परस्परांना ज्या बिंदूत छेदतात त्या बिंदूला मूळ किंवा प्रारंभ बिंदू किंवा (0) शून्य बिंदू असे म्हणतात. सर्वसाधारणपणे क्षितिज- समांतर रेषेला x अक्ष तर लंबाकृती अक्षाला y अक्ष म्हणतात.

सर्वसाधारणपणे दिलेल्या माहितीतील x अक्षावर स्वतंत्र चल Independent Variable तर y अक्षावर विसंबित चल Dependent Variable लक्षात घेतले जाते. प्रत्येक अक्षासाठी मोजमापाचे स्वतंत्र एकक उपयोगात आणले जाते. मापनाचे एकक व त्याचे प्रमाण निश्चित केल्यानंतर x आणि y च्या आलेखावर नोंद केली जाते व मिळालेले बिंदू एखाद्या रेषेने जोडले जातात. अशा भिन्न बिंदूंना जोडणाऱ्या रेषेस 'वक्र' म्हणतात.

तक्ता क्र. १.१ वैयक्तिक मागणी अनुसूचीवरून आपणास पुढीलप्रमाणे आलेख काढता येतो.

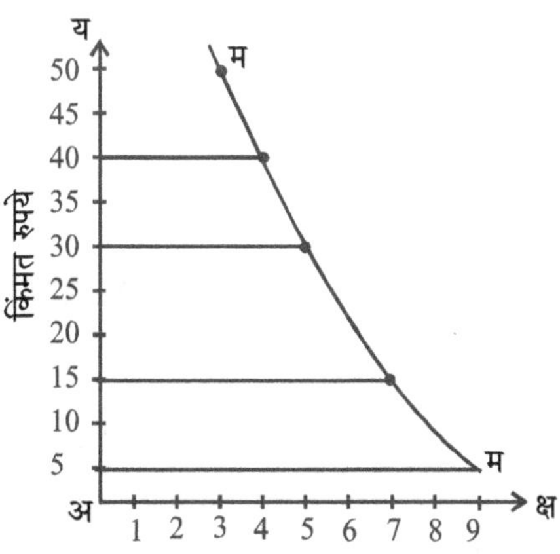

आकृती १.१ साखरेची मागणी (किलो)

या आलेखावरून किंवा वक्रावरून साखरेची किंमत आणि तिची मागणी यांचा व्यस्त संबंध आहे हे स्पष्ट होते. किंमत आणि मागणी यांचा ऋणात्मक संबंध डावीकडून उजवीकडे खाली येणाऱ्या मागणीवक्रातूनच (आलेखातून) सूचित होतो.

ब) आलेख : फायदे (गुण) :

आलेखाचे फायदे (गुण) पुढीलप्रमाणे सांगता येतात.

१) **माहिती समजण्यास सोपी होते :** आकड्यांऐवजी चित्तरूप मांडणीमुळे माहिती पटकन लक्षात राहते.

२) **तुलना सहज करता येते :** विविध घटकांमधील तुलना स्पष्ट दिसते.

३) **ट्रेंड्स ओळखत येतात :** वेळेनुसार बदल, वाढ-घट सहज समजते. (विशेषत: रेषा आलेखामध्ये)

४) **प्रभावी सादरीकरण :** अभ्यास, रिपोर्टस् आणि सादरीकरणामध्ये आलेख प्रभावी ठरतात.

५) **माहिती विश्लेषण सुलभ होते :** मोठ्या प्रमाणातील माहितीचे विश्लेषण करणे सोपे होते.

६) **पॅटर्न (नमुने) ओळखणे :** आलेखातून पॅटर्न (नमुने) स्पष्टपणे दिसतात उदा. एखाद्या विशिष्ट कालावधीत किंमती कशा बदललेल्या आहेत अथवा एखाद्या उत्पादनाची मागणी वाढत आहे की घटत आहे, हे आलेखातून लगेच समजते.

७) **भविष्यातील अंदाज :** आलेखातील प्रवाह (ट्रेंडस्) पाहून भविष्यातील घडामोडींचा अंदाज घेणे शक्य होते. उदा. मागील विक्रीच्या आलेखावरून पुढील वर्षीची विक्री किती असेल याचा अंदाज बांधता येतो.

८) **वेळेची बचत :** आकडेवारीचे विश्लेषण करण्यासाठी लागणारे वेळ आलेखांमुळे वाचतो, कारण माहिती जलद समजते.

९) **अनेक घटकांची मूळ माहिती सरळपणे मिळते :** क्रिकेटमधील धावांचा आलेख असो किंवा एखाद्या वस्तूची वेळेनुसार स्थिती दर्शविणारा आलेख असो, अनेक घटनांची मूलभूत माहिती सहजपणे दर्शविता येते.

क) आलेखाचे तोटे (मर्यादा) :

१) **सर्वांना समजत नाही :** काही लोकांना आलेख समजणे अवघड जाते. विशेषत: शिक्षणाची पातळी कमी असणाऱ्यांना अवघड जाते.

२) **चुकीची मांडणी दिशाभूल करू शकते :** चुकीच्या प्रमाणात किंवा दिशेत मांडलेला आलेख गैरसमज निर्माण करू शकतो.

३) **मर्यादित माहिती :** आलेख फक्त दृश्य स्वरूप देतो, परंतु तपशीलवार स्पष्टीकरण देत नाही.

४) **तांत्रिक ज्ञान आवश्यक :** काही आलेख तयार करताना तांत्रिक अचूकतेची गरज असते.

५) **वास्तवस्थिती लपविली जाऊ शकते :** काही वेळा आकड्यांची मांडणी कशा प्रकारे केली जाते की ती मनावर / हातावर परिणाम करते. परंतु ती खरी माहिती दर्शवत नाही.

६) **फसवणूक किंवा गैरवापर :** आलेखांना चुकीच्या पद्धतीने सादर केले जाऊ शकते. ज्यामुळे लोकांची दिशाभूल होऊ शकते. स्केल बदलून किंवा चुकीच्या माहितीचा वापर करून लोकांना चुकीची माहिती दिली जाऊ शकते.

७) **अचूकतेचा अभाव :** आलेख नेहमी अचूक संख्यात्मक मूल्ये दर्शवित नाहीत. अंदाजे मूल्ये दर्शवितात. त्यामुळे काहीवेळा अचूक आकडेवारीसाठी मूळ माहिती (डेटा) पाहणे आवश्यक असते.

८) **जागेची मर्यादा :** मोठे अथवा अनेक आलेख एकाच वेळी दर्शविण्यासाठी पुरेशी जागा उपलब्ध असणे आवश्यक आहे.

थोडक्यात, आलेख माहितीचे दृश्यात्मक प्रतिनिधित्व करण्यासाठी एक शक्तीशाली साधन आहेत. परंतु त्यांचा वापर करताना त्यांची मर्यादा आणि संभाव्य गैरवापर लक्षात घेणे महत्त्वाचे आहे.

आलेख नेहमी अचूक संख्यात्मक मूल्ये दर्शवत नाहीत, तर अंदाजे मूल्ये देतात. त्यांचा गैरवापर करून माहिती चुकीच्या पद्धतीने सादर केली जाऊ शकते किंवा लोकांची दिशाभूल केली जाऊ शकते. खूप कमी माहितीसाठी (डेटा) आलेख तयार करणे अनावश्यक ठरते. तसेच काही वेळा आलेख तयार करण्यासाठी विशिष्ट कौशल्ये आणि वेळ लागतो. आलेख माहितीचे संक्षिप्त रूप देतात, त्यामुळे मूळ माहितीतील (डेटा) काही सूक्ष्म तपशील गमावले जाऊ शकतात.

प्रश्न

प्र. १ खालील प्रश्नांची प्रत्येकी एक किंवा दोन वाक्यात उत्तरे लिहा.

१) अर्थशास्त्रीय विश्लेषण साधने म्हणजे काय?

२) फलन संबंध म्हणजे काय?

३) समीकरण म्हणजे काय?

४) अनुसूचीचा अर्थ सांगा.

५) आलेखाची व्याख्या सांगा.

६) आलेखाचे दोन गुण सांगा.

७) समीकरणाचे प्रकार सांगा.

प्र. २ खालील प्रश्नांची प्रत्येकी १०० शब्दांत उत्तरे लिहा.

१) अर्थशास्त्रीय विश्लेषणाच्या साधनाचे महत्त्व सांगा.

२) फलन संबंधाची वैशिष्ट्ये स्पष्ट करा.

३) समीकरणाचे प्रकार थोडक्यात सांगा.

४) अनुसूचीचे फायदे सांगा.

५) आलेखाचे फायदे व तोटे सांगा.

प्र. ३ खालील प्रश्नांची प्रत्येकी २०० शब्दात उत्तरे लिहा.

१) अर्थशास्त्रीय विश्लेषणाच्या साधनांचे प्रकार विशद करा.

२) फलन संबंधाची वैशिष्ट्ये स्पष्ट करा.

३) समीकरणाचा अर्थ सांगून प्रकार सांगा.

४) अनुसूचीचे गुण व दोष सांगा.

५) आलेखाचे गुण व दोष स्पष्ट करा.

प्र. ४ टीपा लिहा.

१) अर्थशास्त्रीय विश्लेषणाची साधने

२) फलन संबंध

३) समीकरण

४) अनुसूची

५) आलेख

प्रकरण २

मागणी आणि पुरवठ्याची लवचीकता
(Elasticity of Demand & Supply)

२.१ प्रास्ताविक (Introduction)

मागणीची लवचीकता मागणीच्या परिणामात्मक स्वरूपाचा अभ्यास करते. मागणीतील लवचीकता मागणीतील बदल किती प्रमाणात असतात हे स्पष्ट करते.

दोन अथवा अधिक वस्तूंच्या किंमतीमध्ये सारख्याच प्रमाणात बदल झाला तर मागणीत कमीजास्त प्रमाणात बदल होत असतो. मागणीच्या होणाऱ्या कमीजास्त प्रमाणातील बदलाचा अभ्यास मागणीच्या लवचीकतेत केला जातो.

साधारणपणे वस्तूच्या किमतीतील बदलाला वस्तुच्या पुरवठ्याद्वारे दिला जाणारा प्रतिसाद म्हणजे पुरवठ्याची लवचीकता होय. वस्तूचा पुरवठा हा वस्तूच्या किमतीतील बदलाने प्रभावित होतो. वस्तूच्या किमतीत बदल झाल्यास वस्तूच्या पुरवठ्यात बदल होण्याचा गुणधर्म म्हणजे पुरवठ्याची लवचीकता होय. सदरील अभ्यासात मागणी आणि पुरवठ्याच्या लवचीकतेचा विचार केलेला आहे.

२.२ मागणीची लवचीकता : संकल्पना आणि प्रकार (Elasticity of Demand : Concept of Types)

कुर्नो (Cournot), मिल (Mill) इत्यादींनी मागणीच्या लवचीकतेची कल्पना मांडली, परंतु अलीकडे मार्शल यांनी मागणीच्या लवचीकतेचे अधिक विश्लेषण केले. मागणीच्या सिद्धान्तावरून किंमतवाढ अथवा वस्तूच्या मागणीतसुद्धा वाढ अथवा घट होते हे समजते, मात्र किमतीत विशिष्ट प्रमाणात बदल झाल्यास मागणीत किती प्रमाणात बदल होतो हे समजत नाही. वस्तूची किंमत व मागणीत परस्परसंबंध कसा असतो हे समजत नाही, म्हणून वस्तूची किंमत व मागणी या दोहोंतील परस्परसंबंधाची कल्पना येण्यासाठी मागणीची लवचीकता ही कल्पना उपयुक्त ठरते.

मागणीच्या लवचीकतेची व्याख्या

१) किमतीत बदल झाल्यामुळे मागणीत जे बदल घडून येतात त्या बदलांच्या प्रमाणाला मागणीची लवचीकता असे म्हणतात.

२) वस्तूची किंमत उपभोक्त्याचे उत्पन्न, किंवा इतर वस्तूंच्या किमतीत झालेल्या बदलांमुळे वस्तूच्या मागणीत होणाऱ्या बदलांचे संख्यात्मक माप म्हणजे मागणीची लवचीकता होय.

३) मागणीतील बदलाचे प्रमाण आणि किमतीतील बदलांचे प्रमाण यांच्यातील गुणोत्तर प्रमाणास मागणीची लवचीकता असे म्हणतात.

मागणीच्या लवचीकतेचे प्रकार : वस्तूच्या मागणीच्या लवचीकतेचे साधारणपणे चार प्रकार पडतात. मागणीमध्ये कोणत्या कारणांनी बदल झाला आहे, त्या कारणांवर आधारित (cause oriented) हे प्रकार आहेत.

अ) मागणीची किंमत लवचीकता

ब) मागणीची उत्पन्न लवचीकता

क) मागणीची तिरकस / छेदक लवचीकता

ड) पर्यायिता लवचीकता

इ) कमान लवचीकता

आधुनिक अर्थशास्त्रज्ञांनी लवचीकता कल्पता उत्पन्न, परस्पर पूरक वस्तू, पर्यायी वस्तू इ. संदर्भात मांडले आहे.

सदरील मागणीच्या लवचीकतेच्या प्रकाराचे विश्लेषण पुढे केलेले आहे.

२.२.१ मागणीची किंमत लवचीकता : अर्थ, संकल्पना, प्रकार आणि मापन व सांख्यकीय प्रश्न (Price Elasticity of Demand : Meaning, Concepts, Types & Measurement & Numarical Problems)

अ) अर्थ, संकल्पना :

किमतीत होणारे बदल आणि त्यामुळे मागणीत होणारे बदल यावरून किंमत लवचीकता ठरविता येते. मार्शल यांनी लवचीकतेची कल्पना किमतीच्या संदर्भात मांडली. त्यामुळे त्यांनी मांडलेल्या लवचीकतेच्या कल्पनेला किंमत लवचीकता म्हणतात.

डॉ. आल्फेड मार्शल यांनी मागणीच्या किंमत लवचीकतेची संकल्पना मांडली.

डॉ. मार्शल यांच्या मते, किमतीतील घटीमुळे मागणीत होणारी कमी किंवा जास्त वाढ आणि किमतीतील वाढीमुळे मागणीत होणारी कमी किंवा जास्त घट म्हणजे मागणीची किंमत लवचीकता होय.

किमतीत होणाऱ्या प्रमाणशीर बदलामुळे वस्तूच्या मागणीत जे प्रमाणशीर बदल होत असतात, त्यांचे गुणोत्तर म्हणजे मागणीची किंमत लवचीकता होय.

प्रा. लिप्से यांच्या मते, ‘ मागणीतील शेकडा बदलाचे किमतीतील शेकडा बदलाशी असणारे प्रमाण म्हणजे मागणीची किंमत लवचीकता होय.’

मागणीतील बदलाचे प्रमाण आणि किमतीतील बदलाचे प्रमाण यांच्यातील गुणोत्तर प्रमाणास मागणीची किंमत लवचीकता म्हणतात. सूत्ररूपात ही लवचीकता पुढीलप्रमाणे मांडता येते.

$$\textbf{मागणीची किंमत लवचीकता} = \frac{\textbf{मागणीतील शेकडा बदल}}{\textbf{किंमतीतील शेकडा बदल}}$$

या गुणोत्तराचे उत्तर एक, एकपेक्षा जास्त किंवा एकपेक्षा कमी येते, त्यानुसार मागणीची लवचीकता समजते.

$$\frac{\Delta Q}{Q} \div \frac{\Delta P}{P}$$

हेच सूत्र पुढीलप्रमाणे मांडता येईल $\frac{\Delta Q}{\Delta P} \times \frac{P}{Q}$

Ep = मागणीतील किंमत लवचीकता

Q = मूळ मागणी

ΔQ = मागणीत झालेला बदल

P = मूळ किंमत

ΔP = किमतीत झालेला बदल

उदा. किमतीत १०% नी घट झाल्यामुळे मागणीत २०% वाढ झाली असेल तर मागणीची लवचीकता २ आहे.

$$\text{मागणीची किंमत लवचीकता} = \frac{२०\%}{१०\%} = २$$

ब) किंमत लवचीकतेचे प्रकार :

किंमत लवचीकतेचे पुढील पाच प्रकार आहेत.

१) संपूर्ण लवचीक अथवा अनंत लवचीक मागणी (Perfectly Elastic Demand) : जेव्हा किमतीत कोणतेही बदल न होता (किंवा अल्प बदल होऊन) मागणीत मोठ्या प्रमाणावर बदल घडून येतात, तेव्हा पूर्ण लवचीक मागणी असते. अशा प्रकारची पूर्ण लवचीक मागणी अशी स्थिती प्रत्यक्ष व्यवहारात फारच क्वचित आढळते. हा प्रकार तत्त्वविश्लेषणाच्या दृष्टीनेच महत्त्वाचा आहे. पूर्ण लवचीक मागणी वक्र **'अक्ष'** अक्षाला समांतर असतो.

उदा. किमतीत बदल ०% मागणी नगसंख्येतील बदल १०

$$\therefore \text{सूत्रानुसार} = \text{मागणी किमतीतील लवचीकता} = \frac{10}{0} = \infty_{\text{अनंत}}$$

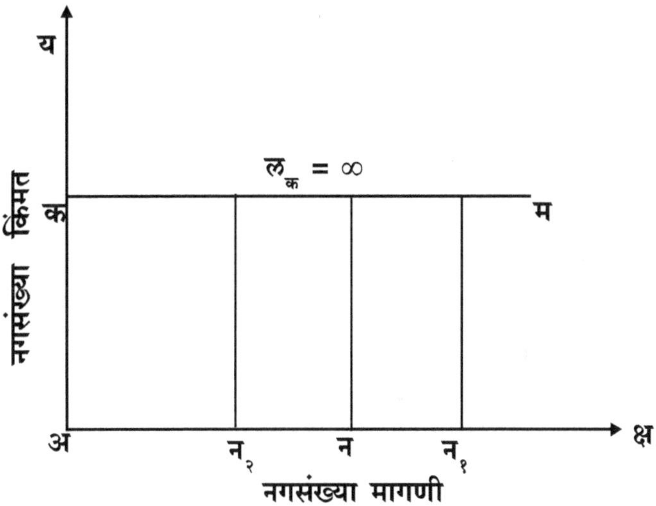

आकृती २.१

आकृती २.१ मध्ये ' **अक्ष** ' अक्षावर मागणी आणि ' **अय** ' अक्षावर वस्तूची किंमत दर्शविली आहे. किंमत ' **अक**' असताना मूळची मागणी ' **अन** ' एवढी आहे. किंमत ' **अक** ' असताना नवीन मागणी **अन१** आणि **अन२** एवढी आहे. यावरून मागणीत वाढ आणि घट झालेली आहे.

२) पूर्ण अलवचीक मागणी (Perfectly Inelastic Demand) : किमतीत कितीही बदल झाला, तरी मागणीत बदल होत नसेल, तर त्या मागणीला पूर्ण अलवचीक मागणी असे म्हणतात. अशा वेळी मागणीची लवचीकता शून्य असते. उदा. मिठाची किंमत कमी–जास्त झाली तरी मागणी मात्र स्थिर असते. अशा वस्तूंचा मागणीवक्र '**अय**' अक्षाला समांतर असतो.

उदा. किमतीत बदल १०% मागणी संख्येतील बदल 0

$\therefore$ सूत्रानुसार = मागणी किमतीत लवचीकता = $\frac{0}{10} = \infty_{\text{अनंत}}$

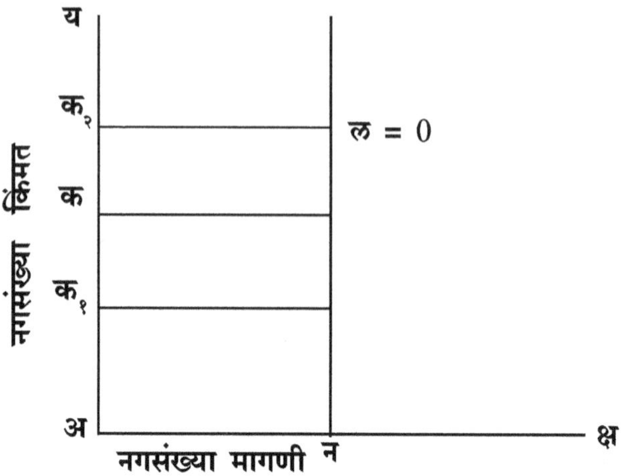

आकृती २.२

आकृतीत **'म'** हा मागणी वक्र आहे. वस्तूची किंमत **'अक'** असताना वस्तूची मागणी **'अन'** इतकी आहे. किंमत वाढून ती **अक२** झाली तरी मागणी **'अन'** एवढीच राहते. किंमत कमी होऊन ती **अक१** झाली तरी मागणी **'अन'** एवढीच राहते.

३) एक किंवा एकक लवचीकता (Unit Elasticity) : जेव्हा किमतीतील बदलांचे आणि मागणीतील बदलांचे प्रमाण सारखेच असते, तेव्हा एकक लवचीक मागणी असते. म्हणजेच किंमत जेवढ्या प्रमाणात घटते, तेवढ्याच प्रमाणात मागणीत वाढ होते व किंमत जेवढ्या प्रमाणात वाढते, तेवढ्याच प्रमाणात मागणीत घट होते. अशा वेळी मागणीची लवचीकता एक असते.

उदा. किमतीत बदल १०% मागणी संख्येतील बदल १०%

∴ सूत्रानुसार = मागणी किमतीत लवचीकता = $\frac{10}{10} = 1$

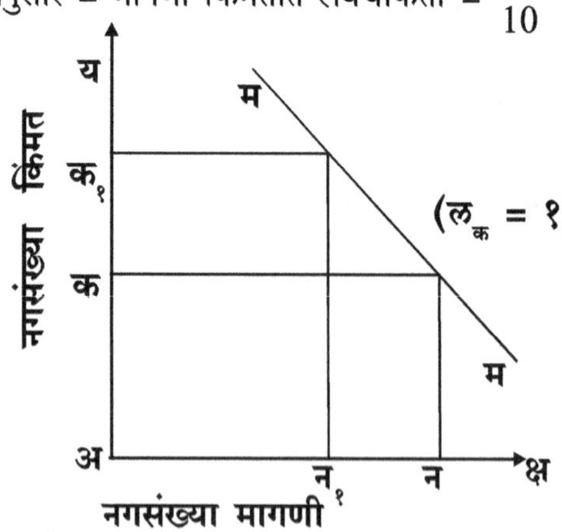

आकृती २.३

आकृतीत किमतीत झालेला बदल ‘ **क क१**’ आहे. आणि मागणीत झालेला बदल ‘ **न न १**’ आहे. म्हणजेच किमतीत झालेल्या बदलाप्रमाणे मागणीतही बदल झाला आहे.

४) फार लवचीक मागणी (Highly Elastic Demand) : जेव्हा किमतीत होणाऱ्या अल्पशा बदलामुळे, मागणीत त्यामानाने मोठ्या प्रमाणात बदल होत असेल तेव्हा तिला फार लवचीक मागणी म्हणतात.

अशा वेळी किंमत थोड्या प्रमाणात कमी झाली तरी मागणी मोठ्या प्रमाणात वाढते व किंमत थोडीशी वाढली तरी मागणी मोठ्या प्रमाणात कमी होते.

उदा. किमतीत बदल १०% मागणी नगसंख्येतील बदल २०%

$\therefore$ मागणी किंमत लवचीकता = $\frac{20}{10} = 2$ एका पेक्षा जास्त

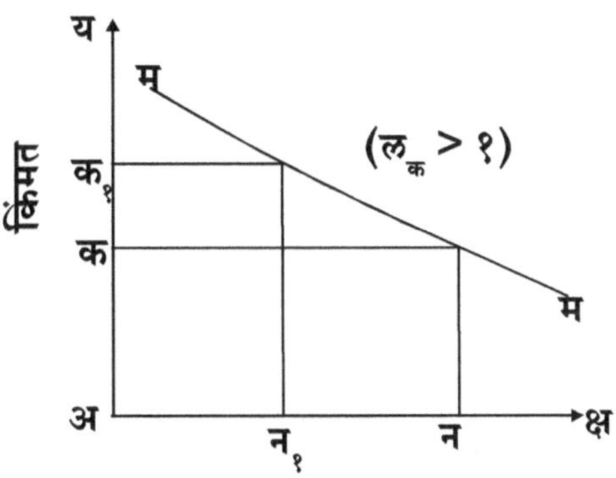

आकृती २.४

किमतीत ‘ **क क१**’ हा थोडा बदल झाला. त्यामुळे मागणीत ‘**नन१**’ एवढा मोठा बदल झालेला दिसून येतो, म्हणून किंमत लवचीकता एकापेक्षा जास्त आहे.

५) कमी लवचीक मागणी (Inelastic Demand) : – जेव्हा किमतीत बराच मोठा बदल झाला, तरी मागणीत फारच थोडा बदल होतो तेव्हा त्याला कमी लवचीक मागणी असे म्हणतात. यामध्ये मागणीतील बदल किमतीतील बदलापेक्षा लहान असतात.

उदा. किमतीत बदल २०% मागणी नगसंख्येतील बदल १०%

$\therefore$ मागणी किंमत लवचीकता = $\frac{10}{20} = 0.5$ लवचीकता एकापेक्षा कमी

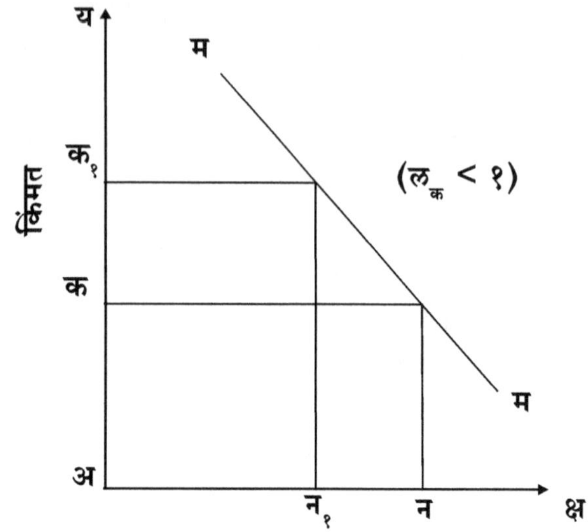

नगसंख्येची मागणी

आकृती २.५

आकृती २.५ मध्ये किमतीतील बदल **क** पासून **क १** पर्यंत झाला, परंतु त्यामुळे मागणीमध्ये मात्र **न न१** एवढी घट झाली.अशा परिस्थितीत मागणीची लवचीकता एकापेक्षा कमी आहे.

क) मागणीची किंमत लवचीकतेचे मापन / मोजमाप (मापन करण्याच्या पद्धती)

किंमत लवचीकतेचे मापन करण्याच्या प्रमुख पद्धती पुढीलप्रमाणे आहेत.

किंमत लवचीकता मोजण्याच्या मुख्यत: चार पद्धती आहेत.

१) एकूण खर्च किंवा एकूण प्राप्ती पद्धत (Total Outlay or Total Revenue)

२) बिंदू पद्धत (Point Method)

३) वक्रांश पद्धत (Arc Method)

४) गुणोत्तर पद्धत (Proportional Method)

१) एकूण खर्च किंवा एकूण प्राप्ती पद्धती :

या पद्धतीत किंमतीत बदल होण्यापूर्वी व बदल झाल्यानंतर वस्तूवरील खर्चात जे बदल होतात त्यावरून लवचीकता मोजता येते.

अ) एक लवचीकता : एखाद्या वस्तूच्या किंमतीत वाढ अथवा घट होऊनही वस्तूवरील खर्च पूर्वी इतकाच राहिला तर त्या मागणीची लवचीकता एक असते. उदा.

वस्तूची किंमत रु.	वस्तूची मागणी (नग)	वस्तूवरील एकूण खर्च रु.	मागणीची लवचीकता
१०	५	५० }	मा.ल. = १
५	१०	५०	

ब) एकापेक्षा कमी लवचीक : वस्तूच्या किंमतीत वाढ झाल्यामुळे वस्तूवरील खर्चात वाढ झाली अथवा वस्तूच्या किंमतीत घट झाल्यास वस्तूवरील खर्च सुद्धा कमी झाला तर वस्तूची मागणी कमी लवचीक किंवा मागणीची लवचीकता एकापेक्षा कमी आहे असे म्हणतात. उदा.

वस्तूची किंमत रु.	वस्तूची मागणी (नग)	वस्तूवरील एकूण खर्च रु.	मागणीची लवचीकता
१०	५	५० }	मा.ल. = एक पेक्षा कमी
५	७	३५	

क) एकापेक्षा जास्त लवचीक : वस्तूची किंमत वाढल्यावर त्या वस्तूवरील खर्च पूर्वीपेक्षा कमी झाला किंवा किंमत कमी झाल्यावर त्या वस्तूवरील खर्चाच पूर्वीपेक्षा वाढ झाली तर वस्तूची मागणी लवचीक आहे किंवा मागणीची लवचीकता एक पेक्षा जास्त आहे असे म्हणतात. उदा.

वस्तूची किंमत रु.	वस्तूची मागणी (नग)	वस्तूवरील एकूण खर्च रु.	मागणीची लवचीकता
१०	५	५० }	मा.ल. = एक पेक्षा जास्त
५	२०	१००	

२) बिंदू पद्धत (Point Method)

बिंदू लवचीकतेत मागणी वक्रावरील एखाद्या विशिष्ट बिंदूच्या ठिकाणी असणारी मागणीची लवचीकता मोजता येते.

सूत्र :

$$\text{मागणीची लवचीकता} = \frac{\text{मागणी वक्रावरील विशिष्ट बिंदूपासून खालचे अंतर}}{\text{मागणी वक्रावरील त्या बिंदूपासूनचे वरचे अंतर}}$$

अ) मागणी वक्र सरळ रेषेत असेल तर मागणीची लवचीकता मोजता येते.

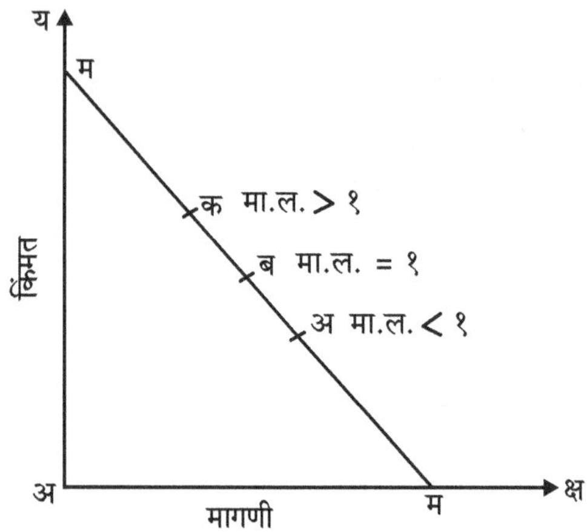

आकृती २.६

आकृतीत **'मम'** हा वक्र आहे. या वक्रावरील **'अ'** बिंदू येथे असलेली मागणीची लवचीकता पुढील प्रमाणे.

उदा. **'मम'** ८ से.मी. आहे. त्या वक्रावरील **'अम'** = ३ से.मी. **'बम'** = ४ से. मी. व **'कम'** ६ से.मी. अंतर आहे.

$$\text{'अ' बिंदूतील मागणी लवचीकता} = \frac{\text{अम}^{१}}{\text{अम}}$$

$$= \frac{३}{५} = ०.६$$

म्हणजेच **'अ'** बिंदूत माणीची लवचीकता ०.६० आहे.

म्हणजे ती १ पेक्षा कमी आहे. म्हणून **'अ'** बिंदूत मागणी कमी लवचीक आहे.

'ब' बिंदूतील मागणीची लवचीकता = $\frac{\text{बम}^{१}}{\text{बम}}$

$= \frac{४}{४} = १$

म्हणजे वस्तूची मागणी एकत्व लवचीक आहे.

'क' बिंदूतील मागणीची लवचीकता = $\frac{\text{कम}^{१}}{\text{कम}}$

$= \frac{६}{२} = ३$

'क' बिंदूत मागणीची लवचीकता ३ आहे. ती एकपेक्षा जास्त असल्याने 'क' बिंदूत मागणी लवचीक आहे.

मागणी वक्र सरळ रेषा असेलच असे नाही तो बहिर्गोल आकाराचासुद्धा असू शकतो.

ब) बहिर्गोल वक्रावरील मागणीची लवचीकता :

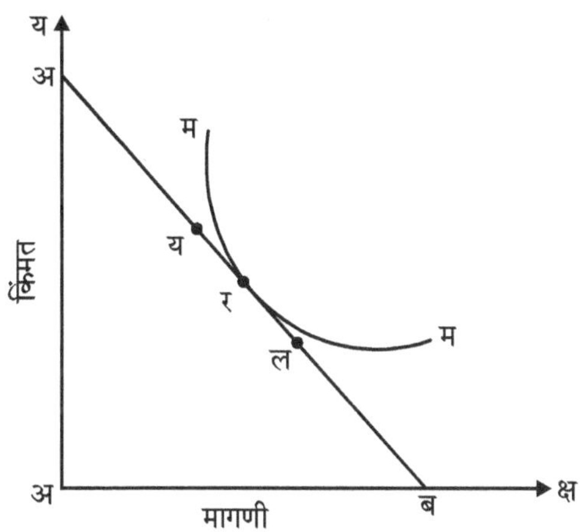

आकृती २.७

'मम' हा बर्हिगोल मागणी वक्र आहे. या वक्रावरील ज्या बिंदूतील मागणीची लवचीकता मोजायची असते त्या बिंदूला एक सरळ असणारी स्पर्श रेषा काढली जाते. व त्या वरून मागणीची लवचीकता मोजता येते. **'मम'** या मागणी वक्रावर **'र'** बिंदूत मागणीची लवचीकता मोजायची आहे. **'र'** बिंदूला स्पर्श करणारी **'अब'** ही

स्पर्श रेषा काढली आहे.

$$\text{र बिंदूतील मागणीची लवचीकता} = \frac{\text{‘र’ बिंदूपासूनचे ‘अब’ रेषेचे खालचे अंतर}}{\text{‘र’ बिंदूपासूनचे ‘अब’ रेषेच्या वरचे अंतर}}$$

$$= \frac{\text{र ब}}{\text{र अ}}$$

$$= \frac{२}{२} = १$$

म्हणजे **‘र’** बिंदूत मागणीची लवचीकता १ आहे.
त्यामुळे त्या बिंदूत मागणी एक लवचीक आहे.

३) वक्रांश किंवा कमान कंस पद्धत (Arc Method)

कमान किंवा वक्रांश हा मागणी वक्राचा तुकडा असतो. त्यामुळे दोन भिन्न किंमती / किमती व भिन्न मागणी परिमाणे अस्तित्त्वात असतात.

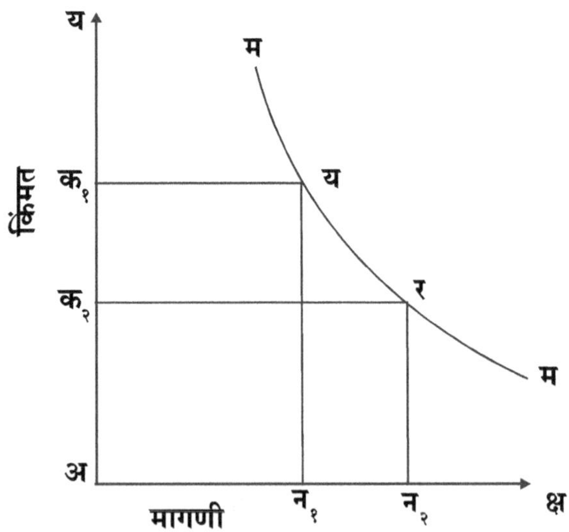

आकृती २.८

आकृतीत मम या मागणी वक्रावर **'यर'** हा वक्रांश किंवा कमान आहे. **य** आणि **र** हे दोन भिन्न बिंदू असल्याने त्यांच्या किंमती व मागणी परिमाणे वेगवेगळी आहेत. त्यामुळे **य** आणि **र** या दोन बिंदूची लवचीकता वेगवेगळी आहे. त्यासाठी किंमत व परिमाणे यांची सरासरी काढली जाते. आणि कमानीची लवचीकता मोजली जाते.

$$\text{ल}_{\text{क}} = \frac{\text{न}_{१} - \text{न}_{२}}{\text{न}_{१} + \text{न}_{२}} \times \frac{\text{क}_{१} + \text{क}_{२}}{\text{क}_{१} - \text{क}_{२}}$$

$\text{क}_{१}$ = मूळची किंमत $\text{न}_{१}$ = मूळची मागणी

$\text{क}_{२}$ = नवीन किंमत $\text{न}_{२}$ = नवीन मागणी.

४) गुणोत्तर पद्धत किंवा शेकडा पद्धती :

शेकडा पद्धतीचे सूत्र खालीलप्रमाणे

$$\text{ल}_{\text{क}} = \frac{\text{मागणीतील शेकडा बदल}}{\text{किंमतीतील शेकडा बदल}}$$

$$\therefore \frac{\text{मागणीत झालेला बदल}}{\text{मूळ मागणी}} \times \frac{\text{मूळ किंमत}}{\text{मागणीत झालेला बदल}}$$

सूत्राच्या साहाय्याने मागणीची किंमत लवचीकता काढता येते मात्र यातील दोष टाळण्यासाठी पुढील सूत्राचा वापर केला जातो.

$$\text{मागणीची किंमत सापेक्ष लवचीकता} = \frac{\text{मागणीतील बदल}}{\text{सरासरी मागणी}} \times \frac{\text{मूळ किंमत}}{\text{किमतीत झालेला बदल}}$$

ड) किंमत लवचीकता : संख्यात्मक प्रश्न / उदाहरणे / समस्या (Numerical Problems)

उदा.

१) एखाद्या वस्तूची किंमत ५० वरून ६० झाली आणि त्यामुळे त्या वस्तूची मागणी १०० नगावरून ८० नग झाली.
मागणीची किंमत लवचीकता काढा.

उत्तर : मागणीची किंमत लवचीकता = $\frac{\Delta Q}{\Delta P}$ टक्के

मागणीतील टक्केवारी बदल (% ΔQ) :

$$= \frac{८० - १००}{१००} \times १०० = \frac{-२०}{१००} \times १०० =$$

किंमतीतील टक्केवारी (टक्के $\triangle P$)

$$= \frac{६० - ५०}{५०} \times १०० = \frac{१०}{५०} \times १०० = २०\%$$

$$= \frac{-२०}{२०} = -१$$

उत्तर - मागणीची किंमत लवचीकता = -१

२) समजा एका पेनची किंमत १० रुपये असताना त्याची १०० नग मागणी होती आणि किंमत ८ रुपये झाली असता खरेदी शक्ती वाढून १५० नग झाली.

येथे

किंमत (P_1) = १०० रु.

नवीन किंमत (P_2) = ८ रु.

= १०० नग

नवीन किंमत (Q_2) = १५० नग

१) मागणीतील शेकडा बदल

$$= \frac{१५० - १००}{१००} \times १००$$

$$= \frac{५०}{१००} \times १००$$

= ५०%

२) किंमतीतील शेकडा बदल

$$= \frac{८ - १०}{१०} \times १००$$

$$= \frac{-२}{१०} \times १००$$

= -२०%

मागणीची किंमत लवचीकता

$$= \frac{५०\%}{-२०\%}$$

$= ०२.५$

किंमत लवचीकता नेहमी ऋण (नकारात्मक) असते. कारण किंमत आणि त्यांच्यात परस्पर संबंध असतो.

३) अलवचीक मागणी

समजा मीठाची किंमत २० रुपये असताना त्याची १० किलो मागणी होती जर किंमत २२ रुपये झाली तर मीठाची मागणी ९.५ किलो होती. (५% घट)

येथे

किंमत = २० रु.

नवीन किंमत (P_2) = २२ रुपये

Q_1 = १० किलो

नवीन मागणी (Q_2) = ९.५ किलो

आता

१) मागणीतील शेकडा बदल

$$= \frac{९.५ - १०}{१०} \times १००$$

$$= \frac{-०.५}{१०} \times १००$$

$= -५\%$

२) किंमतीतील शेकडा बदल

$$= \frac{२२ - २०}{२०} \times १००$$

$$= \frac{२}{२०} \times १००$$

$= १०\%$

३) मागणीची किंमत लवचीकता :

$$= \frac{-५\%}{१०\%}$$

= - ०.५

निरपेक्ष मूल्य = ०.५

येथे १ पेक्षा कमी आहे याचा अर्थ अलवचीक स्थिती आहे.

४) प्रश्न

एका वस्तूची किंमत १५% ने वाढली आणि आता त्याच्या मागणीत ५% घट झाली.

मागणीची किंमत / मूल्य लवचीकता सांगा.

$$PED = \frac{-५\%}{१५\%} = -०.३३$$

PED = −०.३३ (अलवचीक)

२.२.२ मागणीची उत्पन्न लवचीकता : अर्थ, संकल्पना, प्रकार आणि मापन – संख्यात्मक प्रश्न (Income Elasticity of Demand : Meaning, Concept, Types of Measurement - Numarical Problems)

अ) अर्थ, संकल्पना :

व्यक्तीच्या उत्पन्नात बदल झाला असता मागणीतसुद्धा बदल होतो. हा बदल कसा होतो, याचा अभ्यास उत्पन्न लवचीकतेत केला जातो. मागणीतील शेकडा बदलाचे उत्पन्नातील शेकडा बदलाशी असलेले प्रमाण म्हणजेच मागणीची उत्पन्न लवचीकता होय.

उत्पन्नातील बदलाचा परिणाम म्हणून मागणीत घडून येणाऱ्या बदलाच्या संबंधाला उत्पन्न लवचीकता असे म्हणतात.

उत्पन्नाव्यतिरिक्त मागणीवर परिणाम करणारे अन्य घटक स्थिर असतात.

त्यांची किंमत चारा, सरकी यापेक्षा जास्त ठरवता येते.

व्यापारचक्राच्या नियंत्रणासाठी मागणीच्या लवचीकतेचा विचार करावा लागतो. चलनवाढ, चलनघट काळात वेगवेगळी धोरणे राबवावी लागतात.

शेतमालाच्या उत्पादनात वाढ होऊनही शेतकरी गरीब का असतो ? या विपुलतेतील दारिद्र्याचे स्पष्टीकरण मागणीच्या लवचीकतेवरून करता येते. शेतकऱ्यांच्या

उत्पादित मालाची मागणी अलवचीक असते. पुरवठा वाढला म्हणजे किमती कमी होतात. त्यामुळे त्यांच्या एकूण प्राप्तीत घट होते.

अशा प्रकारे मागणीच्या लवचीकतेचे महत्त्व अनन्यसाधारण असे आहे.

मागणीची उत्पन्न लवचीकता (Income Elasticity of Demand)

मागणीच्या किंमत लवचीकतेत किंमत आणि मागणी यांच्या संबंधांचा अभ्यास केला जातो, तर मागणीच्या उत्पन्न लवचीकतेमध्ये उत्पन्न आणि मागणी यांचा संबंध विचारात घेतला जातो. उत्पन्नात बदल झाल्यास मागणीत निश्चित किती बदल होईल हे उत्पन्न लवचीकतेवरून समजते.

उत्पन्नातील बदलाचे मागणीतील बदलाशी असणारे प्रमाण म्हणजे मागणीची उत्पन्न लवचीकता होय. हा बदल शेकडा किंवा प्रमाण या परिमाणामध्ये व्यक्त करता येतो.

$$\text{सूत्र १ : मागणीची उत्पन्न लवचीकता} = \frac{\text{मागणीतील शेकडा बदल}}{\text{उत्पन्नातील शेकडा बदल}}$$

$$\text{सूत्र २ : मागणीची उत्पन्न लवचीकता} = \frac{\text{मागणीतील प्रमाणशीर बदल}}{\text{उत्पन्नातील प्रमाणशीर बदल}}$$

सूत्र दोन मध्ये उत्पन्न आणि मागणी यांच्यातील प्रमाणशीर बदल विचारात घेतला आहे. सूत्र -१ पेक्षा सूत्र - २ तार्किकदृष्ट्या श्रेयस्कर ठरते. उदा. उपभोक्त्याचे उत्पन्न दरमहा रुपये ४००० असताना तो दरमहा साखरेवर रुपये १६० खर्च करतो. त्याचे उत्पन्न रुपये ४८०० झाले असता तो साखरेवर द.म. रुपये २२० खर्च करतो, तर उपभोक्त्याच्या मागणीची उत्पन्न लवचीकता पुढीलप्रमाणे येते.

सूत्र : २ प्रमाणे

$$= \frac{\dfrac{२२०-१६०}{२२०+१६०}}{\dfrac{४८००-४०००}{४८००+४०००}}$$

$$= \frac{\dfrac{०६०}{३८०}}{\dfrac{८००}{८८०००}}$$

$$= \frac{६०}{३८०} \times \frac{८८००}{८००}$$

= १.७३ मागणीतील उत्पन्न लवचीकता येते.

ब) उत्पन्न लवचीकतेचे प्रकार (Types of Income Elasticity)

उत्पन्न लवचीकतेचे पाच प्रकार आहेत, ते पुढीलप्रमाणे

१) **ऋण किंवा उणे उत्पन्न लवचीकता :** उत्पन्न वाढले असता जेव्हा मागणीत घट होते, तेव्हा मागणीची उत्पन्न लवचीकता उणे (Negative) येते. उत्पन्न वाढल्यावर निकृष्ट वस्तूंचा उपभोग कमी घेतला जातो, त्यामुळे निकृष्ट वस्तूची मागणी कमी होते. निकृष्ट वस्तूच्या बाबतीत उत्पन्न लवचीकता उणे असते. उदा. उत्पन्न वाढल्यावर बाजरी ऐवजी चांगल्या दर्जाची ज्वारी किंवा गहू अधिक प्रमाणात वापरले जातात.

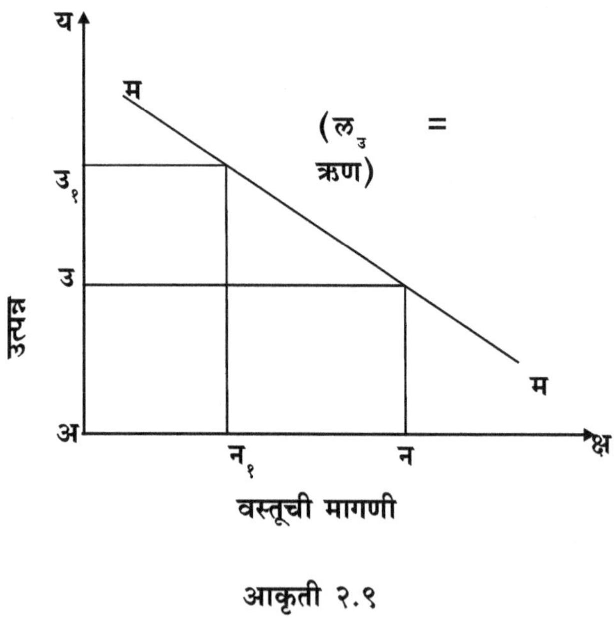

आकृती २.९

वरील आकृतीत '**मम**' हा मागणी वक्र आहे. उपभोक्त्याचे उत्पन्न '**अउ**' असताना मागणी '**अन**' असते. उत्पन्न **अउ१** पर्यंत वाढले असता मागणी **अन१** इतकी कमी होते, म्हणून उत्पन्न लवचीकता उणे आहे.

२) शून्य उत्पन्न लवचीकता : उत्पन्नात वाढ होऊनही जेव्हा मागणीत वाढ होत नाही, तेव्हा मागणीची उत्पन्न लवचीकता शून्य येते. उदा. उत्पन्न वाढले तरी मिठाची मागणी वाढत नाही. मागणी वक्र '**अक्ष**' अक्षाला समांतर असतो.

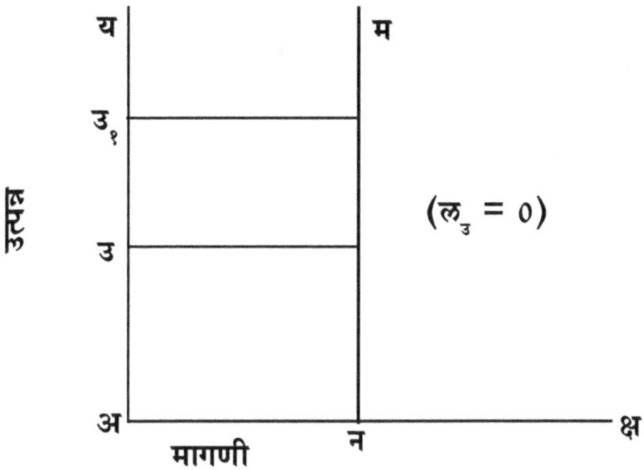

आकृती २.१०

सुरुवातीचे उत्पन्न '**अउ**' असताना मागणी '**अन**' आहे. उत्पन्न '**अउ१**' पर्यंत वाढले, तरी मागणी '**अन**' एवढीच आहे. उत्पन्न लवचीकता शून्य येते.

३) एकक उत्पन्न लवचीकता : जेव्हा उत्पन्नातील वाढीचे प्रमाण आणि मागणीतील वाढीचे प्रमाण सारखेच असते, तेव्हा मागणीची उत्पन्न लवचिकता एक एवढी येते.

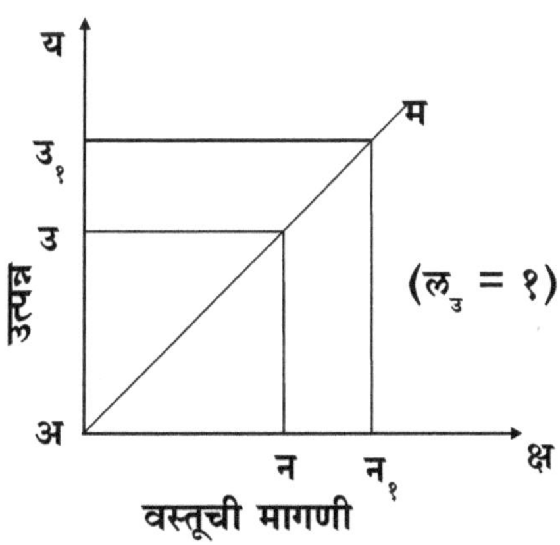

आकृती २.११

आकृती २.११ मध्ये दर्शविल्याप्रमाणे उत्पन्न ' **अउ** ' ऐवजी ' **अउ १**' एवढे वाढले त्या वेळेस मागणीसुद्धा **अन** ऐवजी **अन१** एवढी वाढली. उत्पन्नातील वाढ आणि मागणीतील वाढ समान असल्याने उत्पन्न लवचीकता एक आहे.

४) धन परंतु एकापेक्षा कमी उत्पन्न लवचीकता : मागणीची उत्पन्न लवचीकता शून्यापेक्षा जास्त आणि एकापेक्षा कमी असते, तेव्हा उत्पन्नातील बदलापेक्षा (२५%) मागणीत कमी प्रमाणावर बदल (१५%) होतात. तेव्हा मागणीची उत्पन्न लवचीकता एकापेक्षा कमी येते.

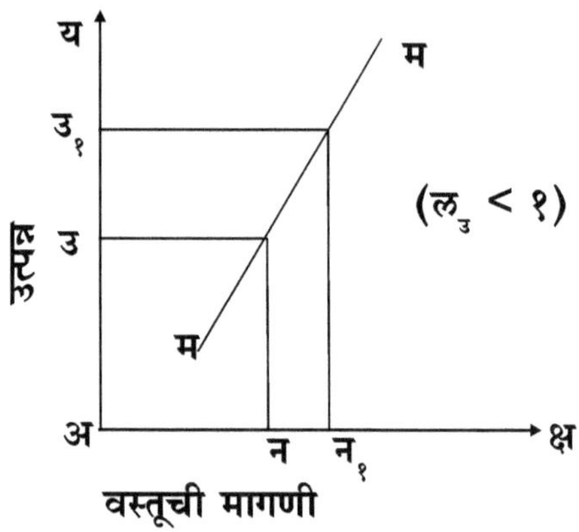

आकृती २.१२

आकृती २.१२ मध्ये उत्पन्नात उ पासून उ१ एवढा बदल झाला; परंतु मागणीत न न१ एवढाच बदल झाला. त्यामुळे उत्पन्न लवचीकता एकपेक्षा कमी येते.

५) एकापेक्षा जास्त उत्पन्न लवचीकता : उत्पन्नातील वाढीपेक्षा (१५% ने

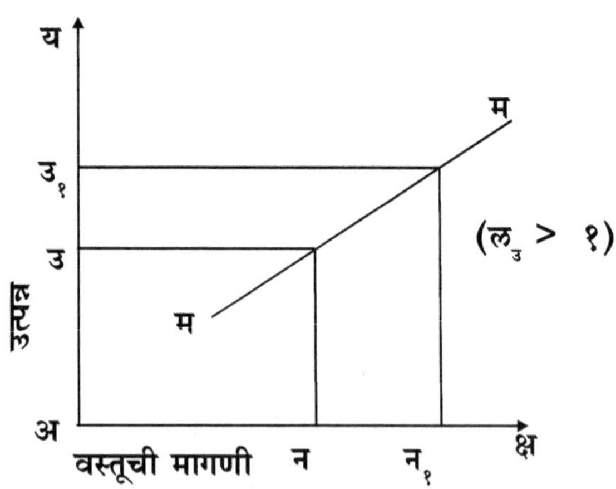

आकृती २.१३

वाढ) मागणीत अधिक वेगाने (२५% ने वाढ) होते, तेव्हा मागणीची उत्पन्न लवचिकता एकापेक्षा जास्त येते. उदा. चैनीच्या वस्तू, सुखसोयीच्या वस्तूंची मागणीची उत्पन्न लवचीकता एकापेक्षा जास्त असते.

आकृती २.१३ मध्ये उत्पन्नातील वाढ **उ** पासून **उ१** एवढीच झाली, मात्र मागणीतील वाढ **न** पासून **न१** पर्यंत वाढली, त्यामुळे उत्पन्न लवचीकता एकापेक्षा जास्त आहे.

महत्त्व (Importance) :

मागणीच्या उत्पन्न लवचीकतेचे महत्त्व किंवा उपयोग पुढीलप्रमाणे सांगता येतो.

१) तेजी मंदीच्या काळात उपभोक्त्याच्या उत्पन्नात बदल होतात, त्यामुळे मागणीत बदल होतात. हे उत्पन्न लवचीकतेवरून समजते.

२) आर्थिक नियोजनात विविध उद्योगांसाठी उत्पादनाची उद्दिष्टे ठरविली जातात, ती निश्चित करण्यासाठी उत्पन्न लवचीकतेचा उपयोग होतो.

३) उत्पन्नात किती प्रमाणात आणि किती कालावधीने बदल होतात यावर उपभोक्त्याची उपभोगप्रवृत्ती अवलंबून असते, म्हणजेच उपभोग प्रवृत्ती समजण्यास मदत होते.

४) लोकांच्या उत्पन्नात वाढ झाल्यास आपल्या वस्तूच्या मागणीत किती वाढ होईल हे उत्पादकांना उत्पन्न लवचीकतेतून समजू शकते.

क) मागणीची उत्पन्न लवचीकता मोजमाप/मापन (Measurement)

लवचीकता प्रकार

लवचीकता - मा. उ. ल. > लवचीक मागणी

(Luxury goods) उदा. कार प्रवास

मा.उ.ल = १ एकक लवचीक उदा. विशिष्ट सेवांसाठी

मा.उ.ल. = < १ अल्प लवचीक मागणी उदा. अन्नधान्य

मा.उ.ल. = 0 उत्पन्नाचा काहीही परिणाम होत नाही.

उदा. जीवनावश्यक औषधे

मा. उ. ल. = < 0 निगेटिव्ह लवचीकता उदा. स्वस्त वस्तू, कमी दर्जाचे अन्नपदार्थ

समजा उत्पन्न २०% ने वाढले.

आणि त्यामुळे वस्तूची मागणी १०% ने वाढली.

$$\text{मा.उ.ल.} = \frac{१०\%}{२०\%} = ०.५$$

म्हणजे ही वस्तू गरजेची आहे (necessity) कारण लवचीकता १ पेक्षा कमी आहे.

ड) मागणीची उत्पन्न लवचीकता - संख्यात्मक उदाहरणे

१ प्रश्न (Numerical Problems)

१) संकल्पना - वीजेच्या मागणीची उत्पन्न लवचीकता

सूत्र

मा.उ.ल. (YED) =

उदा. एका कुटुंबाचे उत्पन्न २५००० रुपये वरून ३०,००० रुपये झाले त्यामुळे विजेच्या वापरात दरमहा १५० युनिट वरून १८५० युनिटपर्यंत वाढ झाली. वीजेच्या मागणीची उत्पन्न लवचीकता काढा.

उत्तर : सुरुवातीची मागणी = १५० युनिट

नंतरची मागणी = १८० युनिट

सुरुवातीचे उत्पन्न = २५००० रुपये

नंतरचे उत्पन्न = ३०,००० रुपये

आता

$$= \frac{१८० - १५०}{१५०} \times १०० = \frac{५०}{१५०} \times १०० = २०\%$$

$$= \frac{३०,००० - २५०००}{२५०००} \times १०० = \frac{५०००}{२५०००} \times १००$$

$$= २०\%$$

$$\text{मा.उ.ल.} = \frac{२०\%}{२०\%} = १$$

२) एका व्यक्तीचे उत्पन्न १०% वाढल्यावर त्याचा वीज वापर ५% ने वाढतो. उत्पन्न लवचीकता काढा.

$$\text{मा.उ.ल.} = \frac{५\%}{१०\%} = ०.५$$

उत्पन्न लवचीकता = ०.५ (अलवचीक)

३) एका घराचे उत्पन्न २०% ने घटले आणि वीज वापर ३०% ने घटला. तर त्याची उत्पन्न लवचीकता काढा.

$$\text{मा.उ.ल.} = \frac{-३०\%}{-२०\%} = १.५$$

उत्पन्न लवचीकता = १.५ (लवचीक)

२.२.३ मागणीची छेदक / अन्योन्य लवचीकता : अर्थ, संकल्पना, प्रकार आणि मोजमाप – संख्यात्मक प्रश्न (उदाहरणे) (Cross Elasticity of Demand : Meaning, Concept, Types & Measurement - Numarical Problems)

अ) अर्थ, संकल्पना :

छेदक लवचीकता म्हणजे एका वस्तूच्या किंमतीतील बदलाचा अन्य (पर्यायी आणि पूरक) वस्तूंच्या मागणीत घडून येणारा बदल होय.

मागणीची छेदक / अन्योन्य लवचीकता : संकल्पना

(Cross Elasticity of Demand : Concept)

बाजारात वस्तू परस्पर पूरक किंवा पर्यायी असतात, त्यामुळे एका वस्तूच्या किमतीत बदल झाल्यास त्याचा दुसऱ्या वस्तूच्या मागणीवर काय परिणाम होतो हे छेदक लवचीकता स्पष्ट करते. दोन वस्तूंच्या मागणीतील परस्परसंबंध छेदक लवचीकतेवरून समजतो. एखाद्या वस्तूची मागणी वाढल्यास तिच्या पर्यायी वस्तूची मागणी घटते, मात्र पूरक वस्तूची मागणी वाढते, त्यामुळे त्याच्या किमती बदलतात. एका वस्तूच्या मागणीचा दुसऱ्या वस्तूच्या मागणीवर होणारा परिणाम छेदक लवचीकता स्पष्ट करते.

छेदक लवचीकतेची व्याख्या : एका वस्तूच्या किमतीत प्रमाणशीर बदल झाल्यामुळे दुसऱ्या वस्तूच्या मागणीत होणाऱ्या प्रमाणशीर बदलांचे गुणोत्तर म्हणजे छेदक लवचीकता होय.

मागणीची छेदक लवचीकता काढण्यासाठी पुढील सूत्राचा वापर केला जातो.

$$\text{मागणीची छेदक लवचीकता} = \frac{\text{‘ क्ष ’ वस्तूच्या मागणीतील शेकडा बदल}}{\text{‘ य ’ वस्तूच्या किमतीतील शेकडा बदल}}$$

मागणीची छेदक लवचीकता **क्ष** आणि **य** वस्तूंच्या छेदक मागणीच्या स्वरूपावर अवलंबून असते. त्या वस्तू पर्यायी किंवा पूरक असतात. मागणीची छेदक लवचीकता

धन, ऋण व शून्य असते.

किंवा

$$\text{मागणीची छेदक लवचीकता} = \frac{\text{‘क्ष’ वस्तूच्या मागणीतील प्रमाणशीर बदल}}{\text{‘य’ वस्तूच्या मागणीतील प्रमाणशीर बदल}}$$

$$E \times y = \frac{\Delta Qx}{\Delta Py} \times \frac{Py}{Qx}$$

अथवा

$$\text{ल}_{\text{क्षय}} = \frac{\Delta \text{ख}_{\text{क्ष}}}{\Delta \text{क}_{\text{य}}} \times \frac{\text{क}_{\text{य}}}{\text{ख}_{\text{क्ष}}}$$

येथे

ΔQx = Δ **खक्ष** = **‘क्ष’** वस्तूच्या मागणीतील बदल

Δ Py = Δ **कय** = **‘य’** वस्तूच्या किमतीतील बदल

Py = **कय** = **‘य’** वस्तूची मूळची किंमत

Qx = **खक्ष** = **‘क्ष’** वस्तूची मूळची मागणी

उदा. कॉफीच्या १०० ग्रॅमच्या पुडीची किंमत २० रुपयांवरून २४ रुपयांपर्यंत वाढल्याने एका विक्रेत्याचा चहाचा खप १४० किलोवरून २०० किलोपर्यंत (एक आठवड्यात) वाढला, तर कॉफीऐवजी चहाची छेदक किंवा अन्योन्य लवचीकता पुढील प्रमाणे

$$\text{ल}_{\text{क्षय}} = \frac{\Delta \text{ख}_{\text{क्ष}}}{\Delta \text{क}_{\text{य}}} \times \frac{\text{क}_{\text{य}}}{\text{ख}_{\text{क्ष}}}$$

$$= \frac{६०}{४} \times \frac{२०}{१४०}$$

= २.१४ ही छेदक लवचीकता येते.

ब) छेदक लवचीकतेचे प्रकार

मागणीची छेदक लवचिकता दोन वस्तूंमधील संबंध शोधण्यासाठी महत्त्वाची ठरते. छेदक लवचीकतेचे पुढील प्रकार आहेत.

१) अनंत लवचीकता : जेव्हा अनंत लवचीकता असते, तेव्हा त्या दोन वस्तू परस्परांचे पूर्ण पर्याय असतात. **‘य’** वस्तूच्या मागणीत एका पैशाने वाढ झाली तरी

सर्व ग्राहक क्ष वस्तूची मागणी करतील आणि **'य'** वस्तूचा खप शून्यावर येईल, मात्र **'य'** वस्तूची किंमत एका पैशाने घटली, तर **'क्ष'** वस्तूची मागणी शून्यावर येते. असे असेल तर छेदक लवचीकता अनंत येईल. पूर्ण पर्यायासाठी दोन वस्तू रंग, रूप, आकार, वजन इत्यादी बाबतीत सारख्याच असाव्या लागतात. असे असते, तेव्हा दोन वस्तू वेगवेगळ्या राहातच नाहीत.

२) शून्य लवचीकता : वस्तूची किंमत कितीही कमी अथवा जास्त झाली तरी दुसऱ्या वस्तूच्या मागणीवर काहीच परिणाम होत नाही, तेव्हा त्या दोन वस्तूंमध्ये पर्यायिता मुळीच नाही असा अर्थ होतो.

३) धन लवचीकता : कोणत्याही दोन वस्तूंमध्ये धन छेदक लवचिकता असेल तर ती जितकी जास्त, तितक्या त्या दोन वस्तू परस्परांच्या अधिक जवळच्या पर्यायी ठरतात. याउलट ती जितकी शून्याच्या जवळ जाणारी (पण धन) असेल तितकी त्या दोहोंतील पर्यायिता कमी असेल. उदा. थम्सअप व कोकाकोला. थम्सअप ची किंमत वाढल्यास व कोकाकोलाची किंमत कायम राहिल्यास थम्सअप ची मागणी वाढते.

४) ऋण लवचीकता : ऋण लवचीकता ही दोन वस्तूंमधील पूरकता दाखविते. ' **य** ' ची किंमत वाढल्याने ' **क्ष** ' ची मागणी कमी होते.उदा. मोटारची किंमत वाढल्याने पेट्रोलची मागणी कमी होते, कारण मोटारीची किंमत वाढल्याने मोटारीची मागणी कमी होते. त्याशिवाय पेट्रोलची मागणी सुद्धा कमी होते.

खालील **२.१४ (अ.ब.क.)** आकृतीत छेदक किंवा अन्योन्य लवचीकतेचे प्रकार दाखविले आहेत. आकृती **२.२४ (अ.ब.क.)**.

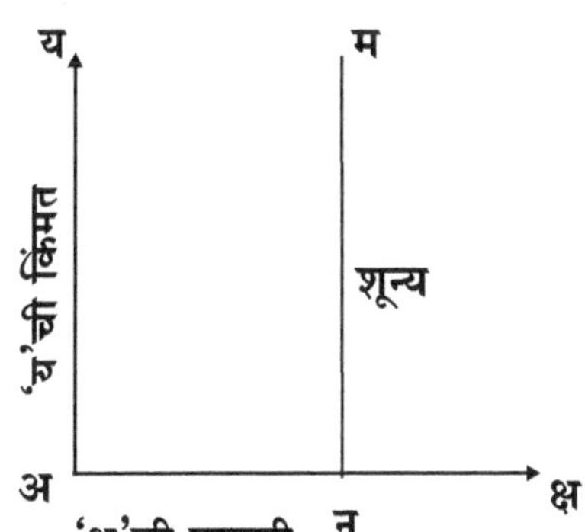

आकृती अ

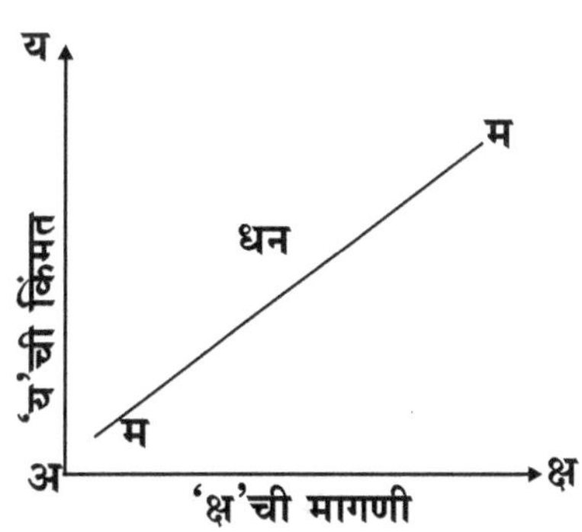

आकृती ब

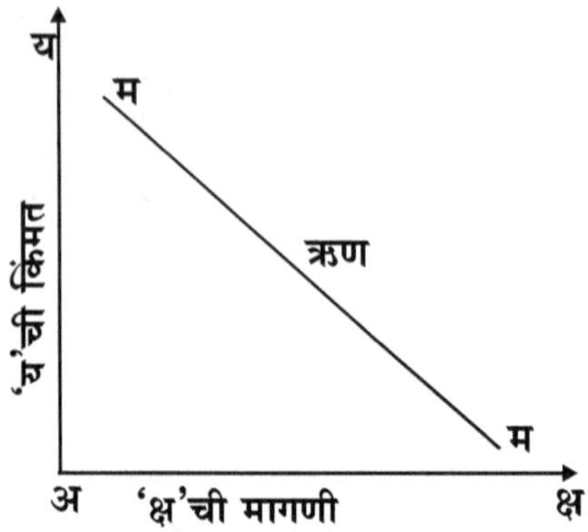

आकृती क

अ.ब.क. या आकृतीत छेदक लवचीकतेचे तीन प्रकार दर्शविले आहेत.

आकृती २.१४

छेदक लवचीकतेचे महत्त्व

१) उत्पादकाला किंमतधोरण ठरविण्यासाठी या संकल्पनेचा उपयोग होतो.

२) सरकारला कर धोरण ठरविण्यासाठी छेदक लवचीकतेचा उपयोग होतो.

३) वस्तू परस्परांना पूरक आहेत की पर्यायी आहेत तसेच असल्यास किती प्रमाणात हे समजू शकते. थोडक्यात, संबंध समजण्यास उपयोगी ठरते.

४) बाजार स्पर्धात्मक आहे की, मक्तेदारीचा आहे हे छेदक लवचीकतेवरून समजते. म्हणजेच बाजाराचे प्रकार समजतात.

क) मागणीची छेदक लवचीकता मोजमाप / मापन (Measurement)

मागणीची छेदक लवचीकता म्हणजे LLL एका वस्तूच्या किंमतीत बदल झाल्यास दुसऱ्या (अन्य) वस्तूच्या मागणीमध्ये किती बदल होतो याचे प्रमाण.

सूत्र :

$$\text{मागणीची छेदक लवचीकता} = \frac{\text{'क्ष' वस्तूच्या मागणीतील प्रमाणशीर बदल}}{\text{'य' वस्तूच्या मागणीतील प्रमाणशीर बदल}}$$

$$ल_{क्षय} = \frac{\Delta ख_{क्ष}}{\Delta\ क_{य}} \times \frac{क_{य}}{ख_{क्ष}}$$

उदा. चहा आणि कॉफी ही एकमेकांची पर्यायी वस्तू असतील.

– आणि चहाच्या किंमतीत १०% ने वाढ झाली.

- त्यामुळे कॉफीच्या मागणीत १५% ने वाढ झाली.
- तर

$$\text{माछेल} = \frac{१५}{१०} = १.५$$

अर्थ -
- मा. छे. ल. >0 : वस्तू एकमेकांच्या पर्यायी आहेत.
- मा. छ. ल. <0 : वस्तू एकमेकांच्या पूरक आहेत.
- मा. छे. ल. = 0 : वस्तू एकमेकांपासून न संबंधित आहेत. (Unrelated)

वापर
- व्यवसायांना किंमत धोरण ठरवताना
- बाजारातील स्पर्धक वस्तूंचा अभ्यास करताना
- ग्राहकांचा व्यवहार समजून घेताना

ड) मागणीची छेदके लवचीकता

संख्यात्मक प्रश्न / उदाहरणे :

१) उदा. एका ग्राहकाकडून ब्रेडची मागणी १०० नगावरून १२० नगांची झाली. जेव्हा बटरच्या किंमतीत ५० रुपयावरून ४० रुपये अशी घट झाली. तर मागणीची छेदक लवचीकता काढा.

- सुरुवातीची मागणी (Q_x) = १००
- नंतरची मागणी = १२०

मागणीतील बदल $(\triangle Q_x)$ = १२० - १००
= २०

- सुरुवातीची किंमत (P_y) = ५० रु.
- नंतरची किंमत $(\triangle P_y)$ = ४०-५० = -१०

सूत्र वापरून

$$Exy = \frac{२०}{१००} \div \frac{-१०}{५०} = 0.२ \div 0.२ = -१$$

२) चहाच्या किंमतीत १० टक्क्याने वाढ झाली, ज्यामुळे कॉफीची मागणी ५ टक्क्याने वाढली. मागणीची छेदक लवचीकता काढा.

$$\text{Exy} = \frac{५\%}{१०\%} = 0.५$$

मागणीची छेदक लवचीकता = 0.५

उत्तर अनुकूल आहे. म्हणजे चहा आणि कॉफी या स्पर्धात्मक वस्तू (Substitute goods) आहेत.

३) एका वस्तूची 'A' ची मागणी २०० नगावरून १६० नग झाली; जेव्हा दुसऱ्या वस्तू 'B' ची किंमत १० रुपयावरून १२ रुपये झाली.

– मागणीची छेदक लवचीकता शोधा.

Q_x = २०० $\triangle Q_x$ = –४०

$-P_y$ = १०, $\triangle P_u$ =

$$\text{Exy} = \frac{-४०}{२००} \div \frac{२}{१०} = -२ \div 0.२ = -१$$

मागणीची छेदक लवचीकता = –१

२.३ पुरवठ्याची लवचीकता : संकल्पना, प्रकार आणि संख्यात्मक प्रश्न (Elasticity of Supply : Concept, Types & Numarical Problems)

अ) संकल्पना :

पुरवठ्याच्या नियमाने सांगितल्यानुसार किंमत वाढली म्हणजे पुरवठा वाढतो. परंतु पुरवठ्यातील बदल आणि किमतीतील बदल यांच्यातील संबंधाचे स्वरूप विधानाने स्पष्ट होत नाही. यासंबंधीची कल्पना येण्यासाठी पुरवठ्याची लवचीकता ही संकल्पना विचारात घ्यावी लागते.

व्याख्या : – किमतीत होणाऱ्या बदलामुळे पुरवठ्याच्या प्रमाणात जे कमी जास्त बदल होतात, त्या बदलांच्या प्रमाणाला पुरवठ्याची लवचीकता म्हणतात.

सूत्र :

$$\textbf{(शेकडा सूत्र) पुरवठ्याची लवचीकता} = \frac{\textbf{पुरवठ्यातील शेकडा बदल}}{\textbf{किमतीतील शेकडा बदल}}$$

वस्तूची किंमत बदलली असता वस्तूच्या पुरवठ्यात ज्या दराने बदल होतो त्यास पुरवठ्याची लवचीकता म्हणतात.

पुरवठ्याची लवचीकता मोजण्यासाठी पुरवठ्यातील बदल, किमतीतील बदल, मूळ किंमत, मूळ पुरवठा या बाबत माहिती मिळवावी लागते. ही माहिती पुढील सूत्रामध्ये मांडावी लागते.

लवचीकता = पुरवठ्यातील बदल ÷ किमतीतील बदल × मूळ किंमत ÷ मूळ पुरवठा

उदा. एखाद्या वस्तूची किंमत ३ रु. नग असताना पुरवठा १००० नग एवढा होता. किंमत ५ रु. प्रति नग झाल्यास पुरवठा ३००० नग एवढा वाढल्यास पुरवठ्याची लवचीकता – (२००० ÷ २) × (३ ÷ १०००) = ३ एवढी होईल.

याउलट वस्तूची किंमत ३ रु. नगापासून २ रु.नग एवढी कमी झाल्यास पुरवठा ५०० नग इतका कमी झाला तर पुरवठ्याची लवचीकता

(५०० ÷ १) = (३ ÷ १०००) = १.५ एवढी असेल.

ब) पुरवठ्याच्या लवचीकतेचे प्रकार (Types of Supply Elasticity) ...

किमतीत होणाऱ्या बदलानुसार पुरवठ्यात होणाऱ्या प्रमाणांवरून पुरवठ्याच्या लवचीकतेचे पुढील प्रकार सांगता येतात.

१. पूर्ण लवचीक पुरवठा (Perfectly Elastic Supply) : किंमत थोड्या प्रमाणात वाढली तर पुरवठा अनंत प्रमाणात विस्तारतो आणि किंमत थोडी जरी कमी झाली तरी पुरवठा शून्यावर येतो. म्हणजेच पुरवठ्यात सूक्ष्म बदल झाला असता पुरवठा नगसंख्येत मोठ्या प्रमाणात बदल घडून येतो. असा लवचीकता दाखविणारा पुरवठावक्र ‘ **अक्ष** ’ अक्षाला समांतर असतो.

मागणीच्या लवचीकतेचा ४ था आणि ५ वा प्रकार

२. पर्यायता अथवा प्रतिस्थापना लवचीकता : सर्वसाधारणपणे व्यक्ती किंमतीचा विचार करता, महाग वस्तूऐवजी स्वस्त वस्तू खरेदी करते व आपले समाधान कयम ठेवते. पर्यायता लवचीकता म्हणजे दोन वस्तूंच्या गुणोत्तरामधील शेकडा बदलाचे त्याच वस्तूंच्या किंमत गुणोत्तरातील शेकडा बदलाशी असणारे प्रमाण होय.

सूत्र रूपाने

$$\text{पर्यायता लवचीकता} = \frac{\text{दोन वस्तूंच्या गुणोत्तरातील शेकडा बदल}}{\text{त्याच वस्तूच्या किंमत गुणोत्तरातील शेकडा बदल}}$$

एका वस्तूच्या ऐवजी दुसरी वस्तू पर्यायी म्हणून वापरता येत नसेल तर पर्यायता लवचीकता शून्य असते. एखादी वस्तू दुसऱ्या वस्तूला पूर्णपणे पर्यायी असेल तर पर्यायता लवचीकता अनंत असते. दोन वस्तू परस्परांना पूर्ण पर्यायी नसून काही प्रमाणात पर्यायी असतील तर पर्यायता लवचीकता शून्य अथवा अनंत यांच्या दरम्यान असते.

३) कमान लवचीकता (Arc Elasticity)

मागणीच्या लवचीकतेचे मापन करण्यासाठी बॉमोल यांनी कमान पद्धतीचा वापर केला.
सूत्र रूपाने

$$\text{मागणीची लवचीकता} = \frac{\text{मूळ मागणी} - \text{नवी मागणी}}{\text{मूळ मागणी} + \text{नवी मागणी}} + \frac{\text{मूळ किंमत} - \text{नवी किंमत}}{\text{मूळ किंमत} + \text{नवी किंमत}}$$

उदा. वस्तूची मूळ किंमत १० रुपये प्रति नग असताना १२० नगांची मागणी असते. किंमतीत घट होऊन ती ८ रुपये झाल्यावर मागणी १४० नगांची झाली. हे आपल्याला सूत्र रूपाने मांडता येते.

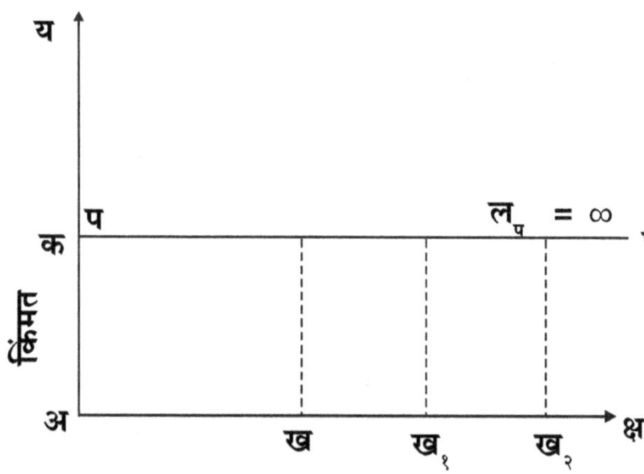

पुरवठा (नगसंख्या)

आकृती २.१५

आकृती २.१५ मध्ये **अ क** या दिलेल्या किमतीला वस्तूचा **अख, अख$_{१}$, अख$_{२}$** या प्रमाणे कितीही पुरवठा होऊ शकतो. पुरवठा दर्शविणारी ' **पप$_{१}$** ' ही रेषा अक्ष अक्षाला समांतर आहे. वस्तूच्या बाजारात पूर्ण स्पर्धा असेल तर किंवा उत्पादनखर्च

स्थिर असेल तर याप्रमाणे पुरवठा होऊ शकतो. येथे $ल_प$ = ∞(अनंत) आहे. म्हणजेच पूर्ण लवचीक पुरवठा आहे किंवा लवचीकता अनंत आहे.

४. पूर्ण अलवचीक पुरवठा (Perfectly Inelastic Supply) : किमतीत कितीही बदल झाला तरी पुरवठ्यात थोडाही बदल होत नसेल तर पुरवठा पूर्ण अलवचीक राहतो किंवा ताठर राहतो. पुरवठ्याची लवचीकता शून्य असते.

अल्पकाळात घटकांचा पुरवठा स्थिर असल्यास त्यांच्या बाबतीत किंमत कमी जास्त झाली तरी पुरवठ्यात बदल होत नाही.

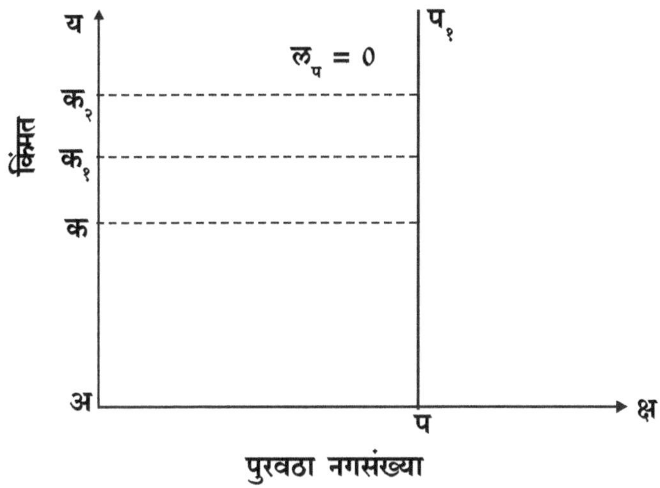

आकृती २.१६

आकृतीत (२.१६ मध्ये) किंमतीत **अक, $अक_१$, $अक_२$** याप्रमाणे कमी जास्त स्वरूपाचे बदल झाले तरी पुरवठा ‘ **अप** ’ एवढा स्थिर आहे. म्हणजेच पुरवठ्यात बदल होत नाही. म्हणून $ल_प$ = 0 आहे.

५. एक लवचीक पुरवठा (Unitary Elastic Supply) : किमतीत जेवढा बदल होतो, तेवढाच बदल पुरवठ्यात होतो. त्या वेळेस पुरवठ्याची लवचीकता एक किंवा समप्रमाण राहते. पुरवठ्याची लवचीकता एकापेक्षा कमी किंवा जास्त लवचीक आहे हे दर्शविण्यासाठी हा प्रकार उपयोगी ठरतो.

६. अधिक लवचीक पुरवठा (Relatively Elastic Supply) : किमतीत वाढ अथवा घट या स्वरूपात थोडा बदल झाला, पण पुरवठ्यात मात्र त्यामुळे फार

मोठा बदल झाला तर पुरवठा अधिक लवचीक राहतो, किंवा पुरवठ्याची लवचीकता एकापेक्षा जास्त राहते.

७. **कमी लवचीक पुरवठा (Relatively Inelastic Supply)** : किमतीत वाढ अथवा घट या स्वरूपाचे मोठे बदल होऊनही पुरवठ्यात फारसा बदल झाला नाही, तर पुरवठा कमी लवचीक असतो किंवा पुरवठ्याची लवचीकता एकापेक्षा कमी असते.

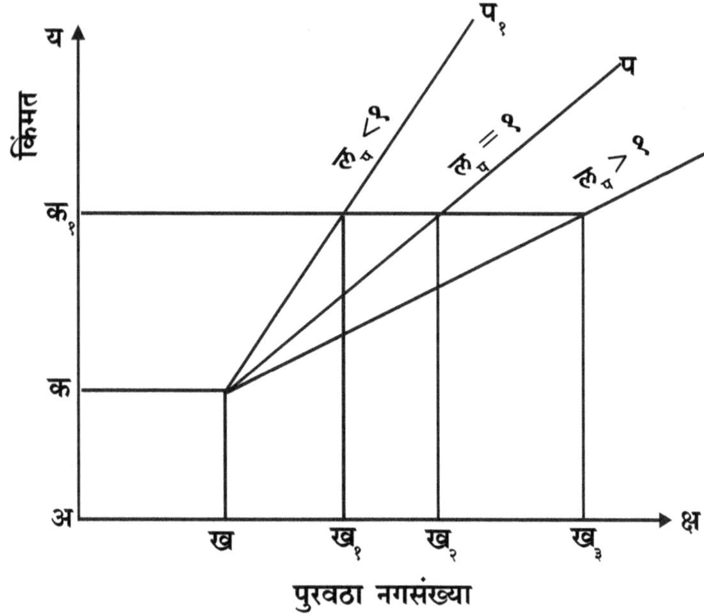

आकृती २.१७

वरील तीनही प्रकार एकाच वक्रात दाखविता येतात.

आकृती २.१७ मध्ये सुरवातीला वस्तूंचा पुरवठा **अक** किमतीला **अख** एवढा आहे. किंमत वाढली. **अ क१** वस्तूचा पुरवठा **अ ख**$_१$ इतका तर दुसऱ्या वस्तूचा पुरवठा **अ ख**$_३$ इतका वाढला आहे. म्हणजेच पहिल्या वस्तूचा पुरवठा कमी लवचीक **(प$_१$ वक्र)** तर दुसऱ्या वस्तूचा पुरवठा **(प$_२$ वक्र)** अधिक लवचीक आहे. **'प'** वक्राच्या ठिकाणी किंमत आणि पुरवठा समान आहेत. त्यामुळे पुरवठा आणि किंमत समान आहे .

अधिक लवचीक आणि कमी लवचीक हे दोन प्रकार प्रत्यक्ष व्यवहारात मोठ्या प्रमाणात दिसतात. किंमत ठरविण्यासाठी या संकल्पना उपयुक्त ठरतात.

(**ल**$_{\text{प}}$ = पुरवठ्याची लवचीकता, $>$ पेक्षा अधिक किंवा मोठी, $<$ पेक्षा लहान असा अर्थ होतो)

क) पुरवठ्याची लवचीकता – संख्यात्मक प्रश्न / समस्या (Numerical Problems)

उदाहरण –

१) एखाद्या वस्तूची किंमत १० रुपये वरून १२ रुपये झाली. त्यामुळे पुरवठा १०० एककावरून १४० एकक झाला तर पुरवठ्याची लवचीकता काढा.

सूत्र

$$\text{पुरवठ्याची लवचीकता} = \frac{\text{पुरवठ्यातील शेकडा बदल}}{\text{किंमतीतील शेकडा बदल}}$$

$$= \frac{४०\%}{२०\%} = २$$

उत्तर : पुरवठ्याची लवचीकता = २ (अत्यंत लवचीक पुरवठा)

२) किंमत ५० रुपये वरून ५५ रुपये झाली, परंतु पुरवठा २०० नगावरून २१० नगापर्यंत झाला. लवचीकता काढा.

$$\text{लवचीकता } \frac{५\%}{१०\%} = 0.५$$

पुरवठ्याची लवचीकता = 0.५

प्रश्न

प्र. १ खालील प्रश्नांची प्रत्येकी एक किंवा दोन वाक्यात उत्तरे लिहा.

१) मागणीची लवचीकता म्हणजे काय?

२) मागणीच्या किंमत लवचीकतेचा अर्थ सांगा.

३) मागणीची उत्पन्न लवचीकता म्हणजे काय?

४) मागणीची छेदक लवचीकता म्हणजे काय?

५) मागणीची पुरवठ्याची लवचीकता म्हणजे काय?

प्र. २ खालील प्रश्नांची प्रत्येकी १०० शब्दात उत्तरे लिहा.

१) मागणीच्या लवचीकतेचे प्रकार थोडक्यात करा.

२) मागणीच्या किंमत लवचीकतेचे प्रकार थोडक्यात सांगा.

३) मागणीच्या लवचीकतेचे मापन विशद करा.

४) मागणीची छेदक लवचीकतेचे प्रकार सांगा.

५) पुरवठ्याच्या लवचीकतेचे प्रकार स्पष्ट करा.

प्र. ३ खालील प्रश्नांची प्रत्येकी २०० शब्दात उत्तरे लिहा.

१) मागणीच्या किंमत लवचीकतेचे प्रकार आणि मोजमाप पद्धती विशद करा व संख्यात्मक प्रश्न/उदाहरणे सांगा.

२) मागणीची उत्पन्न लवचीकतेचे मापन आणि संख्यात्मक प्रश्न / उदाहरणे स्पष्ट करा.

३) मागणीची छेदक लवचीकतेचे मोजमाप आणि संख्यात्मक प्रश्न/उदाहरणे विशद करा.

४) पुरवठ्याच्या लवचीकतेचे प्रकार सांगून संख्यात्मक प्रश्न / उदाहरणे स्पष्ट करा.

प्र. ४ टीपा लिहा.

१) मागणीची लवचीकता

२) मागणीची किंमत लवचीकता

३) मागणीची उत्पन्न लवचीकता

४) मागणीची छेदक लवचीकता

५) पुरवठ्याची लवचीकता

प्रकरण ३

खर्च आणि उत्पन्नाच्या संकल्पना
(Cost & Revenue Concepts)

३.१ प्रास्ताविक (Introduction)

वस्तूचे उत्पादन करण्यासाठी उत्पादन घटकांची आवश्यकता असते. त्यासाठी उत्पादन घटकांच्या मालकाला मोबदला द्यावा लागतो. या मोबदल्याची बेरीज केल्यास वस्तू उत्पादनाचा येणारा खर्च समजू शकतो. हा येणारा खर्च प्रत्यक्ष खर्च असतो. तर याव्यतिरिक्त इंधन खर्च, वाहतूक खर्च, सरकारला द्यावे लागणारे कर यासाठी खर्च

करावा लागतो जो अप्रत्यक्ष खर्च म्हणून ओळखला जातो. त्यामुळे उत्पादन खर्च म्हणजे वस्तू उत्पादनासाठी करावा लागणाऱ्या प्रत्यक्ष व अप्रत्यक्ष खर्चाची बेरीज होय.

कोणत्याही उत्पादनसंस्थेच्या उत्पादनामागील प्रेरणा, नफा मिळविणे ही असते. ज्या उत्पादनसंस्थेच्या खर्चापेक्षा तिची प्राप्ती जास्त असते, अशी उत्पादनसंस्थाच नफा मिळवू शकते, त्यामुळे खर्च आणि प्राप्ती या दोन्ही संकल्पना महत्त्वाच्या असतात. उत्पादनविषयक निर्णय घेताना त्या महत्त्वाच्या ठरतात.

३.२ खर्च संकल्पना : एकूण खर्च, सरासरी खर्च, सीमांत खर्च, स्थिर खर्च आणि बदलता खर्च, संख्यात्मक प्रश्न (Cost Concepts : Total cost, Average Cost, Marginal Cost, Fixed Cost & Variable Cost - Numerical Problems)

खर्चाच्या संकल्पना पुढीलप्रमाणे सांगता येतात.

अ) एकूण खर्च (Total cost) :

विशिष्ट वस्तूचे उत्पादन विशिष्ट प्रमाणात करण्यासाठी केला जाणारा खर्च म्हणजे एकूण खर्च होय. स्थिर आणि बदलता खर्च मिळून एकूण खर्च होतो.

एखाद्या वस्तूच्या उत्पादनासाठी करावा लागणारा एकूण खर्च (पैशाच्या स्वरूपात) म्हणजे एकूण उत्पादन खर्च होय.

वस्तू उत्पादनासाठी जो एकूण खर्च आलेला असतो त्याची बेरीज म्हणजे एकूण खर्च होय. वस्तू उत्पादनासाठी अनेक आदाने वापरली जातात. त्यासाठी जो खर्च करावा लागतो, त्या खर्चाची एकूण बेरीज म्हणजे एकूण खर्च होय.

भूमी, भांडवल, कामगार, कच्चा माल, जाहिरात, वाहतूक इत्यादीवरील खर्चाची बेरीज म्हणजे एकूण खर्च होय. म्हणजेच उद्योगसंस्थेच्या एकूण स्थिर खर्च व एकूण बदलत्या खर्चाची बेरीज केली असता आपणास एकूण खर्च मिळतो.

एकूण खर्च = एकूण स्थिर खर्च + एकूण बदलता खर्च

एखाद्या वस्तू उत्पादनासाठी उद्योगसंस्थेने रु. १५००० खर्च करून ३००० वस्तूंचे उत्पादन केले असेल तर प्रत्येक वस्तूला रु. ५ खर्च आला. म्हणजेच वस्तूच्या एकूण नगसंख्येला तिच्या प्रत्येक नगाच्या उत्पादनखर्चाने गुणले असता एकूण उत्पादनखर्च मिळतो.

एकूण उत्पादनखर्च = वस्तूचे एकूण उत्पादन (नगसंख्या) x प्रत्येक नगाचा उत्पादन खर्च रु.

१५००० = ३००० x ५

अल्प काळात उत्पादन वाढल्यास एकूण उत्पादनखर्च वाढतो आणि उत्पादन कमी केल्यास एकूण उत्पादन खर्च कमी होतो. एकूण खर्चातील या बदलास बदलता एकूण खर्च कारणीभूत ठरतो. स्थिर खर्च उत्पादनातील वाढ किंवा घटीबरोबर वाढत नाही किंवा घटत नाही. तो स्थिर असतो. पुढील तक्ता एकूण खर्च, एकूण स्थिर खर्च व एकूण बदलता खर्च दर्शवतो.

तक्ता क्र. ३.१

एकूण स्थिर खर्च, एकूण बदलता खर्च आणि एकूण खर्च

एकूण उत्पादन	एकूण स्थिर खर्च रुपये	एकूण बदलता खर्च रु.	एकूण खर्च रुपये
१	२००	४०	२४०
२	२००	७२	२७२
३	२००	९६	२९६
४	२००	१३०	३३०
५	२००	१५१	३५१
६	२००	१८२	३८२
७	२००	२००	४००

ब) सरासरी आणि सीमांत खर्च (Average Cost and Marginal Cost) :

एकूण खर्च, सरासरी खर्च, आणि सीमांत खर्च या संकल्पना उत्पादनसंस्थेच्या उत्पादनासाठी महत्त्वाच्या ठरतात.

सरासरी खर्च (Average Cost) :एकूण खर्चाला उत्पादित वस्तूंच्या नगसंख्येने भागले असता सरासरी खर्च मिळतो.

'सरासरी खर्च म्हणजे दर नगाचा खर्च होय.'

सूत्र :

$$\text{सरासरी खर्च} = \frac{\text{एकूण उत्पादन खर्च}}{\text{एकूण उत्पादित नगसंख्या}}$$

उदा. १००० वस्तू तयार करण्यासाठी ५००० रुपये खर्च आला तर सरासरी खर्च ५ रुपये इतका होईल.

$$\frac{५०००}{१०००} = ५ \text{ रु.}$$

सीमांत खर्च (Marginal Cost) : सीमांत खर्च म्हणजे शेवटच्या नगाच्या उत्पादनाने एकूण खर्चात होणारी निव्वळ वाढ होय. उत्पादनातील शेवटच्या नगाला सीमांत नग म्हणतात. या नगाच्या उत्पादनामुळे एकूण खर्चात जो बदल होतो तो म्हणजे सीमांत खर्च होय.

अथवा उत्पादनातील बदलाशी संबंधित अशा एकूण खर्चातील बदलाला सीमांत खर्च असे म्हणतात.

$$\text{सीमांत खर्च} = \frac{\text{वस्तूच्या एकूण उत्पादनखर्चात होणारा बदल}}{\text{उत्पादित नगसंख्येत होणारा बदल}}$$

उदा. १००० नग तयार करण्यास ५००० रुपये खर्च आला आणि १००१ नग तयार करण्यासाठी रु. ५००६ खर्च आला, तर १००१ व्या सीमांत नगाचा खर्च (५००६-५०००= ६ रुपये) ६ रुपये हा सीमांत खर्च होय.

खर्चातील बदल = रु. ५००६ - रु. ५००० = रु. ६

$$= \frac{६}{१}$$

= ६ रुपये हा सीमांत खर्च

नगसंख्येतील बदल = १००१-१००० = १ नग

सरासरी आणि सीमांत खर्च यांचा संबंध :

- सीमांत खर्च वाढत असला म्हणजे सरासरी खर्चातही वाढ होते.
- सीमांत खर्च कमी होत असला म्हणजे सरासरी खर्चही कमी होतो.
- सीमांत खर्च कायम असल्यास सरासरी खर्चही कायम राहतो.

पुढील तक्त्यावरून वरील संबंध जास्त स्पष्ट होईल.

तक्ता ३.२

उत्पादित नग	एकूण खर्च (रुपये)	सरासरी खर्च	सीमांत खर्च
१	१०	१०.००	--
२	१४	७.००	४.००
३	१६.५०	५.५०	२.५०
४	१८.५०	४.६२	२.००
५	२१.५०	४.३०	३.००
६	२६	४.३३	४.५०
७	३३	४.७१	७.००

तक्ता क्र. ३.३
एकूण खर्च व सीमांत खर्च

उत्पादनाचे नग	एकूण खर्च रुपये	सीमांत खर्च रुपये
०	१००	–
१	१६०	६०
२	२१०	५०
३	२५०	४०
४	२८०	३०
५	३००	२०
६	३४०	४०
७	४००	६०
८	५००	१००

वरील तक्त्यात उत्पादन शून्य असताना एकूण खर्च १०० रुपये असून उत्पादन एका नगाने वाढविल्यास एकूण खर्च रु. १६० येतो म्हणजेच उत्पादन एका नगाने वाढविल्यामुळे एकूण खर्च ६० रुपयांनी वाढला; या वाढीलास सीमांत खर्च असे म्हणतात.

सीमांत खर्च वाढत्या उत्पादित नगाबरोबर प्रथम घटत जातो. विशिष्ट उत्पादन पातळीला (५ नग) तो कमीत कमी होतो आणि त्यानंतर उत्पादन वाढवत गेल्यास

सीमांत खर्च वाढत जातो.

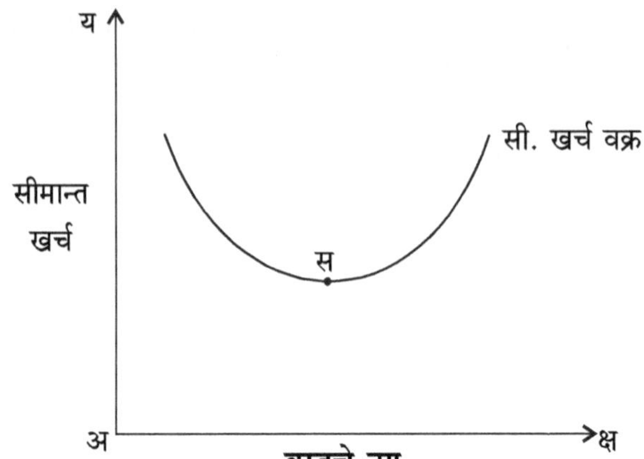

आकृती क्र. ३.१

आकृती क्र. ३.१ मध्ये **'स'** बिंदूजवळ सीमांत खर्च किमान पातळीला गेलेला दिसतो परंतु त्यानंतर जसजसे उत्पादनाचे नग वाढत जातात तसतसा **सीमांत खर्च** वाढत जातो. **सीमांत खर्च** वक्राचा आकार इंग्रजी 'U' अक्षराप्रमाणे आहे.

एकूण उत्पादन खर्चात स्थिर खर्च कायमच असल्याने प्रत्येक नगाच्या उत्पादनाबरोबर बदलता खर्च जेवढा वाढेल तेवढ्याच प्रमाणात सीमांत खर्च वाढत जातो.

स्थिर खर्च आणि बदलता खर्च (Fixed and Variable Cost) ...

स्थिर आणि बदलता असा विचार अल्पकाळाच्या संदर्भात करावा लागतो.

ड) स्थिर खर्च :जो खर्च उत्पादन प्रमाणानुसार बदलत नाही, त्यास 'स्थिर खर्च ' असे म्हणतात. उत्पादनाचे प्रमाण बदलले तरी (वाढले किंवा घटले) तो बदलत नाही. उदा. भांडवलावरील व्याज, कायम नोकरांचे पगार हे सर्व खर्च उत्पादनाच्या प्रमाणावर अवलंबून नसतात. तसेच उत्पादन चालू असो अथवा बंद असो ते खर्च चालू ठेवावे लागतात.

इ) बदलता खर्च : जो खर्च उत्पादन प्रमाणानुसार बदलतो, त्यास 'बदलता खर्च 'असे म्हणतात. वस्तूचे उत्पादन करताना काही खर्च हा सतत करावा लागतो व उत्पादनाच्या प्रमाणानुसार तो बदलत असतो. उदा. कच्चा माल विकत घेण्याकरिता लागणारा खर्च, तात्पुरत्या कामगारांना द्यावी लागणारी मजुरी,

वीज इ. जेव्हा उत्पादनाचे प्रमाण वाढते, तेव्हा वरील प्रकारचे खर्च वाढतात.याउलट उत्पादनाचे प्रमाण जेव्हा कमी होते, तेव्हा वरील खर्च कमी होतात, म्हणून त्यांना बदलते खर्च म्हणतात. तसेच उत्पादन बंद झाले तर हे खर्च करावे लागत नाहीत.

या दोन्ही खर्चांचा विचार अल्पकाळाच्या संदर्भात करावा लागतो, कारण अल्पकाळात खर्च हा बदलत नाही. स्थिर राहतो. याउलट उत्पादन प्रमाणातील बदलांनुसार अल्पकाळातील कच्चा माल, मजुरी, वीज इ.चा खर्च बदलतो. अल्पकाळात खर्च भरून निघणे हे उत्पादनाच्या दृष्टीने महत्त्वाचे असते. त्या दृष्टीने जोपर्यंत बदलत्या खर्चाची रक्कम वस्तूच्या प्रमाणात भरून निघते, तोपर्यंत उत्पादन चालू ठेवले जाते. जर मंदीमुळे किंवा इतर काही कारणांनी मागणी कमी झाली, तरी कारखाना बंद ठेवण्याऐवजी विक्रीतून येणाऱ्या किमतीतून बदलता खर्च भरून निघेपर्यंत उत्पादक उत्पादन करीत राहतो. म्हणजेच अल्पकाळ व बदलता खर्च यांचा संबंध जवळचा असतो.

*आकृतीच्या साहाय्याने हा खर्चवक्र पुढीलप्रमाणे दाखविता येईल.

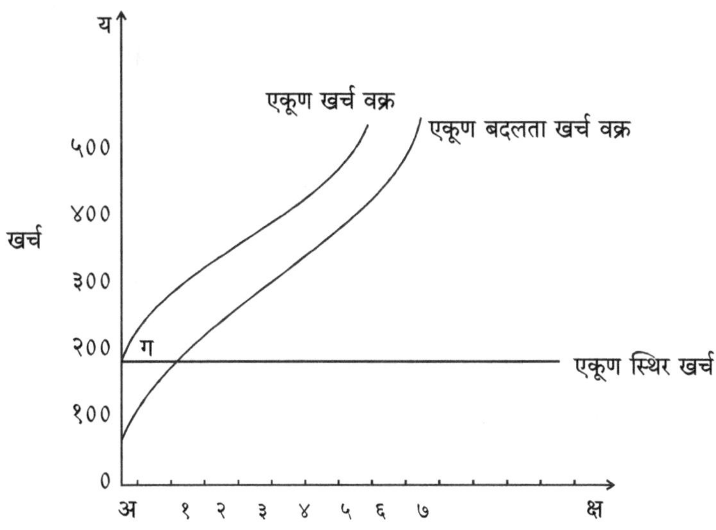

आकृती क्र. ३.२

उत्पादनातील बदलानुसार स्थिर खर्च बदलत नाही, त्यामुळे स्थिर खर्च वक्र **अक्ष** अक्षाला समांतर राहतो, परंतु उत्पादनातील बदलाबरोबर बदलता खर्च बदलतो,

म्हणून हा वक्र डावीकडून उजवीकडे वर जाणारा असतो. एकूण खर्चवक्र डावीकडून उजवीकडे वर जाणारा आहे. एकूण खर्च वक्र **अय** अक्षावरील **'ग'** बिंदूतून सुरू होतो. कारण उत्पादन शून्य असेल तरी स्थिर खर्च करावाच लागत असतो.

३.२.१ अल्पकालीन आणि दीर्घकालीन खर्च वक्र – आलेखाद्वारे सादरीकरण (Short-run & Long-run Cost Curves - Graphical Present)

अर्थशास्त्रात अल्पकाळ म्हणजे असा कालावधी की ज्यामध्ये उत्पादकाला उत्पादन वाढविण्यासाठी स्थिर उत्पादन घटकात बदल करता येत नाही परंतु बदलत्या उत्पादन घटकात बदल करता येतो. अल्पकाळात उत्पादनात वाढ झाली किंवा घट झाली तरी एकूण स्थिर उत्पादन खर्च स्थिरच असतो. अल्पकाळात एकूण स्थिर खर्च व एकूण बदलता खर्च या दोहोंची बेरीज केल्यास आपणास एकूण उत्पादन खर्च मिळतो. अल्पकाळात उत्पादनात बदल झाला की एकूण उत्पादन खर्च बदलतो. एकूण खर्च उत्पादन वाढले की बदलता खर्च वाढत असल्याने वाढत जातो. उत्पादनखर्चाच्या विश्लेषणात एकूण खर्चापेक्षा सरासरी खर्च व सीमांत खर्च विश्लेषणाला अधिक महत्त्व आहे कारण त्यांच्या साहाय्याने उत्पादकाला वस्तूची किंमत ठरविता येते. पुढील आकृती क्र. ३.३ मध्ये अल्पकाळातील विविध खर्च वक्र दाखविले आहेत.

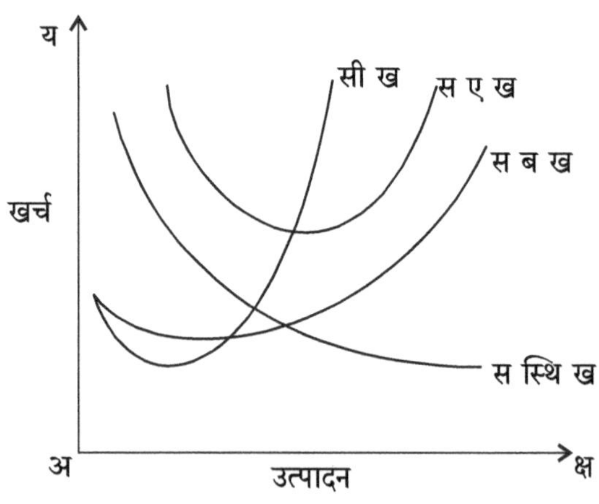

उद्योगसंस्थेचे अल्पकालीन खर्च वक्र
आकृती क्र. ३.३

१) आकृतीमध्ये उद्योगसंस्थेचे अल्पकालीन सरासरी स्थिर खर्च **(स.स्थि.ख.)**, सरासरी बदलता खर्च **(स.ब.ख.)**, सरासरी एकूण खर्च **(स.ए.ब.)** आणि सीमांत खर्च **(सी.ख.)** हे वक्र दाखविले आहेत.

२) सरासरी स्थिर खर्च आणि सरासरी बदलता खर्च यांची बेरीज करून सरासरी एकूण खर्च **(स.ए.ख.)** वक्र मिळतो. म्हणून सबख वक्र हा नेहमी सस्थिर आणि सबख वक्रांच्या वरच्या बाजूला असतो.

३) सरासरी स्थिर खर्च वक्र **(सस्थिख)** दोन्ही अक्षांच्या जवळ जातो. पण त्यांना मिळत नाही. त्याचे कारण उत्पादनाची पातळी कितीही असली तरी एकूण खर्च स्थिर असतो. त्यामुळे उत्पादन वाढल्यास सरासरी स्थिर खर्च कमी होतो आणि उत्पादन घटल्यास सरासरी स्थिर खर्च वाढतो.

४) सीमांत खर्च वक्र **(सी.ख.)** हा सरासरी बदलता खर्च आणि सरासरी एकूण खर्च या दोन्ही वक्रांना खालून छेदून वर जातो आणि या दोन्ही वक्रांच्या किमान बिंदूतूनच तो छेदतो.

५) सरासरी एकूण खर्च **(सएख)** वक्र हा इंग्रजीतील यू (U) या आकाराचा असतो.

• अल्पकालीन सरासरी एकूण खर्च वक्र 'U' आकाराचा असतो

सरासरी स्थिर खर्च आणि सरासरी बदलता खर्च मिळून सरासरी एकूण खर्च बनतो. प्रारंभी सरासरी स्थिर खर्च वक्र आणि सरासरी बदलता खर्च वक्रदेखील डावीकडून उजवीकडे उतरत जात असल्याने सरासरी एकूण खर्च वक्र हा उजवीकडे उतरत जातो. परंतु, एका किमान बिंदूला पोहोचल्यानंतर सरासरी बदलता खर्च वाढत जातो. सरासरी बदलत्या खर्चामधील वाढीचा दर हा सरासरी स्थिर खर्चामध्ये होणाऱ्या घटीच्या दरापेक्षा जास्त असल्याने सरासरी एकूण खर्च वक्र चढत जाऊ लागतो. त्यामुळे सरासरी एकूण खर्च वक्राला इंग्रजीतील 'यू' या अक्षरासारखा आकार प्राप्त होतो.

अल्पकाळात सीमांत खर्च व सरासरी खर्च प्रथम वाढत्या उत्पादनाबरोबर घटत जातात. कारण – (१) स्थिर उत्पादन खर्च वाढत्या उत्पादनाबरोबर अधिक नगांवर विभागला जाऊन सरासरी स्थिर खर्च (सस्थिख) घटत जातो. त्याचा परिणाम सरासरी एकूण खर्चावर (सएख) होऊन तो घटत जातो. (२) बदलत्या घटकात श्रमविभागणी आणि विशेषीकरण यांच्या वाढत्या संधी उपलब्ध होत जातात. त्यामुळे सीमांत उत्पादन वाढत जाते आणि सीमांत खर्च व सरासरी खर्च घटत जातात. अखेरीस सरासरी खर्च वाढू लागतो. सीमांत खर्च वाढू लागल्यामुळे सरासरी खर्च वाढतो

कारण - (i) स्थिर घटकांवर अतिरिक्त ताण पडतो. (ii) बदलते घटक हे स्थिर घटकाला पर्याय ठरू शकत नाही; त्यामुळे बदलता खर्च वेगाने वाढत जातो. या सर्व कारणांमुळे व्यवसायसंस्थेचा अल्पकालीन सरासरी खर्च वक्र इंग्रजी 'यू' अक्षरासारखा होतो.

२. दीर्घकालीन सरासरी खर्च – वक्र (Long - Run Average Cost Curve)

दीर्घकाळात सर्वच घटक बदलते असल्याने सर्वच खर्च बदलते असतात. म्हणून दीर्घकाळात स्थिर खर्चाचा प्रकार नसतो. अल्पकाळात आपल्या संयंत्राच्या क्षमतेच्या मर्यादेतच व्यवसायसंस्था आपल्या वस्तूचे उत्पादन कमी–जास्त करू शकते. परंतु, दीर्घकाळात उत्पादनाचे प्रमाण वाढविण्यासाठी नवीन संयंत्रे बसविणे उत्पादनसंस्थेला शक्य असते. दीर्घकाळातील व्यवसाय संस्थेच्या वाढीचा प्रश्न हा उत्पादनाचा प्रश्न असतो. उत्पादनाच्या इष्ट प्रमाणाला आवश्यक त्या क्षमतेचे नवीन संयंत्र बसविता येते. तसेच इतर घटकही बदलता येतात त्यामुळे दीर्घकाळात स्थिर व बदलता खर्च असे भेद नसतात.

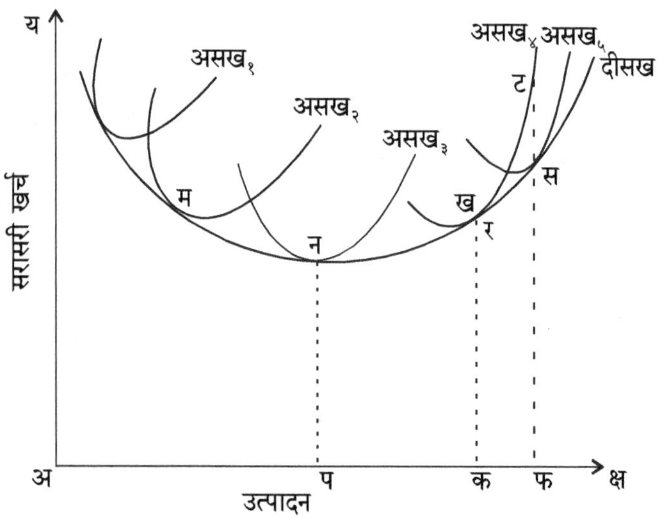

व्यवसायसंस्थेचा दीर्घकालीन सरासरी खर्चवक्र
आकृती क्र. ३.४

आकृती क्र. ३.४ मध्ये दाखविल्याप्रमाणे उत्पादन संस्था **असख**$_{४}$ या अल्पकालीन सरासरी खर्चाच्या परिस्थितीत उत्पादन करीत आहे. असख$_{४}$ हा तिचा अल्पकालीन सरासरी एकूण खर्चवक्र आहे. ही उत्पादनसंस्था **अक** एवढे उत्पादन करीत असताना **कर** हा सरासरी खर्च आहे. उत्पादन प्रमाण वाढवून ते आता **अ फ** करावयाचे आहे. **असख**$_{४}$ या सरासरी खर्च वक्राने दाखविल्याप्रमाणे **फ ट** एवढा सरासरी खर्च येईल. अल्पकाळात काही घटकांचा पुरवठा स्थिर असल्याने उत्पादनसंस्थेचा सरासरी खर्च जास्त आहे असे दिसून येते. दीर्घकाळात स्थिर घटकात वाढ करणे शक्य असल्याने उत्पादनाच्या नव्या पातळीशी सुसंगत असे स्थिर घटकांचे प्रमाण निवडणे उत्पादनसंस्थेला शक्य होते. त्यामुळे उत्पादनसंस्था अधिक वरच्या उत्पादनमानाचा स्वीकार करते आणि **असख**$_{५}$ या खर्च वक्राने दाखविलेल्या परिस्थितीत उत्पादन करू लागते. असे बदल केल्यानंतर उत्पादनसंस्थेला **अ फ** या उत्पादन पातळीला उत्पादनास सरासरी खर्च **फ स** पर्यंत खाली येतो.

कर सरासरी खर्चाला **अक** एवढे उत्पादन करणाऱ्या संस्थेला उत्पादनात **क फ** एवढी वाढ करून **अ फ** एवढे उत्पादन करावयाचे झाल्यास अल्पकाळात **फ ट** एवढा सरासरी खर्च येतो. अल्पकाळाने घालून दिलेली मर्यादा म्हणजे **असख**$_{४}$ हा सरासरी खर्च वक्र, अल्प काळात या मर्यादेपलीकडे जाणे शक्य नसते.

दीर्घकाळात मात्र **असख**$_{५}$ या नव्या अल्पकालीन सरासरी खर्चवक्राच्या कक्षेत जाणे शक्य होते. दीर्घकाळात **अ फ** या उत्पादन पातळीचा सरासरी खर्च **फ ट** या अल्पकालीन सरासरी खर्चापेक्षा कमी करून तो **फ स** पर्यंत खाली आणणे उत्पादनसंस्थेला शक्य होते.

असख$_{१}$, **असख**$_{२}$, **असख**$_{३}$, **असख**$_{४}$ इ. वक्र हे उत्पादनसंस्थेचे अल्पकालीन सरासरी खर्च वक्र असून ते उत्पादनाच्या वेगवेगळ्या पातळ्यांना संयंत्राच्या विविध क्षमता दाखवितात. **असख**$_{१}$ हा कमी क्षमता असलेल्या संयंत्राचा सरासरी खर्चवक्र आहे. **असख**$_{१}$ हा **असख**$_{१}$ पेक्षा अधिक उत्पादनक्षमता असलेल्या संयंत्राचा सरासरी खर्च वक्र आहे. दीर्घकाळात अशी विविध क्षमता असलेली संयंत्रे पर्याय म्हणून उपलब्ध असतात. त्यापैकी कमीत कमी खर्चात आपल्याला हव्या असलेल्या पातळीवरील उत्पादन ज्या संयंत्राच्या साहाय्याने करता येईल त्याचीच निवड उत्पादनसंस्था करेल.

i) दीर्घकालीन सरासरी खर्च – वक्र हा अनेक अल्पकालीन सरासरी खर्च वक्रांना स्पर्श करतो म्हणून अल्पकालीन सरासरी खर्च वक्रावरील कोणताही बिंदू दीर्घकालीन सरासरी खर्च वक्राच्या खाली असत नाही.

ii) दीर्घकालीन सरासरी खर्च वक्र हा अल्पकालीन सरासरी खर्च वक्राच्या मानाने उथळ आणि बशीच्या आकाराचा असतो. याचा संबंध मोठ्या प्रमाणावरील उत्पादनाच्या बचतीशी व तोट्यांशी आहे.

iii) अल्पकालीन सरासरी खर्च वक्र दीर्घकालीन सरासरी खर्च वक्राला कधीच छेदत नाही कारण दीर्घकालीन सरासरी खर्च हे अल्पकालीन सरासरी खर्चापेक्षा जास्त असत नाही.

iv) प्रत्येक अल्पकालीन सरासरी खर्च वक्रावरील किमान बिंदू त्या यंत्रकुलाचा पर्याप्त उपयोग दाखवितो तर दीर्घकालीन सरासरी खर्च वक्रावरील प्रत्येक बिंदू उत्पादन पातळीच्या संदर्भात किमान खर्च दाखवितो.

आधुनिक दृष्टिकोन : पारंपरिक दृष्टिकोनातून उत्पादन खर्च वक्र U अक्षरासारखे येतात तर आधुनिक सिद्धान्तानुसार हे वक्र L अक्षरासारखे येतात.

अल्पकालीन खर्च वक्र : आधुनिक अर्थशास्त्रज्ञांच्या मते, सरासरी बदलता खर्च आणि सीमांत खर्चाचा वक्र पसरट अशा बशीच्या आकाराचा येतो. आधुनिक अर्थशास्त्रज्ञांनी सरासरी स्थिर, सरासरी बदलता, एकूण सरासरी आणि सीमांत खर्च यांचा विचार केला आहे.

दीर्घकालीन खर्चाचे वक्र : आधुनिक अर्थशास्त्रज्ञांच्या मते, दीर्घकालीन सरासरी खर्च वक्र इंग्रजी 'L' अक्षरासारखा असतो. सुरुवातीला सरासरी खर्च वक्र वेगाने खाली येतो नंतर स्थिर होतो व पुढे सावकाश खाली घसरतो. त्यामुळे तो 'L' अक्षरासारखा येतो त्याची कारणे तांत्रिक प्रगती, उत्पादन व व्यवस्थापकीय खर्च, कृतीतून शिक्षण इ. होता.

अल्पकालीन खर्च वक्र

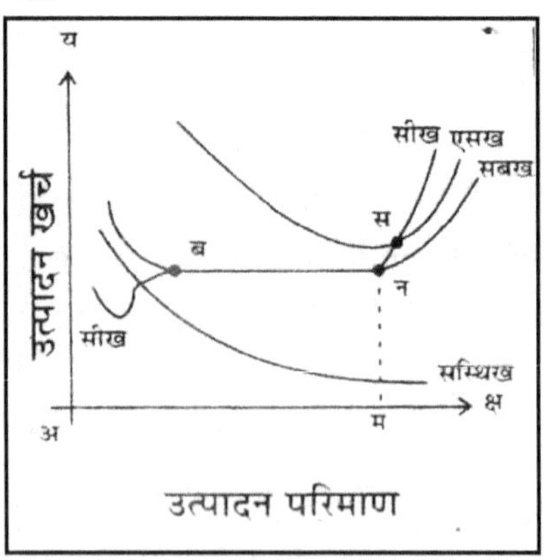

आकृती ३.५

दीर्घकालीन खर्च वक्र :

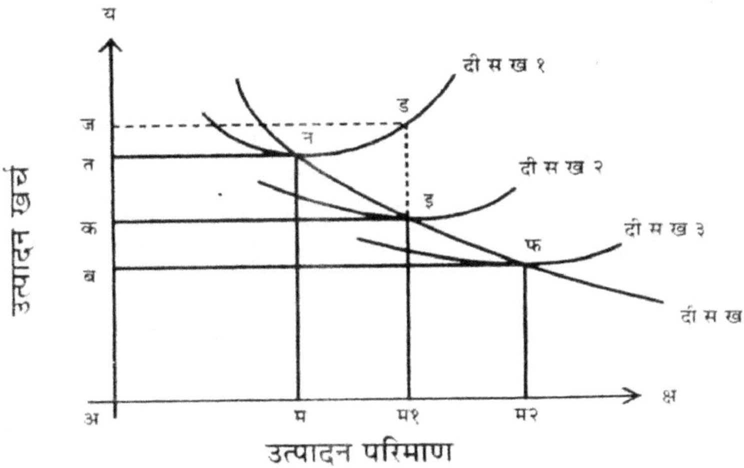

आकृती ३.६

३.३ प्राप्तीच्या संकल्पना : एकूण प्राप्ती, सरासरी प्राप्ती, सीमांत प्राप्ती आणि त्यांचे संबंध – संख्यात्मक प्रश्न / उदाहरणे (Revenue Concepts : Total Revenue, Average Revenue, Marginal Revenue & their Relations Numerical Problems)

कोणत्याही वस्तूचे उत्पादन करताना जास्तीतजास्त नफा मिळविणे हे प्रत्येक उत्पादन संस्थेचे प्रमुख उद्दिष्ट असते. वस्तूचे उत्पादन करताना उद्योगसंस्थेला मिळणाऱ्या उत्पन्नाचा किंवा प्राप्तीचा अभ्यास करताना एकूण प्राप्ती, सरासरी प्राप्ती आणि सीमांत प्राप्ती या संकल्पनांचा अभ्यास आवश्यक ठरतो.

अ) एकूण प्राप्ती (Total Revenue or TR) : उद्योगसंस्थेच्या विक्री झालेल्या एकूण नगसंख्येला त्या वस्तूच्या किमतीने गुणले असता एकूण प्राप्ती येते. किंवा

विशिष्ट वस्तूची विक्री केल्यानंतर उत्पादकाला मिळणारे एकूण उत्पन्न म्हणजे एकूण प्राप्ती होय.

सूत्र :

एकूण प्राप्ती = वस्तू विक्रीची एकूण नगसंख्या × वस्तूची किंमत

समजा उद्योगसंस्थेने २०० नगांची विक्री प्रत्येकी १० रुपये या किंमतीला

केल्यास तिला उत्पन्न (रु. २०० × रु. १० = रु. २०००) २००० रुपये येते. यालाच उद्योगसंस्थेची एकूण प्राप्ती किंवा उत्पन्न असे म्हणतात.

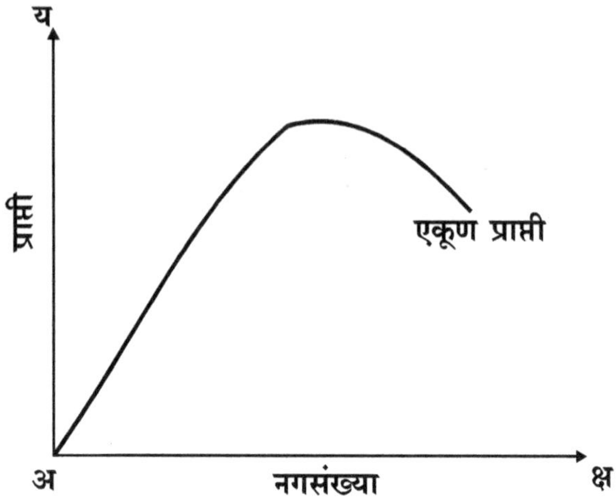

आकृती ३.७

उत्पादन जसजसे वाढत जाते, तसतसे एकूण प्राप्ती उत्पादनात वाढ होते, मात्र विशिष्ट उत्पादनानंतर ते कमी कमी होत जाते. म्हणजेच एकूण प्राप्तीवक्र सुरुवातीस डावीकडून उजवीकडे वर चढत जातो. (धनात्मक) विशिष्ट मर्यादेनंतर उजवीकडे खाली उतरत जातो. (ऋणात्मक)

ब) सरासरी प्राप्ती (Average Revenue) : ' सप्रा ' किंवा AR

व्याख्या : उद्योगसंस्थेच्या एकूण प्राप्तीला विक्री केलेल्या वस्तूंच्या एकूण नगसंख्येने भागले असता सरासरी प्राप्ती येते. किंवा

सरासरी प्राप्ती म्हणजे दर नगामागील प्राप्ती होय.

सूत्र :

$$\text{सरासरी प्राप्ती} = \frac{\text{एकूण प्राप्ती}}{\text{वस्तूंची विकलेली एकूण नग संख्या}}$$

उदा. समजा, उद्योगसंस्थेने वस्तूच्या २०० नगांची विक्री प्रत्येकी १० रुपये किमतीला केल्यास तिला २००० रुपये एकूण प्राप्ती होते. सरासरी प्राप्तीसाठी एकूण प्राप्तीला नगसंख्येने भागल्यास $\left(\frac{२०००}{२००} = १०\right)$ रुपये सरासरी प्राप्ती येते.

वस्तूची किंमत आणि सरासरी प्राप्ती या नेहमी समान असतात. व्यवहारात उद्योग संस्था एकाच किमतीला वस्तूच्या सर्व नगांची विक्री करीत असतात, त्यामुळे उद्योग संस्थेची सरासरी प्राप्ती नेहमी समान असते. उपभोक्त्याचा मागणीवक्र वस्तूची किंमत व मागणीची नगसंख्या या दोहोतील संबंध दर्शवितो. वेगवेगळ्या किमतींना उपभोक्ता वस्तूचे किती नग खरेदी करतो हे मागणीवक्रावरून स्पष्ट होते. ग्राहकाने वस्तूची खरेदी करताना वस्तूला दिलेली किंमत ही विक्रेत्याची प्राप्ती असते. त्यामुळे उद्योगसंस्थेचा सरासरी प्राप्तीवक्र हा उपभोक्त्याचा मागणीवक्र असतो.

क) सीमांत प्राप्ती (Marginal Revenue) सीप्रा = MR ...

एका अधिक नगाची विक्री केल्याने विक्रेत्याला जे जादा निव्वळ उत्पन्न मिळते त्याला 'सीमांत प्राप्ती' म्हणतात. एका जादा नगाची विक्री केल्याने एकूण प्राप्तीत जी भर पडते ती त्या नगाची सीमांत प्राप्ती होय.

$$\text{सीमांत प्राप्ती} = \frac{\text{वस्तूच्या एकूण प्राप्तीत होणारा बदल}}{\text{वस्तूच्या विक्री परिमाणात होणारा बदल}}$$

समजा ५ नगांची विक्री केल्याने १०० रुपये मिळत असतील तर हे १०० रुपये ही एकूण प्राप्ती होय. जर ६ नग विकले तर सहावा नग सीमांत नग होतो. प्रत्येक नगाची किंमत रु. १९ असल्यास एकूण प्राप्ती १९ × ६ = ११४ रुपये असेल म्हणजेच पूर्वीपेक्षा एक जादा नग विकल्याने रु. ११४ – रु. १०० = रु. १४ जास्त मिळतील. त्यामुळे मूळच्या प्राप्तीत रु. १४ रु. भर पडेल. हे रु. १४ म्हणजेच सीमांत प्राप्ती होय.

सीमांत प्राप्ती ही नेहमीच किमतीइतकी असेल असे नाही. समजा, विक्रेत्याने ५ नग प्रत्येकी रु. २० ला विकले, परंतु नंतर अधिक विक्री व्हावी यासाठी विक्रेत्याने किंमत कमी केली. त्यामुळे आता ६ नग प्रत्येकी रु. १९ ला विकले. याचा अर्थ पहिल्या नगांच्या बाबतीत रु. ५ तोटा झाला, म्हणून ६ नग विकल्यामुळे एकूण प्राप्तीत शुद्ध किंवा निव्वळ वाढ किती झाली हे ठरविताना ६ व्या नगाच्या किमतीतून पहिल्या पाच नगांच्या बाबतीत झालेला तोटा वजा केला जाणे आवश्यक असते, म्हणून सीमांत प्राप्ती = १९ – ५ = रु. १४ याचा अर्थ जादा नग ज्या किमतीला विकला, त्यापेक्षा सीमांत प्राप्ती कमी आहे.

जादा नग विकला जाताना वस्तूची किंमत कमी होत असेल, तर सीमांत प्राप्ती किमतीपेक्षा कमी असते. जादा नग विकताना वस्तूची किंमत कायम राहात असेल तर : सीमांत प्राप्ती व सरासरी प्राप्ती समान राहतात. पूर्ण स्पर्धेच्या परिस्थितीत सरासरी प्राप्ती, सीमांत प्राप्ती आणि किंमत ही सर्व सारखी असतात.

तक्ता ३.४

विकलेली नगसंख्या	सरासरी प्राप्ती किंवा किंमत	एकूण प्राप्ती	सीमांत प्राप्ती
१	३२	३२	३२
२	३०	६०	२८
३	२८	८४	२४
४	२६	१०४	२०
५	२४	१२०	१६
६	२२	१३२	१२
७	२०	१४०	०८
८	१८	१४४	०४
९	१६	१४४	००
१०	१४	१४०	−४

तक्ता ३.४ : तक्त्याच्या साहाय्याने ए.प्रा., स.प्रा. आणि सी.प्रा. या संकल्पना स्पष्ट करता येतात. तक्त्यातील दुसरा रकाना सरासरी प्राप्ती किंवा किंमत दर्शवितो. या तक्त्यातून असे दिसून येते की, वस्तूंची अधिकाधिक नगसंख्या विकली जाते, तसतशी वस्तूंची किंमत कमी होत आहे. सलग असणाऱ्या दोन एकूण प्राप्तींतील फरकावरून सीमांत प्राप्ती समजते. वस्तूचा एक नग विकला असता एकूण प्राप्ती रु. ३२ होते. दोन नग विकले त्यावेळी किंमत रु. ३० होती. आणि एकूण प्राप्ती रु. ६० होती येथे ६० - ३२ = रु. २८ सीमांत प्राप्ती ही चौथ्या रकान्यात दाखविली आहे. ५ नग विकले तर किंमत रु. २४ पर्यंत कमी होते. एकूण प्राप्ती १२० रु. पर्यंत वाढते, म्हणून सी.प्रा. = १२० − १०४ = रु. १६ राहते. अशा प्रकारे एकूण प्राप्ती जोपर्यंत वाढत जाते, तोपर्यंत सीमांत प्राप्ती धन राहते, पण एकूण प्राप्ती कमी होऊ लागली, की सीमांत प्राप्ती ऋण होऊ लागते. वरील तक्त्यात दाखविल्याप्रमाणे विकली जाणारी नगसंख्या ९ वरून १० पर्यंत वाढली की एकूण प्राप्ती रु. १४४ वरून १४० रुपयांपर्यंत कमी होते, म्हणून सीमांत प्राप्ती −४ राहते. अधिकाधिक नगसंख्या विकली जात असताना सरासरी प्राप्ती (किंमत) कमी होत जाते. हे आकृतीच्या साहाय्याने दाखविता येते.

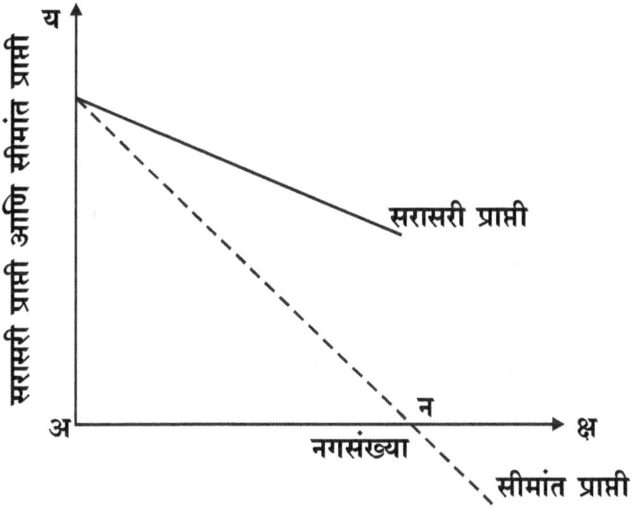

आकृती ३.८

आकृती ३.८ मध्ये **'अक्ष'** अक्षावर नगसंख्या दर्शविली आहे. तर **'अय'** अक्षावर सरासरी व सीमांत प्राप्ती दर्शविली आहे. या आकृतीवरून असे दिसून येते की, सरासरी प्राप्ती वक्र (स.प्रा.) **'क्ष'** अक्षाकडे उतरत आहे. आणि सीमांत प्राप्ती वक्र (सी.प्रा.) सरासरी वक्राच्या खालच्या बाजूला आहे. यावरून असे दिसून येते की, सीमांत प्राप्ती सरासरी प्राप्तीपेक्षा अधिक वेगाने कमी होते. **'अन'** इतकी नगसंख्या विकली जाते, तेव्हा सीमांत प्राप्ती शून्य राहते, तर विक्री **'अन'** पेक्षा जास्त केल्यास सी.प्रा. ऋण राहते. वस्तूंची अधिकाधिक नगसंख्या विकली जात असताना किंमत किंवा सरासरी प्राप्ती कायम राहात असेल, तर 'सीमांत प्राप्ती' आणि 'सरासरी प्राप्ती' – समान राहतील, कारण एक जास्त नग विकला असताना किंमत कमी होत नसेल, तर एकूण प्राप्तीत होणारी वाढ ही त्या नगाच्या किमतीइतकीच म्हणजेच सरासरी प्राप्तीइतकीच राहील.

सरासरी आणि सीमांत प्राप्ती यांचा संबंध किंवा दोन्हीतील फरक :

- उत्पादन केलेल्या वस्तूंच्या नगसंख्येने एकूण प्राप्तीला भागले असता सरासरी प्राप्ती मिळते. सरासरी प्राप्ती ही त्या वस्तूची किंमत असते, तर सीमांत प्राप्ती ही शेवटच्या नगाच्या विक्रीने प्राप्तीत पडलेली भर असते.
- वस्तूंचा पुरवठा जसजसा वाढतो, तसतशी वस्तूची किंमत घटत जाते, त्यामुळे सरासरी प्राप्ती आणि सीमांत प्राप्ती घटत जातात. परंतु पूर्ण स्पर्धेच्या परिस्थितीत

वस्तूची किंमत एकच असते, त्यामुळे उत्पादनसंस्थेला बाजारपेठेत मागणी-पुरवठ्यानुसार निश्चित केलेल्या किमतीलाच हवे तेवढे जास्त किंवा कमी उत्पादन विकावे लागते, त्यामुळे सरासरी आणि सीमांत प्राप्ती समान असतात.

- सरासरी प्राप्ती स्थिर असते, तेव्हा सरासरी आणि सीमांत प्राप्ती समान असतात.
- सरासरी प्राप्ती घटती असते, तेव्हा सीमांत प्राप्तीही घटते, परंतु सरासरी प्राप्तीतील घटीपेक्षा सीमांत प्राप्तीतील घट अधिक वेगाने होते, त्यामुळे सीमांत प्राप्तीचा वक्र सरासरी प्राप्तीवक्राच्या बाजूला असतो.
- सरासरी व सीमांत प्राप्तीवक्र जेव्हा सरळ रेषा असतात, तेव्हा सीमांत प्राप्ती वक्र, सरासरी प्राप्ती वक्र आणि **य** यांच्या लंबांतराचा सम द्विभाजक असतो.

एकूण प्राप्ती, सरासरी प्राप्ती आणि सीमांत प्राप्तीतील संबंध थोडक्यात पुढीलप्रमाणे सांगता येतो.

अ) विक्री झालेल्या एकूण नगसंख्येला त्या वस्तूच्या किमतीने गुणले असता एकूण प्राप्ती येते, तर एकूण प्राप्तीला वस्तूच्या नगसंख्येने भागले असता सरासरी प्राप्ती मिळते. सरासरी प्राप्ती ही त्या वस्तूची किंमत असते आणि सीमांत प्राप्ती ही शेवटच्या नगाच्या विक्रीने प्राप्तीत पडलेली भर असते.

ब) वस्तूचा पुरवठा जसजसा वाढत जातो तसतशी एकूण प्राप्तीत वाढ होते, तर वस्तूचा पुरवठा जसजसा वाढतो तसतशी वस्तूची किंमत घटत जाते व सरासरी प्राप्ती आणि सीमांत प्राप्ती घटत जाते. परंतु पूर्ण स्पर्धेच्या परिस्थितीत वस्तूची किंमत एकच असते. परिणामी नगसंख्या बाजारात मागणी पुरवठ्यानुसार निश्चित झालेल्या किमतीलाच कमी अथवा जास्त नगसंख्या विकावी लागते, त्यामुळे सरासरी प्राप्ती आणि सीमांत प्राप्ती समान असतात.

क) सरासरी प्राप्ती घटत असेल तर सीमांत प्राप्तीसुद्धा घटते, मात्र सरासरी प्राप्तीतील घटीपेक्षा सीमांत प्राप्तीतील घट अधिक वेगाने होते, त्यामुळे सीमांत प्राप्तीचा वक्र सरासरी प्राप्ती वक्राच्या खालच्या बाजूला असतो.

क) प्राप्ती (उत्पन्न) संकल्पनांवर आधारित संख्यात्मक प्रश्न / उदाहरणे (Numerical Problems)

१) सरासरी उत्पन्न (प्राप्ती) सांगा.

अ) जर एका वस्तूची किंमत ८०० रूपये आणि विक्री केलेल्या नगाची संख्या २० असेल तर सरासरी उत्पन्न (प्राप्ती) किती?

सरासरी प्राप्ती = एकूण प्राप्ती ÷ संख्या (नग)

= ८०० ÷ २० = ४० रुपये

सरासरी प्राप्ती = ४० रुपये

२) एकूण प्राप्ती (उत्पन्न) सांगा.

अ) जर एका वस्तूची किंमत ५० रूपये आहे आणि त्या वस्तूचे १० नग विकले गेले, तर एकूण प्राप्ती किती?

उत्तर : एकूण प्राप्ती = किंमत × संख्या (नग)

= ५० × १० = ५०० रुपये

एकूण प्राप्ती = ५०० रुपये

३) सीमांत प्राप्ती सांगा.

अ) जर ५ नगसंख्या विकल्यास एकूण उत्पन्न १०० रुपये होते आणि ६ नगसंख्या विकल्यास ११८ रुपये होते, तर ६ व्या नगासाठी सीमांत उत्पन्न / प्राप्ती किती?

उत्तर : सीमांत प्राप्ती = $\frac{\text{एकूण प्राप्तीतील बदल}}{\text{नगसंख्येतील बदल}}$

= (११८ - १००) ÷ (६ - ५)

= १८ ÷ १ = १८ रुपये

सीमांत प्राप्ती = १८ रुपये

४) तक्त्यात प्राप्ती सांगा.

नग (Q)	किंमत (P) रु.
१	१००
२	९५
३	९०
४	८५
५	

वरील प्रश्न माहितीच्या आधारे एकूण प्राप्ती, सरासरी प्राप्ती व सीमांत प्राप्ती शोधा.

३.४ प्राप्तीचे वक्र : पूर्ण स्पर्धा आणि अपूर्ण स्पर्धा आलेख पद्धतीने सादरीकरण (Revenue Curves : Perfect & Imperfect Competition - Graphical Presentation)

पूर्ण स्पर्धा आणि अपूर्ण स्पर्धा (मक्तेदारी, मक्तेदारीयुक्त स्पर्धा) यासारख्या बाजारपेठेत परिस्थिती भिन्न असते. त्यामुळे विक्रेत्याला मिळणाऱ्या उत्पन्नात भिन्नता असते. म्हणून बजारपेठेच्या निरनिराळ्या परिस्थितीच्या संदर्भात उत्पन्नाचा विचार करावा लागतो.

पूर्ण स्पर्धा : पूर्ण स्पर्धेच्या बाजारात विक्रेत्याची संख्या प्रचंड असते. त्यामुळे एक विक्रेता वस्तूच्या किंमतीवर प्रभाव पाडू शकत नाही. तसेच पूर्ण स्पर्धेत ग्राहकांची संख्या प्रचंड असते. त्यामुळे किंमतीवर परिणाम घडवू शकत नाही. तसेच पूर्ण स्पर्धेच्या बाजारात एकाच प्रकारच्या वस्तू एकसारख्या असतात. पूर्ण स्पर्धेच्या बाजारात वाहतूक खर्चाचा अभाव असतो. एकजीनशी वस्तूंची मागणी पुरवठ्याने निश्चित झालेली किंमत बाजारातील सर्वच विक्रेते स्वीकारतात. म्हणजेच पूर्ण स्पर्धेच्या बाजारात एकजिनशी वस्तूंच्या किंमती एकसारख्याच असतात. पूर्ण स्पर्धेता उद्योग संस्थेचे सरासरी उत्पन्न व सीमांत उत्पन्नाचे वक्र वाढता येतात. बाजारात पूर्ण स्पर्धा असल्याने 'क्ष' ची किंमत सर्वच ठिकाणी सारखी असणार.

जर वस्तूची नगसंख्या अधिक विकली जात असेल, अशा स्थितीत सरासरी प्राप्ती कायम रहात असेल तर सीमांत प्राप्ती आणि सरासरी प्राप्ती समान राहतील, कारण एक नग जास्त विकला असता किंमत जर कमी होत नसेल तर एकूण प्राप्तीतील वाढ ही त्या नगाच्या किमतीइतकीच म्हणजेच सरासरी प्राप्तीइतकीच राहते.

तक्ता ३.५

नगसंख्या	सरासरी प्राप्ती अथवा किंमत	एकूण प्राप्ती	सीमांत प्राप्ती
१	२०	२०	२०
२	२०	४०	२०
३	२०	६०	२०
४	२०	८०	२०
५	२०	१००	२०
६	२०	१२०	२०
७	२०	१४०	२०
८	२०	१६०	२०
९	२०	१८०	२०
१०	२०	२००	२०

तक्ता क्र. ३.५ मध्ये दर्शविल्याप्रमाणे वस्तूची किंमत २० रुपये ही एकच (कायम) आहे. तसेच तक्त्यात एकूण प्राप्ती दर्शविलेली आहे. सीमांत प्राप्ती २० रुपये आहे. दोन नग विकल्यास एकूण प्राप्ती २० रुपये वरून ४० रुपये होते. म्हणजेच एकूण प्राप्तीत २० रुपयांची भर पडते. म्हणजे सीमांत प्राप्ती ४० – २० = २० रुपये एवढी राहते. अधिक नगसंख्या विकूनसुद्धा सीमांत प्राप्ती सरासरी प्राप्तीइतकीच (किमती इतकीच) राहते. याचा अर्थ किंमत कायम असताना सीमांत प्राप्ती ही सरासरी प्राप्तीइतकीच असते. म्हणजे सीमांत प्राप्ती आणि सरासरी प्राप्ती समान असतात.

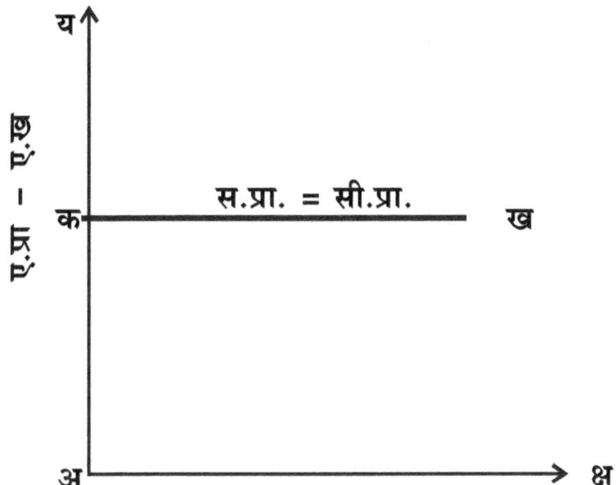

आकृती ३.९ : एकूण उत्पादन

आकृती ३.९ मध्ये **अक्ष** अक्षावर नगसंख्या आणि **अय** अक्षावर सरासरी प्राप्ती आणि सीमांत प्राप्ती दर्शविलेली आहे. **कख** हा प्राप्ती वक्र **अक्ष** अक्षाला समांतर आहे. म्हणजे जास्तीतजास्त नगसंख्येची विक्री झाली असली तरी किंमत **अक** इतकीच राहते. याचा अर्थ सरासरी प्राप्ती **अक** इतकी राहते. सीमांत प्राप्ती सरासरी प्राप्तीइतकीच असल्याने सीमांत प्राप्तिवक्र आणि सरासरी प्राप्तिवक्र एकाच रेषेने दाखविले जातात. अशा प्रकारे मागणीवक्र अथवा प्राप्तिवक्र पूर्ण स्पर्धेच्या बाजारातील उत्पादनसंस्थाच असतो.

अपूर्ण स्पर्धा – प्राप्तीचे वक्र :

वस्तूची विक्री करणारा एकच विक्रेता असतो आणि त्याचे वस्तूवर आणि ज्याच्या पुरवठ्यावर व किंमतीवर पूर्ण नियंत्रण असते त्या बाजाराला मक्तेदारी बाजार म्हणतात. वस्तूंची विक्री करणारा एकच विक्रेता असल्याने तो आपल्या मर्जीप्रमाणे

किंमत आकारू शकतो. मात्र ग्राहक आकारलेली किंमत देऊन खरेदी करेलच असे नाही. त्याचे स्वातंत्र्य ग्राहकाला असते.

सरासरी आणि सीमांत प्राप्तीचे वक्र पुढीलप्रमाणे दर्शविले जातात.

जेव्हा सरासरी आणि सीमांत प्राप्तिवक्र सरळ रेषा असतात तेव्हा सीमांत प्राप्तिवक्र सरासरी प्राप्तिवक्र आणि य अक्षाच्या लंबांतराचा सम विभाजक असतो (आकृती ३.१० पहा). जेव्हा प्राप्ती वक्र सरळ रेषा नसतील आणि ते वक्र आरंभबिंदूला अंतर्वक्र किंवा बहिर्वक्र असतात तेव्हा सीमांत प्राप्तिवक्र हा 'य' अक्ष आणि सरासरी प्राप्तिवक्र यांच्यामधील लंबांतराला त्या लंबांतराच्या मध्यबिंदूच्या 'य' अक्षाकडील बाजूस छेदतो हे आकृती ३.११ मध्ये दर्शविलेले आहे. या उलट प्राप्ती वक्र हा 'य' अक्ष आणि सरासरी प्राप्ती वक्र यांच्यामधील लंबांतराला त्या लंबांतराच्या मध्यबिंदूच्या सरासरी प्राप्तिवक्राकडील बाजूस छेदतो हे आकृती ३.१२ मध्ये दर्शविलेले आहे.

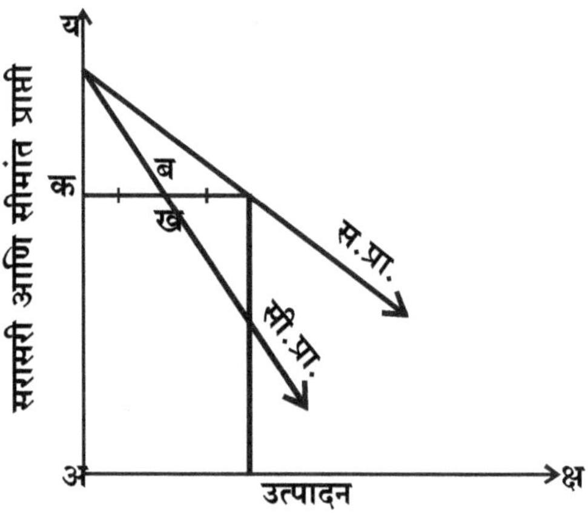

आकृती ३.१०

आकृती ३.१० मध्ये दोन सरळ रेषा असलेले प्राप्तिवक्र दर्शविलेले आहेत. हे वक्र म्हणजे सरासरी प्राप्ती आणि सीमांत प्राप्ती हे रेषेच्या स्वरूपातील वक्र आहेत. आकृतीत सरासरी प्राप्तिवक्रावर **ख** हा बिंदू घेऊन त्यातून **य** अक्षावर **ख क** हा लंब टाकला. सीमांत प्राप्तीजवळ **खक** या लंब रेषेला **ब** बिंदूत छेदतो. सीमांत प्राप्तिवक्र हा सरासरी प्राप्तिवक्र आणि **य** अक्ष यांना बरोबर दुभागतो.

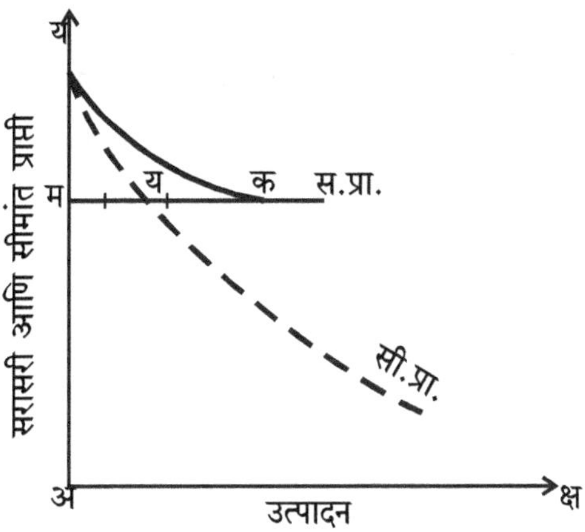

आकृती ३.११

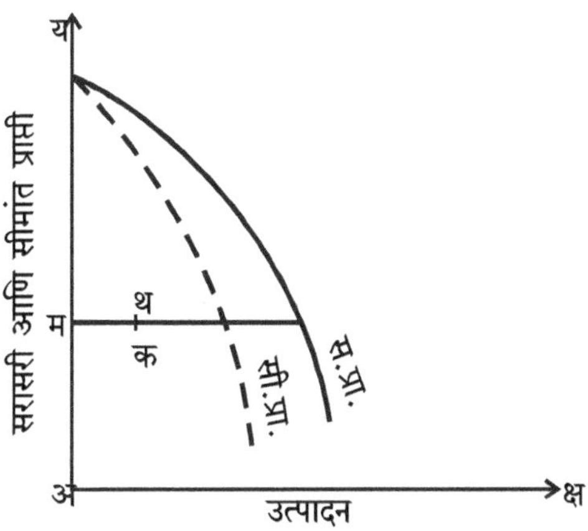

आकृती ३.१२

आकृती ३.११ मध्ये सरासरी आणि सीमांत प्राप्तिवक्र हे आरंभबिंदूत बहिर्गोल आहेत, तर आकृती ३.१२ मध्ये सरासरी आणि सीमांत प्राप्तिवक्र हे आरंभबिंदूत अंतर्गोल आहेत. आकृती ३.११ आणि आकृती ३.१२ मध्ये सरासरी आणि सीमांत प्राप्ती हे दोन्ही वक्र एकाच बिंदूतून सुरू झाले असले तरी या दोन वक्रांतील अंतर उत्तरोत्तर वाढत जाते, कारण सरासरी प्राप्तीपेक्षा सीमांत प्राप्तीतील घटीचा वेग जास्त असतो.

थोडक्यात, प्राप्तीवक्रामुळे उत्पादनसंस्थेला फायदा होतो की तोटा होतो हे

समजण्याला मदत होते. तसेच जास्तीतजास्त नफा मिळविण्यासाठी उत्पादन किती नगसंख्येपर्यंत करावयाचे याची माहिती मिळते, म्हणून जास्तीतजास्त नफा मिळविण्यासाठी उत्पादनसंस्थेला आपल्या मागणीवक्राचे स्वरूप काय आहे याचा विचार करावा लागतो.

प्रश्न

प्र. १ खालील प्रश्नांची प्रत्येकी एक किंवा दोन वाक्यात उत्तरे लिहा.

१) एकूण खर्च म्हणजे काय?
२) सरासरी खर्च म्हणजे काय?
३) स्थिर खर्च म्हणजे काय?
४) बदलता खर्च म्हणजे काय?
५) एकूण प्राप्ती (उत्पन्न) म्हणजे काय?
६) सरासरी प्राप्ती (उत्पन्न) म्हणजे काय?
७) सीमांत प्राप्तीचा अर्थ सांगा.
८) पूर्ण स्पर्धा म्हणजे काय?
९) मक्तेदारी (अपूर्ण स्पर्धा) म्हणजे काय?

प्र. २ खालील प्रश्नांची प्रत्येकी १०० शब्दात उत्तरे लिहा.

१) खर्च संकल्पनांचे संख्यात्मक प्रश्न / उदाहरणे विशद करा.
२) एकूण आणि सरासरी खर्च स्पष्ट करा.
३) स्थिर आणि बदलता खर्च विशद करा.
४) अल्पकालीन खर्च वक्र आकृतीद्वारे स्पष्ट करा.
५) दीर्घकालीन खर्च वक्र आकृतीच्या साह्याने विशद करा.
६) प्राप्तीच्या संकल्पनाचे संख्यात्मक प्रश्न / उदाहरणे विशद करा.
७) प्राप्तीचे वक्र थोडक्यात विशद करा.

प्र. ३ खालील प्रश्नांची प्रत्येकी २०० शब्दांत उत्तरे लिहा.

१) एकूण, सरासरी, सीमांत खर्च सूत्राच्या आधारे स्पष्ट करा.
२) खर्च वक्राचे अल्पकालीन व दीर्घकालीन खर्च वक्र आलेखाद्वारे सादर करा.
३) प्राप्तीच्या संकल्पनांचा परस्पर संबंध स्पष्ट करा आणि संख्यात्मक प्रश्न / उदाहरणे सांगा.
४) खर्चाचे वक्र पूर्ण स्पर्धा आणि अपूर्ण स्पर्धाद्वारे आलेख पद्धतीने सादर करा.

प्र. ४ टीपा लिहा.

१) खर्च संकल्पना

२) अल्पकालीन व दीर्घकालीन खर्च वक्र

३) प्राप्तीच्या संकल्पना, उदाहरणासह

४) प्राप्तीचे वक्र

प्रात्यक्षिक (Practical) परीक्षा पद्धत

अ) अंतर्गत मूल्यांकन – १५ मार्क्स

अंतर्गत तीन साधने वापरू शकत आणि लेखी चाचणी अनिवार्य आहे.

कोणतीही तीन साधने – जसे, ग्रंथालय, टिपण (Library Note) विद्यार्थी सेमीनार, लहान प्रश्न मंजुषा (Short Quizzes) गृहपाठ, वर्गपाठ (Tutorial) तोंडी चाचणी, गट चर्चा, खुली पुस्तक चाचणी, अभ्यास दौरा

लेखी परीक्षा – अनिवार्य आहे.

PPT सादरीकरण, उद्योग भेट, क्षेत्र भेट (Fild Visit) तोंडी परीक्षा इत्यादी.

ब) प्रात्यक्षिक अथवा व्यावहारिक मूल्यांकन ३५ मार्क्स

संदर्भसूची

- ढमढेरे एस. व्ही. 'सूक्ष्म अर्थशास्त्र' (२००७) डायमंड पब्लिकेशन्स, पुणे.
- देशमुख राम 'आधुनिक उच्चतर सिद्धान्त' विद्या प्रकाशन, नागपूर.
- पाटील कृष्णराव 'उच्चतर आर्थिक सिद्धान्त' श्री मंगेश प्रकाशन, नागपूर.
- प्रा. रायरवेल, डॉ. दामजी 'सूक्ष्म अर्थशास्त्र' (२०२४) विद्या बुक्स पब्लिशर्स, औरंगाबाद.
- वावरे अनिल कुमार, संतोष यादव अण्णापाटील, मुजावर 'सूक्ष्म अर्थशास्त्री तत्त्वे' शिंदे व्हि. एन. (प्रकाशक) कोल्हापूर.
- शिंदे एस. एन. 'सूक्ष्मलक्षी अर्थशास्त्र' (२००३) अजित पब्लिकेशन्स, इस्लामपूर.
- Ahuja H. L. 'Advanced Economic Theory' (2014) S. Chand Co. Ltd, New Delhi.
- Dominic, Sulvator "Principles of Micro-Economics (2012) Oxford University Press, Oxford.
- Samuelson P. A. & W. D. Nordhus 'Economics' (2019) Tata MacGraw, Hill, New Delhi.

www.ingramcontent.com/pod-product-compliance
Lightning Source LLC
LaVergne TN
LVHW050655051026
849532LV00002B/649
* 9 7 8 9 3 9 0 0 8 1 6 7 7 *